விந்தன்

பாலும் பாவையும் அக்னிக் குஞ்சுகள்

ஆசிரியர்:
மு. பரமசிவம்

மோகனசுந்தரம் வெளியீடு

26, நியூகாலனி, கோடம்பாக்கம் நெடுஞ்சாலை,
நுங்கம்பாக்கம், சென்னை - 600 034.
செல் : 9444297034

நூல் விளக்கம்

நூல் பெயர்	: பாலும் பாவையும் அக்னிக் குஞ்சுகள்
ஆசிரியர்	: மு. பரமசிவம்
உரிமை	: பதிப்பகத்திற்கு
மொழி	: தமிழ்
நூல் வகை	: கதை
பதிப்பு	: முதற்பதிப்பு
பதிப்பாண்டு	: 2024
தாள்	: 60 GSM வெள்ளை மேப்லீத்தோ
நூலின் அளவு	: டெம்மி (14 x 21.5 செ.மீ)
கட்டுமானம்	: 250GSM ஒய்ட்பேக் போடு பைண்டிங்
எழுத்து	: 12.5 புள்ளி
பக்கம்	: 264
வெளியீடு	: **மோகனசுந்தரம் வெளியீடு** 26, நியூகாலனி கோடம்பாக்கம் நெடுஞ்சாலை, நுங்கம்பாக்கம், சென்னை–600 034.
அச்சு	: பாலா ஆப்செட், சென்னை
ஐஎஸ்பி எண்	: 978-81-980746-2-1

விலை : ரூபாய். 330

ஒரு கேள்வி

அந்தக் கேள்வியை இந்தக் கதையின் கடைசியில் அகலிகை கேட்கிறாள். கடவுளைப் பார்த்துக் கேட்கவில்லை. சமூகத்தைப் பார்த்துக் கேட்கிறாள்.

அதே கேள்வியை வாசகர்கள் என்னைப் பார்த்துக் கேட்கிறார்கள்:

"பால் பாவையாகிவிடுமா? பாவை பாலாகி விடுவாளா?"

"ஆகமாட்டாள். ஆகவிடக்கூடாது?" என்பதே அதற்கு நான் அளிக்கும் பதில்.

கற்பு எனப்படுவது ஒருத்திக்குப்பின் ஒருத்தியாக ஒருவன் எத்தனை பெண்களை மணந்தாலும் எப்படி உயிர் வாழ்கிறதோ, அப்படியே ஒருவனுக்குப்பின் ஒருவனாக ஒருத்தி எத்தனை ஆண்களை மணந்தாலும் உயிர் வாழ வேண்டும். அப்பொழுதுதான் பாலும் பாவையாகாது; பாவையும் பாலாக மாட்டாள்.

-விந்தன்

4

பொருளடக்கம்

1. விந்தன்
'பாலும் பாவையும்' சில பார்வைகள்

1. முனைவர் பேரா. க. கைலாசபதி ... 9

2. வல்லிக்கண்ணன் ... 28

3. பூவை எஸ். ஆறுமுகம் ... 37

4. கலைப்பித்தன் ... 49

5. தமிழ்வாயர் ... 53

6. மு. பரமசிவம் ... 57

7. சிகரம் செந்தில்நாதன் ... 106

2. விந்தன் அக்னிக் குஞ்சுகள் ... 115

1
விந்தன்
'பாலும் பாவையும்'
சில பார்வைகள்

நமக்குள்ளே ஒரு சேதி!

மக்கள் எழுத்தாளர் விந்தனுக்கு விமர்சனமும் வித்தியாசமும் ரொம்பவும் பிடிக்கும்.

அதனால்தான் அவர் முதலில் மனிதர்களை விமர்சனம் செய்து எழுதியவர் பின்னர் சக எழுத்தாளர்கள் எழுதிய படைப்புகள் விமர்சனம் செய்து எழுதினார்.

இந்த நூல் அவரின் படைப்பை விமர்சனம் செய்யும் ஒரு வித்தியாசமான நூல்!

விந்தனின் 'பாலும் பாவையும்' நாவலைப் பலர் பாராட்டியதுபோலவே பலர் விமர்சனமும் செய்துள்ளனர். அதனால்தான் 1950-ல் 'கல்கி' இதழில் வெளிவந்து, நூலாக பல பதிப்புகள் கண்டும் பல்வேறு மொழிகளில் வெளிவந்தும் இன்னும் விந்தனின் புகழைப் பரப்பிக்கொண்டிருக்கிறது.

விந்தன் எழுத்தில் பிரச்சாரமும், கருத்துப் பரப்பும் மேளோங்கியுள்ளதே தவிர, உருவகம், உள்ளடக்கம் எதுவும் கிடையாது என்பதே வெகுஜன எழுத்தாளர்களின் குற்றச்சாட்டு; வீண் பழி!

ஆனால், விந்தன் எழுத்தில் மனிதநேயம், வர்க்கவுணர்வு எளிய தமிழ், முற்போக்கு இலக்கிய பார்வை அனைத்தும் ஒன்றிணைந்து படிப்பவர் மனத்தைப் பண்படுத்துகிறது என்பதே இடதுசாரி களின் பாராட்டு, வரவேற்பு!

இந்த நூலில் உள்ள ஏழு கட்டுரைகளும் விந்தனைப் பல கோணங்களில் விமர்சனமும் மதிப்பீடும் செய்கின்றன.

பேரா-கைலாசபதி, ''விந்தன், வ.ரா. பாரதியார் ஆகியோர் மரபையொட்டி இழுக்கை ஒழிக்கவும், ஒழுக்கத்தை வளர்க்கவும், நமக்கும் நாட்டுக்கும் நன்மை பயக்கவும் குறிக்கோளோடு எழுதியவர். இது காரணமாகவே அவரைப் பிரசார நாவலாசிரியர் பிரிவில் சேர்த்து விடுகிறார் அகிலன். 'ஒரு கேள்வி' என்ற முன்னுரையில் விந்தன் கூறுகிறார்:

சர்ச்சைக்குரிய எத்தனையோ விஷயங்களில் தம்முடைய அபிப்பிராயத்தை அழுத்தந்திருத்தமாக வெளியிட்டிருக்கும் பாரதியார்கூடக் கற்பைப் பற்றிக் குறிப்பிடும்போது ஆணுக்கும் பெண்ணுக்கும் அதைப் பொதுவில் வைப்போம் என்று பட்டும்படாமல் சொல்லி விட்டுப் போயிருக்கிறார்.

ஆணுக்கும் பெண்ணுக்கும் பொதுவாக அது எப்படி யிருக்கும்? அப்படியிருக்க ஆண்கள் விடுவார்களா? இயற்கைதான் அதற்கு இடம் கொடுக்குமா?

கற்பு என்பது ஆண்களால் கடைப்பிடிக்க முடியாத விஷயமாயிருக்கும்போது பெண்கள் மட்டும் அதைக் கடைப்பிடிக்க வேண்டும் என்று சொல்வதில் இன்றும் சொல்வதில் அர்த்தமில்லை.

''இந்தக் கதையை விந்தன் வளர்த்து இருக்கிற விதம் புதுமையானது, கதைமாந்தரை அறிமுகப்படுத்துகிற வகை புதுமையானது, அவர்களைப் பழகவிட்டு உரையாட வைக்கிற போக்கு ரசமானது சுவையானது. இடை இடையே அவர் சுட்டிக் காட்டுகிற உண்மைகள் சிந்தனைக்கு உணவு. அங்கங்கே அவர் பொறித்துள்ள சிந்தனை மணிகள், அறிவின் அனுபவத்தின் ஒளிச்சுடர்கள் :-வல்லிக்கண்ணன்.

"உறங்குவது போலும் சாக்காடு என்கிறார்கள் அனுபவசாலிகள். அந்தத் தூக்கத்தில் அகல்யாவையும் கனகலிங்கத்தையும் கட்டுண்டிருக்க செய்துவிட்டீர்கள் நீங்கள். உங்களுக்கு வேலை மிச்சம். நல்லவர்கள் வாழ்வதில்லை என்று பொய் அறிவிப்பு வரிகளுடன் கோழித்தூக்கம் போட ஆரம்பித்துவிட்டார்கள்.

உங்களது இந்த தூக்கம்தான் எனக்கு விழிப்புச் சக்தியைக் கொடுத்திருக்கிறது வாழ்க உங்கள் உறக்கம். -பூவை எஸ். ஆறுமுகம்.

'உண்மைக் காதலின் தத்துவத்தை விளக்குகிறது பாலும் பாவையும்' அது கடுகு உள்ளம் கொண்டவர்களை சாடுகிறது. குத்தித் தைத்து இரணமாக்கும் ஈட்டிமுனை அது. ஆம், ஜெர்மன் கவி சொன்னது போல் 'பாலும் பாவையும் விந்தனின் இரத்தத்தால் ஆன நூல்தான்!' - கலைப்பித்தன்.

இவ்வாறு தம் கருத்து வீச்சால் இந்நூலை கருத்து களஞ்சியமாக்கியிருக்கிறார்கள் கட்டுரை ஆசிரியர்கள். அவர்கட்கும் இந்நூலை சிறப்பாக வெளியிட்டுள்ள பதிப்பகத்தாருக்கும் நன்றி, வாழ்த்துக்கள்.

தொடர்புக்கு
9941275609

தோழமையுள்ள
மு. பரமசிவம்

விந்தன் அகலிகை

-முனைவர் க. கைலாசபதி

ஆங்கில மொழியில் Outsider என்றொரு சொல்லுண்டு. புறம்பானவர், தொழில் துறை சார்ந்தவரல்லாதவர், தீண்ட பெறாதவர், குழாத்தில் கலந்துறவாடத் தகுதியற்றவர் என்றெல்லாம் அகராதி இச்சொல்லிற்குப் பொருள் கூறும்.

அரசியலிலிருந்து, இலக்கியம் வரையுள்ள பல துறை களிலே சிற்சில சமயங்களில் பொதுவாகப் 'புறம்பானவர்' அல்லது தீட்சை பெறாதவர் (முறையாகப் பயிற்றப் படாதவர் என்பது பொருள்) எனக் கருதப் படுவோர் திடீரெனப் புகுந்து பாராட்டத்தக்கவற்றைச் செய்வதுண்டு.

தகுதி பெற்றவர்கள் தடம்பட்ட வழியிற் சென்று கொண்டிருக்க, இவர்கள் பயிற்சி காரணமான தடை யுணர்ச்சி எதுவுமின்றித் துணிவுடன் புதுவது காண்பதுண்டு.

தமிழிலே மறுமலர்ச்சி எழுத்தாளர் பலர் வறுமையில் வாடியிருக்கிறார்கள். ஆனால் அவர்கள் யாவரும் பிறப்பாலும் சமூக அந்தஸ்தாலும் உயர்ந்தவர்களே.

தமிழிலே காலத்தில் பிராமண சமூகத்தவரே பிரபல எழுத்தாளராயும் விளங்கினர். (ஈழத்திலே இப்போக்குக்குப் பல விதிவிலக்குகள் உண்டு). இத்தகைய சூழ்நிலையில்இ அதிகம் கல்வியின்றி நகரத்திலே உடலுழைப்பாளியாய்

வாழ்க்கையைத் தொடங்கி, இலக்கிய ஆர்வத்தினாலும் விடாமுயற்சியாலும் பெயர் வாங்கிய எழுத்தாளர் இருவரைக் குறிப்பிடலாம். இவருள் மூத்தவர் 'விந்தன்' எனப்படும் வி.கோவிந்தன்; இளையவர் ஜெயகாந்தன்.

இருவரும் எழுதத் தொடங்கிய பொழுது சமூகத்திலே உள்ள ஏழை எளியவர்கள், தாழ்த்தப்பட்டோர், ஒதுக்கப்பட்டவர்கள் முதலியோரது சுகதுக்கங்களையும் பொதுவாக 'மனிதனுக்கு மனிதன் செய்யும் அநீதியையும் கொடுமையையும்' எடுத்துக்காட்டினர்.

அச்சுக் கோக்கும் தொரிலாளியாய் இருந்து, பின் பத்திரிகைத் தொழிலிற் புகுந்து, 'கல்கி'யில் பத்தாண்டுகள் துணை ஆசிரியராய்ப் பணிபுரிந்து, பின் சுதந்திர ஏழுத்தாளரான விந்தன் எழுதிய குறிப்பிடத்தக்க நூல்களில் ஒன்று பாலும் பாவையும்.

'பாலும் பாவையும்' பல வழிகளிற் குறிப்பிடத்தக்கது. அவற்றுள் ஒன்று அது ஓர் இலக்கியப் பரிசோதனை என்பது. பல படைப்புக்கள், திகாசத்திலும் புராணங்களிலும் வழங்கி வரும் அகலிகை கதையை எடுத்துச் சிறுநிற மாற்றங்கள் செய்து புதுவிளக்கம் கூறியுள்ளன. ஆனாலும் பாலும் பாவையும் தற்காலச் சமூகக் கதையொன்றாகும்.

இந்திரன், அகல்யா, தசரதகுமாரன் என்பன இதில் வரும் மூன்று பாத்திரங்களுக்குரிய பெயர்கள் என்பதைத் தவிர பழைய அகலிகை கதைக்கும் இதற்கும் தொடர்பு எதுவும் இல்லை.

கனகலிங்கம், ராதாமணி, சியாமளா, பரமசிவம் முதலிய வேறு பாத்திரங்களும் நாவலில் வருகின்றனர். பழைய புராணக் கதையைத் தெரியாத ஒருவர் இதனை அசல் சமூகக் கதையாகவே படித்துவிடுவார். ஆனால் பழைய அகலிகை கதை தெரிந்தவர்க்கு, இந்நாவலின் பொருள் ஆழம் நிறைந்ததாயும் நூதனமானதாயும் இருக்கும். இதனைச் சிறிது விளக்க வேண்டும் என்று நினைக்கிறேன்.

இதர படைப்புக்களிலே அகலிகை, கௌதமர் முதலானோர் பௌராணிக உலகிலேயே நடமாடுகின்றனர்.

சாபம், கல்லாதல் முதலிய இயற்கையிகந்த நிகழ்ச்சி களும் இந்திரன் தேவர்கள் முதலிய தெய்வப்பிறவிகளும் இடம்பெறுவதால் அவை சமகால உலகத்தச் சார்ந்தனவாக அன்றிக் காலங்கடந்த காலத்தே கானகமொன்றில் நடந்த நிகழ்ச்சிகளோடு தொடர்புடையனவாயுள்ளன.

அதனால், எமது எழுத்தாளர்கள் எத்துணைச் சமகால நோக்குடன் எழுதினாலும், அப்படைப்புகளில் வரும் பாத்திரங்களுக்கும் எமக்கும் கால இடைவெளி மிகுதியாக உள்ளது. இதிகாசப் பாத்திரங்கள் எவ்வளவுதான் நவீன மொழியிற் பேசினாலும் கற்பனைப் படைப்புக்களாகவே இருப்பன. அவற்றுக்கும் எமது காலத்துக்கும் குறிப்பிடத்தக்க தொடர்பு காண்பது இயலாது. அது மட்டுமல்ல.

பழைய நிலமானியச் சமுதாயத்தில் வழுக்கி விழுந்தவர் நிலை வேறு. எமது முதலாளித்துவ சமுதாயத்தில் வழுக்கி விழுந்தவர் நிலைமை வேறு. எனவே அகலிகையை வழுக்கி விழுந்தவளாக நோக்கினாலும் பயனுள்ள முடிவு கிடைக்கப் போவதில்லை.

பன்னெடுங் காலமாகப் பெண்ணினத்துக்குக் கொடுமை இழைக்கப்பட்டதைத் தவிர, அதன் தன்மையும் முறைகளும் காலத்துக்குக் காலம் மாறுகின்றன். இவற்றை உணர்ந்த நிலையில் பாலும் பாவையும் எழுதியுள்ளார் விந்தன். இத்தகைய நாவல்களைச் சிலர் ‘இலட்சிய நாவல்கள்’ என்பர். அது எவ்வாறாயினும், வ.ரா. எழுதிய நாவல்களின் வழி வந்தது பாலும் பாவையும் என்பதை மறுப்பதற்கில்லை.

அகல்யை கல்லூரி மாணவி, சகமாணவரான தசரதகுமாரன், இந்திரன் ஆகிய இருவரில் அறியாத தசரத் குமாரனைக் கைவிட்டு, அறிந்த ரசிகன் இந்திரனுடன் காந்தர்வ விவாகஞ் செய்யப்போகிறாள். வெறுங்கையாக வந்த அகலிகையை இந்திரன் கைவிட்டுச் செல்கிறான்

கனகலிங்கம் பலத்த தர்மவிசாரத்துக்குப் பின்பு அகலியைக் காதலிக்க மறுத்துக் கொல்வதைவிடக் காதலித்தே கொல்லலாம் என்று கேலியாகக் கூறிக்கொண்டு காப்பாற்ற முன்வருகிறான்.

ஆள்மாறாட்டத்தின் பயனாகக் கனகலிங்கம், அகல்யையின் சித்தப்பாவின் சூழ்ச்சியாற் கொல்லப்படு கிறான். இக்கட்டான சமயத்தில் 'அகல்யாவின் சாபத்தைப் போக்க வந்த சாட்சாத் ஸ்ரீராமபிரானைப்போல, தசரத குமாரன் கையில் கோதண்டம் இல்லாமல்' எதிரே வந்து, வாழ்நாளிலேயே முதன்முறையாகத் துணிந்து அவளைப் காப்பாற்ற முன்வருகிறான்.

ஆனால் வீட்டுக்குப் போனதும், 'கெட்ட பாலை எடுத்துச் சாக்கடையிலே கொட்ட வேண்டியதுதான்' என்று தத்துவம் பேசும் சமையற்காரன் சொல்லைக் கேட்டுவிட்டு மனம்மாறியவனாய், அகல்யாவை இழுத்துக் கொண்டு போய் வீட்டுக்கு வெளியே விட்டுவிட்டுக் கதவைச் சாத்தித் தாளிட்டு விடுகிறான். மனமிடிந்த அகல்யை ஆழ்கடலை நோக்கி ஓடுகிறாள்.

இதுதான் நாவலின் சுருக்கம். இதற்கும் புராணங்களில் வரும் அகலிகை கதைக்கும் ஒப்புமை மிகக் குறைவு என்பது வெளிப்படை. ஆயினும் நாவலைப் படிக்கும்பொழுது பழைய அகலிகை அடிக்கடி நினைவில் வெட்டும்படி ஆசிரியர் எழுதியிருக்கிறார். என்றாலும் பழைய கதை எவ்விதத்திலும் வாசகனுக்குச் சுமையாக அமையவில்லை; மாறாக, பழைய கதை பற்றிய அறிவு ஒரு வகையான உணர்வு இன்பத்தைக் கூட்டுகிறது.

இத்தகைய பரிசீலனை நூல்கள் பல இந்நூற்றாண்டில் மேனாட்டிலே தோன்றியுள்ளன. அவற்றோடு நாம் இங்கு ஆராயும் நாவலைத் தொடர்புபடுத்தி முடிச்சுப்போட வேண்டிய அவசியமில்லை. எனினும் அவை பற்றிய சில குறிப்புகள் இன்றியமையாதவை.

பிரபல ஐரிஷ் எழுத்தாளர் ஜேம்ஸ் ஜோய்ஸ் எழுதிய (James Joyce, 1882-1941) 'கலைஞனின் இளமைக்காலச் சித்திரம்' (A Portrait of the Artist as a young man) யூலிசிஸ் (Ulysses) என்பன இவ்வகையான புத்தாக்கங்களுக்குச் சிறந்த உதாரணங்கள்.

பண்டைய கிரேக்க மகாகவி ஹோமர் பாடிய ஒதீசி (Odyssey) காவியத்தின் பாட்டுடைத்தலைவன் யூலிசிஸ். துரோயப் போருக்குப்பின் பல்லாண்டுகள் அலைந்து திரிந்து பல அருஞ்செயல்கள் புரிந்து இறுதியில் தன் மனைவியைச் சேருகிறான் யூலிசிஸ்.

மகனாய், தந்தையாய், கணவனாய், காதலனாய், போர்வீரனாய், மன்னனாய், பல கோணங்களிலிருந்து அவனை நாம் ஒதீசி காவியத்திற் காணக்கூடியதாயுள்ளது. எனவே அவனை ஒரு முழுமையான மனிதனாகச் சிலர் கொள்வர்.

ஜோய்ஸ், யூலிசிஸ் என்ற தமது நாவலில் லியோபோல்ட் புளூம் (Leopold Bloom) என்ற பாத்திரத்தைச் சிருஷ்டித்து நவீன காலத்தில் வாழும் முழுமையான மனிதன் ஒருவனைச் சித்திரித்தார். 'எனது நூல் ஒரு நவீன ஒதீசியாகும்' என்றார் ஜோய்ஸ்.

'இது புதுவகையான போலியாக்கம் imitation என்கிறார் டயிச்செஸ்.

புளூம் என்ற நவீன கதாநாயகன் நெருக்கம் நிறைந்த டப்ளின் நகரத்திலே ஒருநாள் பொழுதில் பெறும் அனுபவங்களே நாவலின் உள்ளடக்கம்.

1904ஆம் வருடம் ஜூன் மாதம் 16ஆம் திகதி காலை எட்டு மணிக்கு நாவல் தொடங்குகிறது. அடுத்த நாட் காலை இரண்டு மணிக்கு முடிவடைகிறது.

ஹோமரின் காவியத்திலே தெய்வச் சீற்றத்தினால் யூலிசிஸ் பத்தாண்டுகள் அலைந்து திரிகிறான். நாவலில் ஒரு

நாளில் கதாநாயகனது 'அருஞ்செயல்கள்' முடிவடைகின்றன. அத்தகைய உருவ வேறுபாடுகள் பல இருப்பினும் இரு நூல்களுக்கும் ஒப்புமைக்கும் உண்டு. பழைய கதையை ஆங்காங்கு நினைப்பூட்டும் சொற்களையும் சொற்றொடர்களையும் கையாண்டுள்ளார் ஜோய்ஸ்.

இன்னொரு உதாரணம் மட்டும் பார்க்கலாம்.

புகழ்பெற்ற அமெரிக்க நாடகாசிரியர் ஓநீல் (Engene O' Neill.1888-1953) உருவகக் குறியீடுகளைப் பயன்படுத்தி நாடகங்கள் எழுதியவர்.

அவர் எழுதிய Mourning Becomes Electra என்ற துன்பியல் நாடக மூன்றின் தொகுதி, பண்டைய கிரேக்க துனபியல் நாடக மேதை ஈஸ்கிலஸ் இயற்றிய Oresteia என்ற பழ மரபுக் கதை நாடக மூன்றின் தொகுதியின் புத்துருவாகும்.

துரோயப் போருக்குப்பின் திரும்பிய கிரேக்கப் பெருந்தலைவனை அவன் மனைவி கிளைட்டெம்னெஸ்டிரா தனது சோரநாயகன் இகிஸ்தஸ் என்பானின் உதவியுடன் கொலைசெய்கிறாள்.

இரண்டாவது பகுதியில், கொலையுண்ட அகமெம்னோன் மகன் ஒறெஸ்டீஸ், தனது தங்கை எலெக்டிராவின் தூண்டுதலினால் தாயையும் அவள் சோர நாயகனையும் கொன்றுவிடுகிறான்.

மூன்றாவது பகுதியில் ஒறெஸ்டீசைக் கொலைப் பாவம் தொடர்ந்து பற்ற அவன் அலைந்து திரிவதும், இறுதியில் அதென்ஸ் நகர மன்றத்தில் விசாரணை செய்யப்பட்டு விடுதலை பெறுவதும் நடைபெறுகின்றன.

இம்மூன்று நாடகங்களுக்கும் அடிப்படை ஏதுவாக அக்குடும்பத்துக்கு விதிக்கப்பட்ட சாபம் இயங்குகிறது.

மேற்கூறிய பண்டைக் கிரேக்க இதிகாசக் கதையிலே, தெய்வம், கொலைப்பாவம், விதி, சாபக்கேடு முதலியன

பற்றிய ஆழ்ந்த நம்பிக்கை பிரிக்கவியலாப் பண்பாக உள்ளது.

எனினும் அவற்றை நீக்கி, துரோயப் போருக்குப் பதிலாக, அமெரிக்க உள் நாட்டு யுத்தத்தை *(1861-1865)* பகைப்புலமாகக் கொண்டு நவீன நாடகமொன்றை (மூன்றின் தொகுதி) எழுதினார் ஓநீல்.

'கிரேக்கர்கள் விதி எனக் கொண்ட பொருளுக்கு ஏறத்தாழச் சமமாகும் உளவியல் உந்துதலின் அடிப்படையிலே, தெய்வம் உண்டென்றும், அறம் நின்று கொல்லும் என்றும் நம்பாத அறிவுடைய நவீன நாடகப் பிரியர்கள் ஏற்றுக்கொள்ளும் வகையிலும் அதனைப் பார்த்து மனமுருகும் வகையிலும் அமைந்த நாடகத் தொகுதி.

என்று ஒரு திறனாய்வாளர் இப்புத்தாக்கத்தை மதிப்பிட்டிருக்கிறார்.

ஜோய்ஸ், ஓநீல் முதலியோரது படைப்புக்களுடன் பாலும் பாவையை ஒப்பிட வேண்டுவது அவசியமில்லை. ஆயினும் அது பிறமொழிகளில் இருப்பதையொத்த நவீன நூல் என்பதை உணர்த்த இக்குறிப்புக்கள் அவசியமயிற்று. அது மட்டுமல்ல.

ஜோய்ஸ், 'கலைப் படைப்பு, தன்னளவிற் பூரணமானது. புற உலகின் ஒப்புமை உணர்வை வேண்டாது தனித்து இயங்கவல்லது' என்ற கோட்பாட்டிற்கியைய இலக்கியஞ் சமைத்தவர்.

சிக்கலான உத்திகளுக்கு முதலிடம் கொடுத்தவர். தமது நாவலையே ஒரு ஐதீகமாகக் கருதியவர். அத்தகையவரது வேலைப்பாடுகள் நிறைந்த பெரு நாவலுக்கும் கல்கியில் தொடர்கதையாக வந்த நாவலுக்கும் குண வேறுபாடுகள் பலவுண்டு.

விந்தன், வ.ரா. பாரதியார் ஆகியோர் மரபையொட்டி, இழுக்கை ஒழுக்கவும், ஒழுக்கத்தை வளர்க்கவும், நமக்கும் நாட்டுக்கும் நன்மை பயக்கவும் குறிக்கோளோடு

எழுதியவர். இது காரணமாகவே அவரைப் பிரசார நாவலாசிரியர் பிரிவிற் சேர்த்துவிடுகிறார் அகிலன். 'ஒரு கேள்வி' என்ற முன்னுரையில் விந்தன் கூறுகிறார்.

'சர்ச்சைக்குரிய எத்தனையோ விஷயங்களில் தம்முடைய அபிப்பிராயத்தை அழுத்தந் திருத்தமாக வெளியிட்டிருக்கும் பாரதியார்கூடக் கற்பைப் பற்றிக் குறிப்பிடும்போது ஆணுக்கும் பெண்ணுக்கும் அதைப் பொதுவில் வைப்பேம் என்று பட்டும் படாமலும் சொல்லிவிட்டுப் போயிருக்கிறார்.

ஆணுக்கும் பெண்ணுக்கும் பொதுவாக அது எப்படியிருக்கும்? அப்படியிருக்க ஆண்கள் விடுவார்களா? இயற்கைதான் அதற்கு இடங் கொடுக்குமா?

'கற்பு என்பது ஆண்களால் கடைப்பிடிக்க முடியாத விஷயமாயிருக்கும்போது, பெண்கள் மட்டும் அதைக் கடைப்பிடிக்க வேண்டும் என்று செல்வதில்-இன்றும் சொல்வதில்- அர்த்தமில்லை.'

ஆசிரியர் பெண்ணுரிமை விஷயத்தில் எவ்வளவு தூரம் தொடர்புற்றிருக்கிறார் என்பதை மேலேயுள்ள கூற்றுக் காட்டுகிறது. இதனாலேயே நவீன அகலிகை கதையான பாலும் பாவையும் அதே பொருளில் எழுந்த பல புதுமெருகுக் கதைகளிலும் சிறந்து விளங்குகிறது. அதன் சிறப்பியல்புகள் சிலவற்றை இனிக் கவனிப்போம்.

பாலும் பாவையில் ஆசிரியர் வேண்டுமென்றே இராமாயணப் பாத்திரங்களையும கதாசம்பவங்களையும் குறிப்பிடுகிறார். இதனால் இதிகாசமும் நவீன கதையும் ஒன்றையொன்று ஒட்டவும் வெட்டவும் வாய்ப்பு ஏற்படுகின்றது.

ஆசிரியர் பழைய கருத்துக்களைக் கொள்ளும் போதும், தள்ளும் போதும் நின்று நின்று நாம் கவனிக்குமாறு இசைவுப் பொருத்தங்களை உணர்த்திச் செல்கிறார்.

வேறொரு நூலுக்குத் திரு.கி.சந்திரசேகரன் எழுதியுள்ள முகவுரையிற் கூறுவது இவ்விடத்திற் பொருத்தமாக காணப்படுகிறது.

'ஆழ்ந்த மனச்சுழல்களில் நம்மைச் செருகும் தன்மை பெற்றவை இங்குள்ள கதைகளில் சில. ஒரு முறைக்கு இருமுறையாக அவைகளின் கருத்து நம்மைத் துழாவ வைப்பதற்குக் காரணம் அதுவே. அபிப்பிராயத்தின் தொனி (suggestion) விசேஷம் சில சமயம் நம் உள்ளங்களைத் தொட்டுவிடுகின்றது. சில வேளைகளில் உலுக்கியும் விடுகின்றது.'

சந்திரசேகரன் விதந்து கூறும் தொனி விசேஷம் பாலும் பாவையிலும் நிறைய உண்டு. அகல்யா கூறுகிறாள்:

'வந்தான்; ஆனால் அவன் மகா சாது; பெயர் தசரத குமாரன். சாட்சாத் தசரத குமாரனோ சீதா தேவிக்காகச் சிவதனுசை முறித்தான்; மாரீசனை வதைத்தான்; இராவணனுடன் போரும் தொடுத்தான்.

எங்கள் தசரத குமாரனோ ஒருமுறை என்னுடன் வந்து 'மாட்டினி ஷோ' பார்க்கக்கூட விரும்பவில்லை-அவ்வளவு பயம்! என்னைப் பார்த்து பெருமூச்சு விடுவதோடு தன் காதலை அவன் நிறுத்திக்கொண்டான்.

'இளமையின் இதயத் துடிப்பை அறியாத அவனுடைய நடத்தை எனக்குக் கொஞ்சங்கூடப் பிடிக்கவில்லை...'

பழைய அகலிகை இரு அச்சிலே மட்டுமே வார்க்கப்பட்டவள்.

வான்மீகியின் சித்திரிப்பின்படி இந்திரனைக் கூடுவதில் பெருமகிழ்ச்சியடைந்தவள். நெஞ்சறிந்து இன்பத்தை ஏற்றவள்.

பிந்திய காவியங்களிலே ரிஷிபத்தினியான அகலிகை கற்புக்கனலியாகச் சித்திரிக்கப்பட்டிருக்கிறாள். இது இக்காலத்துக்குப் போதிய குணச்சித்திரிப்பு அல்ல.

நன்மை, தீமை என்ற இருமுனைப் பாகுபாடு இலட்சிய காவியங்களுக்கு ஏற்புடையதாக இருக்கலாம். சிக்கல்கள் நிறைந்த நவீன வாழ்க்கைக்குப் பொருந்துவதொன்றன்று.

விந்தனின் அகல்யா கற்பு. கற்பின்மை என்ற நிலைகளை அதிகம் எண்ணாமல் எப்படியாவது வாழ வேண்டும் என்றே ஆசைப்படுகிறாள். அகல்யா சிந்திக்கிறாள்:

'இந்த நிலையில் நான் இன்னும் உயிர் வாழ்ந்து கொண்டிருப்பதற்குக் காரணம் என்னவாயிருக்கும்? உயிரின்மீதுள்ள ஆசையா?-ஆம், உயிரின் மீதுள்ள ஆசைதான்.'

பிறிதொரு சந்தர்ப்பத்திலே மனத்திலே உறுதி பிறக்கிறது.

'அந்தத் துரோகிக்காக நான் ஏன் உயிரைவிட வேண்டும்? அதனால் நான் அடையப்போகும் நன்மைதான் என்ன?-மற்றவர்களைப் போல நானும் சமூகத்தின் அனுதாபத்தை வேண்டுமானால் பெறலாம். செத்துத்தான் அந்த அனுதாபத்தைப் பெற வேண்டுமென்றால் எனக்கு அது வேண்டாமே!... ஆம்! சமூகத்துக்கும் நான் பலியாக மாட்டேன். அந்தச் சண்டாளனுக்கும் பலியாகமாட்டேன். இரு தரத்தாரும் எனக்கு வேண்டுமானால் பலியாகட்டும்.'

கல்லாகி நின்று சமூகத்தின் அனுதாபத்தைப் பெற்ற, பெற விரும்பிய அகலிகைக்கும் இந்த அகல்யாவுக்கும் வேறுபாடு அதிகம். இவள் கனகலிங்கத்தைக் கைக்குள் போட்டுக்கொள்ளப் படாதபாடுபடுகிறாள்; அவனை மயக்கப்பார்க்கிறாள். ஓரளவு உறுதி பெற்று மீண்டும் வாழ்க்கையைத் தொடங்கும்பொழுது சமூகம் குறுக்கிடுகிறது.

'இதோ போகிறாள் பார். இவள்தான் அகல்யா' என்று அவளைச் சுட்டிக்காட்டினாள் அவர்களில் ஒருத்தி.

'எனக்குத் தெரியுமே! யாரோ ஒருவனுடன் ஓடிப்போய்விட்டாள் என்று சென்னார்களே. அவள்தானே இவள்?' என்றாள் இன்னொருத்தி.

'ஆமாம்; ஆனால் ஓடிப்போகவில்லையாம். நடந்துதான் போனாளாம்' என்றாள் மற்றொருத்தி, களுக்கென்று சிரித்துக்கொண்டே.

'எனக்கு யாரோ பறந்து போனாள் என்று சொன்னார்களே, என்றாள் வேறொருத்தி, கலகலவென்று நகைத்துக்கொண்டே.'

இந்தக் கட்டம் புதுமைப்பித்தனின் சாபவிமோசனத் திலும் சுருங்கிய வடிவில் வருவது நினைவிருக்கலாம்.

ரிஷிபத்திினிகள் ஏறத்தாழ இவ்வாறுதான் பழிச் சொற்களை வீசினார்கள். எவ்வளவுதான் உயிராசை இருந்த போதும் இறுதியில், 'கடைசி நம்பிக்கையும் இழந்து கதியற்று, இனித் தனக்குச் சாவதைத் தவிர வேறு வழியே கிடையாது' என்ற நிலைக்கு வருகிறாள்.

'எச்சில் இலைக்கு நேரும் கதிதான் இனி நமக்கும் நேரும் போலிருக்கிறது' என்று ஏங்குகிறாள்.

நாவலின் முடிவிலே நிர்க்கதியாய், 'வா வா என்று கை தூக்கி வரவேற்கும் அலை கடலை நோக்கி' ஓடுகிறாள். அதாவது சமூகத்தின் அனுதாபத்தைச் செத்துத்தான் பெற வேண்டும் என்ற முடிவுக்கு வருகிறாள்.

'நல்லவர்கள் வாழ்வதில்லை, நானிலத்தின் தீர்ப்பு' என்று முடிவுரை கூறி நாவலை முடிக்கிறார் விந்தன்.

கூட்டு மொத்தமாகப் பார்க்கும்போது இதிகாசப் பாத்திரங்களையும் நிகழ்ச்சிகளையும் நுட்பமான முறையில் ஏளனத்துக்குரியனவாக்கி விடுகிறார் ஆசிரியர். அதற்கு அவரது தொனி விசேஷங்கள் பெரிதும் பயன்படுகின்றன.

ஒரு கட்டத்தை மாத்திரம் இங்குக் கவனிப்போம். கனகலிங்கத்தைக் கொலை செய்வித்தது தனது சித்தப்பா என்றறிந்த அதிர்ச்சியுடன் தனது வீட்டை விட்டு மெதுவாக வெளியேறும் அகல்யா, தெருவில் விழுந்துவிட்டாள். இனி விந்தனின் வருணனையைப் பார்க்கலாம்.

'அதே சமயத்தில் தன்னை மறந்து வந்து கொண்டிருந்த யாரோ ஒருவன் அவள்மேல் இடறி விழுந்தான்.'

'ஐயோ!' என்று அகல்யா முனகினாள்.

'மன்னியுங்கள்' என்று பல்லை இளித்துக்கொண்டே அவன் எழுந்து நின்றான்.

'அகல்யா தலைநிமிர்ந்து அவனைப் பார்த்தாள். என்ன ஆச்சரியம்! அவளுக்கு எதிரே ரிஷிபத்தினியான அகல்யாவின் சாபத்தைப் போக்க வந்த ஸ்ரீராமனைப்போலத் தசரத குமாரன் கையில் கோதண்டமன்றி, பக்கத்தில் லக்ஷ்மணன் இன்றி நின்று கொண்டிருந்தான்.

'அவனைக் கண்டதும் எந்தவிதமான உணர்ச்சியையும் வெளியே காட்டிக்கொள்ளாமல், 'நீங்களா' என்றாள் அவள் தலையைக் கீழே குனிந்துகொண்டே.

'ஆமாம்! நான்தான்' என்று சொல்லிக்கொண்டே தசரதகுமரன் முதன் முறையாகத் துணிந்து அவளைக் கைகொடுத்துத் தூக்கினான். இருவரும் தனிமையை நாடிக் கடற்கரைக்குச் சென்றார்கள்.'

இதிகாசக் காட்சிகளையும் தற்காலச் சம்பவங்களையும் ஒன்றுகலந்து வேடிக்கை காட்டுகிறார் ஆசிரியர்.

அகலிகை சாப விமோசனம் இராமாயணத்திலே சிறியதொரு நிகழ்ச்சியாயினும், இராமனைப் பொறுத்த வரையில் அவன் பெருமைக்கு எடுத்துக்காட்டாய் இலங்குவது.

'கண்ட கல்மிசைக் காகுத்தன் கழலல துகள் கதுவ' பண்டை வண்ணமாய் அகலிகை நின்றாள் என்பார் கம்பர்.

'கான் உற்ற காகுத்தன் கால் படலும், ஆங்கொரு கல், மான் ஒத்த கண்ணணங்காய்' மாறுவதாக வெள்ளக்கால் பாடுவார்;

'துன்பம் துடைக்கும் இராமரது தூய திருவடித்துகள் பட்டதுமே, கல்லிலிருந்து அத்தவப் பெண்ணாகிய' அகலிகை வெளிப்பட்டாள் என்பார் துளசிதாசர்.

இத்தனை மகத்துவம் வாய்ந்த காட்சியை, அற்புதமான நகைச்சுவையுடன் கையாண்டிருக்கிறார் விந்தன்.

அகலிகைக்கு 'மறுபடியும் புதிய வாழ்வைக் கொடுக்க வந்த தெய்விகப் புருஷன் காலில் விழுந்து நமஸ்கரிக்கிறாள்' அகலிகை என்கிறார் புதுமைப்பித்தன்.

இங்கே பயந்தவனான தசரதகுமாரன், 'மன்னியுங்கள்' என்று பல்லை இளித்துக்கொண்டுதான் எழுந்து நிற்கிறான்.

இராமன் கால்துகள் கதுவச் சாப விமோசனம் பெற்ற அகலிகை எங்கே, கையாலாகாதவனான தசரதகுமாரன் வந்து முட்டி மோதிக்கொள்ளும் அகல்யா எங்கே?

இரண்டு காட்சிகளுக்கும் உள்ள மாறுபட்ட தன்மை தொனி விசேஷம் நிறைந்தது.

கோதண்டம், லக்ஷ்மணன் முதலிய சொற்கள் நவீன தசரதகுமாரனுக்குப் புதிய அர்த்தத்தைப் பெய்கின்றன. கோதண்டமேந்திக் குவலயத்தைக் காக்க வந்த ரகுவீரனே அன்று அகலிகைக்கு விமோசனம் அளித்தான்.

இங்கோ சலன புத்திக்காரனான தசரதகுமாரன் தனது மார்பை அழுத்திப் பிடித்துக்கொள்ளும் நோஞ்சலன்; பேமானி.

அதே சமயத்தில் பாலும் பாவையில் வரும் தசரதகுமாரனுக்கும் இராமாயண நாயகனுக்கும் ஒப்புமை இல்லாமலுமில்லை. அதை உய்த்து உணர வைத்துள்ள விந்தனது இலக்கியத் திறன் குறிப்பிடத்தக்கது.

தசரத குமாரன் தயங்கித் தயங்கி அகல்யாவைத் தன் வீட்டுக்கு அழைத்துச் செல்கிறான்.

'ரொம்ப நேரங் கழித்து வந்திருக்கிறீர்களே! பால் கெட்டுபோய்விட்டதே' என்று சொல்லிக்கொண்டு வருகிறான் சமையற்காரன்.

அகல்யாவுக்குத் தான் மூன்றாவது ஆசாமி என்று பிறர் கருதக்கூடும் என்பது அவனது உள்மனக் கவலை. அம்மன நிலையில், சரி கெட்டுப்போன பாலை என்ன செய்யப் போகிறாய்?' என்று கேட்டு வைத்தான்.

சமையற்காரனது பதில் தசரத குமாரனது முடிவைத் தீர்மானிப்பதாயிருந்தது.

'என்ன ஸார் இது?- கெட்டுப்போன பாலை என்ன செய்யப் போகிறாய்' என்று காலேஜ் ஸ்டூடென்ஸ் கேட்கிற மாதிரி கேட்கிறீர்களே! எங்கேயாவது கெட்ட பால் நல்ல பாலாகுமா ஸார்? எடுத்துச் சாக்கடையிலே கொட்ட வேண்டியது தானே! என்றான் சமையற்காரன்.

குற்றமற்ற இக்கூற்றைக் குத்தல் பேச்சாகக் கருதிய தசரதகுமாரனுக்குச் சுருக்கென்றது. அடுத்த செயலாகக் கெட்ட பாலாகிய அகல்யாவைச் சாக்கடைக்கே தள்ளி விடுகிறான்.

இதைப் படிக்கும்பொழுது தொனி விசேஷத்தால் எமக்கு இராமன் சீதையுடன் நடந்துகொண்ட விதம் நினைவில் தோன்றுகிறதல்லவா?

இராவண வதத்தன் முடிவில், யுத்த பூமியிலே அக்கினிப் பரீட்சை வைத்ததே இராமனுக்குப் பெரும் இழுக்கு.

அதன் பின்னரும் அயோத்தியில் பொறுப்பற்றவர்களின் வீணுரையைக் கேட்டு, இராமன் சீதையைக் காட்டுக்கு அனுப்பிவிட்டான் என்று உத்தரகாண்டம் கூறும்.

இராமன் 'வண்ணானின் மொழி கேட்டு வனம் விடுத்த சீதை' என்று ஈழநாட்டுப் புலவர் ஒருவர் பாடியிருக்கிறார்.

'வண்ணான் சொன்னதைக் கருத்திற் கொண்டு வைதேகியை வனத்துக்கு அனுப்பிவிடும் விஷ்ணு அவதாரமாம் இராமனுக்கும், சமையற்காரன் வார்த்தை களைக் கருத்திற் கொண்டு அகல்யாவைக் கரகரவென்று இழுத்துக்கொண்டு போய் வீட்டை விட்டுத் துரத்திவிடும் தசரத குமாரனுக்கும் என்ன வித்தியாசமிருக்கிறது? ஒன்றுமேயில்லை. காவியத்திலும், நாவலிலும் ஆண் திமிர் ஒன்றுதான்.

'எல்லாம் ஈசுவர லீலை' என்று நன்மைக்கும் தீமைக்கும் பேதம் பாராட்டாமல் சமாதானம் கூறும் ராஜாஜியே இராமாயணத்தில் இராமன் பற்றிய இக்கதைக்குப் பெரிதும் முயன்று விளக்கம் கூறுகிறார்.

இராமன் சீதையைக் காட்டுக்கு அனுப்பியதாகக் கூறும் பழங்கதை பாமரர்களிடையில் வழங்கியதொன்று என்று அதன் முக்கியத்துவத்தைக் குறைக்க முயன்றுவிட்டு,

'இந்தத் துயரக் கதை நம்முடைய தேசத்துப் பெண்மணி களின் கடல்போன்ற துக்கத்தில் தானாக உதித்த ஒரு கற்பனை... இந்தப் பரீட்சை என் புத்தியில் ராமனுடைய குணத்துக்கு அவ்வளவு பொருத்தமாக இல்லை. படிக்கும்போது கஷ்டமாக இருக்கிறது. துன்பம் என்ன! இன்பம் என்ன!-எல்லாம் ஈசுவரலீலை.'

இராமாயணத்திலே அறத்தின் நாயகன் நடாத்திய அக்கினிப் பிரவேசம் முதலியவற்றைப் படிக்கும்போது மனத்துக்குக் கஷ்டமாக இருக்கிறது என்று ராஜாஜி கூறுவது

போலவே விந்தனின் கதைகள் பற்றிக் கூறியிருக்கிறார் கல்கி. அவர் சொன்னார்:

'விந்தன் கதைகளைப் படிப்பதென்றால் எனக்கு எவ்போதும மனதிலே பயம் உண்டாகும். படித்தால் மனதிலே என்னென்ன விதமான சங்கடங்கள் உண்டாகுமோ. எப்படிப்பட்ட வேதனைகளுக்கு ஆளாக நேருமோ என்றுதான் பயம்!

வான்மீகியிலிருந்து விந்தன் வரை இந்திய இலக்கியங்களிற் சித்திரிக்கப்பட்டுள்ள அகலிகையை மாத்திரமன்றிப் பிற பெண்கள் பலரையும் பார்க்கும்போது எமக்குக் கஷ்டமாகத்தானிருக்கிறது.

ஒருவகையில் பார்க்கப்போனால், வான்மீகி தொடங்கிய இடத்துக்கு விந்தன் (கூடிய சிக்கல்களோடும் பிரச்சினைகளோடும்) வந்திருக்கிறார் என்று தோன்றுகிறது. இக்கூற்றைச் சிறிது விளக்கியுரைக்க வேண்டும்.

ஆதி கவியாகிய வான்மீகி வீரயுகக் கதையொன்றைப் பாடினார். அதில் மனித இயல்புகள் பெரும்பாலும் அறிவியில், தெய்வீக வரையறைகளுக்குள் கட்டுப்படாமல் சித்திரிக்கப்பட்டன. காலப்போக்கில் கருத்து முதல் வாதமும் அதன் வெளிப்பாடான பல சிந்தனை வடிவங்களும் பெருகப் பெருக இராம கதையும் உருமாற்றம் பெற்றது.

ராஜாஜி ரகுவீரன் பற்றிக் கூறியிருப்பது காவியம் முழுவதற்கும் ஏற்புடையதே:

'வால்மீகி ரிஷியின் காவியத்தில் இராமனுடைய நடவடிக்கைகளை ஈசுவர அவதாரமாக வைத்து எழுதவில்லை... மொத்தத்தில் வால்மீகி ராமாயணத்தில் காணப்படும் ராமன் ஒரு சிறந்த ராஜகுமாரன்; வீர புருஷன்; அபூர்வமான தெய்விக நற்குணங்கள் பெற்றவன். அம்மட்டே; கடவுளாக வேலை செய்யவில்லை!'

கம்பன், துளஸிதாஸர் ஆகியோர் இறையவதாரமாக இராமன் வணங்கப்பட்ட காலத்தில், இலட்சிய நோக்கிற் பாத்திரங்களைப் படைத்தவர்கள்.

ஒரு சிறு உதாரணம் மாத்திரம் போதும்.

வான்மீகியார் வாலியின் மனைவி தாரையைக் குரங்கு ஒழுக்கமே கொடுத்து உருவாக்கினார். கம்பனோ அவளைக் கற்பரசியாக்கிக் காட்டினார். பிற பாத்திரங்களும் அவ்வாறே இலட்சிய வடிவம் பெற்றன.

இப்பொதுப் பண்புக்கியைய, வான்மீகியார் காட்டும் அகலிகை மனமறிந்து சந்தர்ப்பம் கிடைத்தபோது சோரநாயகனைக் கூடியவள். வான்மீகியின் வருணனை இயற்கை நவிற்சியுடையதாய்க் காணப்படுகிறது. அந்த வகையில் ப.ரா. கூறியிருப்பது போல 'வான்மீகியின் அகல்யா வழுக்கி விழுந்த ஒரு சகோதரி.'

பின்வந்த பக்திக் கவிஞரெல்லாம், 'பாபி!'யான அகலிகை இராமனது பாதத் தாமரைகள் பட்டுப பவித்திரமானதைக் கூற முனைந்தவராதலால், 'வழுக்கி விழுந்த' பிதரச்சினையை வழுவவிட்டனர்.

மறுமலர்ச்சி (மணிக்கொடி) எழுத்தாளர்கள் வழுக்கி விழுந்தவளது மனநிலையைத் துருவித் துழாவினரேயன்றி அதனை ஆழ்ந்த கவனத்துக்குரிய சமூகப் பிரச்சினையாக அணுகினார் அல்லர். அவ்வாறு அவர்கள் செய்ய இயலாமைக்குக் காரணமும் கண்டோம்.

இருபதாம் நூற்றாண்டின் நடுப்பகுதியில் களமமைத்துக் கதையெழுதிய விந்தன் காட்டும் கதாநாயகி அகல்யா, 'நெஞ்சறிந்து பழி ஏற்றுக்கொண்டவள்' அவள் வழுக்கி விழுந்தமைக்குச் சமாதானம் கூறிச் சமாளிக்க முயலவில்லை ஆசிரியர்.

அப்படிச் செய்திருந்தால், அவர் படைப்பு, பிந்திய இராமாயணங்களின் நையாண்டிப் போலியாக (Parody) மட்டும் அமைந்திருக்கும். வழுக்கி விழுந்த பின் வாழ முயல்பவள் அவள். அது காரணமாகவே புதுப்புதுப் பிரச்சினைகள் தோன்றுகின்றன. வழுக்கி விழுவதிலும் ஆண்கள் தரம பார்ப்பதைச் சித்திரிக்கிறார் விந்தன்:

'சிறிது நேரம் மௌனமாக இருந்த பிறகு, காந்திஜியின் தத்துவத்தில் உங்களுக்கு நம்பிக்கையுண்டா?' என்று கேட்டுப் பேச்சை மாற்றினாள் அகல்யா.

'உண்டு' என்றான் கனகலிங்கம்.

'வகுப்பு வெறியின் காரணமாகக் கற்பழிக்கப்பட்ட பெண்களை அவர்களுடைய கணவன்மார்கள் மீண்டும் ஏற்றுக்கொள்ள வேண்டுமென்று அவர் சொல்ல வில்லையா?'

'சொன்னார்.'

'அதே மாதிரி நானும் ஏதோ ஒரு வெறியால் கற்பழிக்கப்பட்டவள்தானே!- என்னை நீங்கள் ஏன் ஏற்றுக் கொள்ளக்கூடாது!' என்று கேட்டு, அவள் அவனை மடக்கினாள்.

'இப்பொழுதுதான் பிடி கிடைத்தது அவனுக்கு. நீ சொல்வது ரொம் சரி; ஆனால் அவர்களுக்கும் உனக்கும் வித்தியாசம் இருக்கிறதே' என்றான்.

அவள் குறுக்கிட்டு. 'என்ன வித்தயிாசம்?' என்று கேட்டள்.

'தங்களுடைய விருப்பத்துக்கு விரோதமாக அவர்கள் கற்பழிக்கப்பட்டார்கள்; நீ அவ்வாறு கற்பழிக்கப்பட வில்லை?' என்றான் அவன்.

அகல்யாவின் மென்மையான உள்ளத்தில் இது சுருக்கென்று தைத்தது. அதனால் ஏற்பட்ட வேதனையைத்

தாங்கமுடியாமல் அவள் 'கலகல'வெனக் கண்ணீர் உதிர்த்தாள்.

வழுக்கி விழுந்தவள் மீண்டும் வாழ முற்படும்போது குறுக்கிடும் தடைகளுக்கு இது ஓர் உதாரணம்.

கண்கண்ட பிரச்சினைகளுக்கும் காவியத்திற் கண்ட அகலிகை கதைக்கும் இயைபுண்டு எனக் காட்டியதில் விந்தன் நியாயமான அளவு வெற்றி யீட்டிருக்கிறார். ஆனால் விந்தனது முயற்சியும் ஓர் எல்லைக்குள் நின்று விட்டது என்றே கூற வேண்டும்.

அகல்யா தற்கொலை செய்துகொள்வது உள்ளத்தை உருக்குவதாயிருப்பினும், ஆசிரியர் எழுப்பும் கேள்வி களுக்கு ஏற்ற விடையாக, முடிவாக அது அமையவில்லை. அல்லது ஆசிரியர் கேள்விகளைத் தக்கபடி எழுப்பவில்லை என்றும் கூறலாம்.

விந்தன் காட்டும் அகல்யா அவள் விரும்பும் விதத்தில் வாழ இயலுமா? 'நானிலத்தின் தீர்ப்பு' என்பதன் அர்த்தம் என்ன? இவற்றுக்கு நாம் விடை காண்பது விந்தஇின்றியமையாதது.

நன்றி : அடியும் முடியும் **1975**

✸

விந்தன் 'பாலும் பாவையும்'

-கருத்துரை வல்லிக்கண்ணன்

முற்போக்குச் சிந்தனையோடும், மனிதநேயத் துடனும் சிறுகதைகளும் நாவல்களும் எழுதிய விந்தனின் படைப்பு களில் வெகுபரவலான கவனிப்பையும் மிகுந்த பாராட்டுதல் களையும் பெற்றது 'பாலும் பாவையும்' என்ற நவீனம்.

வறுமையால் அவதிப்படுவோரிடம் அனுதாபம், ஏழைகளிடம் அன்பு, பரிவு, பணத்திமிர் கொண்டவர்கள் மீது வெறுப்பு; உல்லாசிகள், படாடோபப்பேர்வழிகள் முதலியவர்களை எள்ளி நகையாடும் இயல்பு; சமூகச் சீர்கேடுகளை சுட்டிக்காட்டுதல் போன்ற பண்புகள் விந்தன் எழுத்துக்களில் பளிச்சிடுகின்றன. இத்தன்மைகள் 'பாலும் பாவையும்' நாவலிலும் அதிகம் கலந்து காணப்படுகின்றன.

இவற்றுக்கு ஒரு தனிக் கவர்ச்சி சேர்க்கும் மென்மையான பரிகாசம் கலந்த நகைச்சுவை விந்தன் எழுத்தின் சிறப்பு அம்சம் ஆகும்.

பார்க்கப்போனால், 'பாலும் பாவையும்' நாவலில் சொல்லப்பட்டுள்ள கதை சாதாரணமான, பழைய விஷயம்தான். காதல் என்று மயங்கி ஒரு பெண் தன்னலக்காரன் ஒருவனுடன் ஓடிப்போகிறாள். அவள் தன்னுடைய நகைகளை எடுத்து வருவாள் என எதிர்பார்த்த

காதலன் நகைகள் அணியாது வந்த காதலியை ஓர் ஊரின் ஓட்டல் அறையில் விட்டுவிட்டு ஓடிவிடுகிறான்.

கைவிடப்பட்ட அபலைப்பெண் தனது எதிர்கால வாழ்க்கைக்காக எந்த ஆணையும் காதலிக்கத் தயாராகி, அடுத்த அறைக்கு வந்து சேர்ந்த ஒரு ஏழைப் புத்தக விற்பனையாளனோடு 'காதல் வளர்க்க'த் துணிகிறாள். அவளிடம் அனுதாபம் கொள்ளும் அந்த இளைஞன், தன்னைக் காத்துக்கொண்டு, அவளுக்கு உதவிபுரிய விரும்புகிறான். இம்முயற்சியில், அவன் அவளது பெற்றோரால் பழிவாங்கப்படுகிறான். அவளைக் கைவிட்ட பணக்காரக் காதலன் வேறு பெண்ணைக் கல்யாணம் செய்துகொள்கிறான்.

அவள், முதன் முதலில் அவளிடம் ஆசைகொண்ட இளைஞன் தனக்குப் பாதுகாப்பு அளிப்பான் என்று எதிர்பார்க்கிறாள். ஆனால், அவனோ கெட்டுப்போன பாலும், 'கெட்டுப்போன' பாவையும் விலக்கி ஒதுக்கப்பட வேண்டிய விஷயங்கள்தான் என்று ஞானம் பெற்று, அவளை வெளியே தள்ளுகிறான். அவள் கடலில் இறங்கி தற்கொலை செய்துகொள்கிறாள்.

இந்தக் கதையை விந்தன் வளர்த்திருக்கிற விதம் புதுமையானது. கதை மாந்தரை அறிமுகப்படுத்துகிற வகை புதுமையானது. அவர்களைப் பழகவிட்டு, உரையாட வைக்கிற போக்கு ரசமானது, சுவையானது. இடை இடையே அவர் சுட்டிக்காட்டுகிற உண்மைகள் சிந்தனைக்கு உணவு. அங்கங்கே அவர் பொறித்துள்ள சிந்தனை மணிகள், அறிவின்-அனுபவத்தின் ஒளிச்சுடர்கள்.

நாவலின் ஆரம்பத்தில் கதாநாயகன் கனகலிங்கத்தை அறிமுகம் செய்கிற விதமே விந்தன் எழுத்தாற்றலையும், எதையும் புதுமையாக வர்ணிக்கும் தன்மையையும் எடுத்துக் காட்டுவதாக அமைந்துள்ளது.

"கனகலிங்கத்தின் உள்ளம் வெள்ளைதான்; ஆனால் உடலின் நிறம் கறுப்பு. அளவுக்கு மீறிய உயரம்; ஆனால் ஆஜானுபாகு அல்ல. அவனை அழகன் என்று சொல்ல முடியாது. ஆனால் அவலட்சணம் என்றும் சொல்வதற்கில்லை. காற்றுப்புகாத துருத்தியைப் போல அவன் உடம்பு எப்பொழுது பார்த்தாலும் எலும்பும் தோலுமாக இருக்கும். பார்த்தவுடனே, அவன் 'வார் க்வாலிட்டி' என்று சொல்லி விடலாம். அடியில் ஒரு நாலு முழு வேண்டி; மேலே ஒரு ஜிப்பா- இரண்டும் வெகு நாட்களாகச் சலவைத் தொழிலாளியின் முகத்தைக் காணாதவை போலிருக்கும். வயதுக்கு ஏற்றாற்போல் அவனுக்கு அமைந்திருந்தது ஒன்றே ஒன்றுதான்-அதுதான் சம்பளம். அவனுக்கு வயதும் முப்பது; சம்பளமும் ரூபாய் முப்பது!"

கனகலிங்கம் அகல்யா என்கிற பெண்ணைச் சந்திக்கும் காட்சியும் புதுமைச் சுவையுடன் வர்ணிக்கப்பட்டிருக்கிறது.

"கனகலிங்கம் திரும்பினான்."

'நில்லுங்கள்!- ஐயா, நில்லுங்கள்!'

என்றாள் அந்தப் பெண்.

நின்றான்.

'உள்ளே வாருங்கள்!' என்றாள்.

உள்ளே சென்றான்.

'உட்காருங்கள்' என்றாள்.

உட்கார்ந்தான்!

"இத்தனைக்கும் அந்தப்பெண் அப்போது மகுடி வாசித்துக்கொண்டிருக்கவில்லை; கனகலிங்கமும் பாம்பாக உருமாறி அதற்குக் கட்டுப்பட்டிருக்கவில்லை; நடந்த தெல்லாம் இதுதான்; அவன் அவளை ஒருமுறை-ஆம், ஒரே ஒருமுறை- பார்த்துவிட்டான்!

அந்தப் பெண்ணும் அப்பொழுதுதான் பிறந்திருக்க வில்லை; அவள் பிறந்து குறைந்தபட்சம் இருபது வருடங்களாவது ஆகியிருக்கும். ஆயினும் அன்றலர்ந்த மலரைப் போல,

-பின்பனிக் காலத்துப் புல்வெளியைப் போல நீண்ட நேர மழைக்குப் பிறகு 'குபீ'ரென்று வெளுத்த வானத்தைப் போல-அவள் அழகு விகசித்தது!

ஆனால், அந்த அழகு ஏழ்மையின் இரங்கத்தக்க அழகு அல்ல; செல்வத்தின் செறுக்கு மிக்க அழகு.''

கனகலிங்கமும் அகல்யாவும் பேச்சு வளர்க்கிற கட்டங்கள் சுவாரஸ்யமாகவும் சொல் சாதுர்யத்துடனும், கருத்து நயத்தோடும் எழுதப்பட்டுள்ளன. ஒரு உரையாடலை உதாரணமாகக் குறிப்பிடலாம்:

வேறெதற்குமில்லை; இன்றுவரை நான் எடுத்திருக்கிற 'நல்லவன்' என்ற பெயரைக் காப்பாற்றிக் கொள்வதற்குத்தான்.'

'நல்லவன் என்றால் என்ன அர்த்தம் என்று உங்களுக்குத் தெரியுமா?' என்று அகல்யா கேட்டாள்.

'தெரியும். ஒன்றும் தெரியாத அப்பாவி என்று அர்த்தம்!' என்றான் கனகலிங்கம்.'

'அப்படியிருக்கும்போது அந்த அசட்டுப் பட்டத்தைக் கட்டிக்கொண்டு ஏன் அழுகிறீர்கள்?'

'எல்லாம் தெரிந்தவனா யிருப்பதைவிட ஒன்றும் தெரியாதவனாயிருப்பதே மேல் என்று நான் நினைப்பதால்தான்!'

'உங்களுடைய புத்தி ஏன்தான் இப்படியெல்லாம் போகிறதோ?'

'என்னுடைய புத்தி அப்படிப் போகவில்லை; உலகம் அப்படிப் போய்க்கொண்டிருக்கிறது!'

'அந்த உலகத்தை எதிர்த்து நீந்த உங்களுக்குத் தைரியமில்லையா?'

'தைரியம் இருக்கிறது; அதற்கு வேண்டிய பணம்தான் என்னிடம் இல்லை!'

'பணம் என்னத்துக்கு? மனமிருந்தால் போதுமே!'

'அது ஊரை ஏமாற்றும் பேச்சு; அந்த மாதிரிப் பேசி உன்னை ஏமாற்ற நான் விரும்பவில்லை!'

'என்னமோ, போங்கள்!- உங்களை என்னால் புரிந்து கொள்ளவே முடியவில்லை!' என்றாள் அவள் அலுப்புடன்.

'உன்னையும்தான் என்னால் புரிந்துகொள்ள முடியவில்லை!' என்றான் அவன் வெறுப்புடன்.

ரசிக்கப்பட வேண்டிய இந்த விதமான உரையாடல்கள்- அறிவின், சிந்தனையின் வெளிப்பாடுகள்-இந்த நாவலில் நிறைய இடம் பெற்றுள்ளன.

அதே போல, அனுபவம் கற்றுத் தந்த உண்மைகள் நாவல் நெடுகிலும், கதை மாந்தரின் கூற்றுக்களாகவும், எண்ண ஓட்டங்களாகவும், மற்றும் ஆசிரியர் போகிற போக்கில் அள்ளித் தெளிக்கிற சிந்தனைகளாகவும் காணக் கிடக்கின்றன. இவற்றில் பலவற்றில் மனக்கசப்பு பிரதிபலிக்கலாம்; எள்ளல் தொனி மேலோங்கி யிருக்கலாம். ஆனால், அவை எல்லாம் வாழ்க்கை அறிவுறுத்துகிற எதார்த்தங்கள் ஆகும்.

'இதுவரை அவன் முன்னுக்கு வராமலிருந்ததற்குக் காணரம் எத்தனையோ இருந்தன. ஆனால் அவை யெல்லாவற்றையும்விட முக்கியமானது, அவன் எதையும் வெளிப்படையாகச் சொன்னது; வெளிப்படையாகச் செய்தது.'

'தன்னம்பிக்கை கூடச் சட்டைப் பையில் காசிருந்தால் தானே வந்து தொலைகிறது!'

'நம்பி வந்தவளைக் கொண்டு, தான் வாழ முடியுமா என்று முதலில் பார்ப்பது; முடியாது என்று தோன்றினால் அவளைக் கைவிடுவது-இதுதான் இன்றைய உலகம் தெரிந்தவனின் லட்சணம். அதாவது, 'தான் பிறருக்கு உபயோகமா யிருக்கக் கூடாது; பிறர் தனக்கு உபயோகமா யிருக்க வேண்டும்' என்று எவன் நினைக்கிறானோ, அவன்தான் இந்தக் காலத்தில் புத்திசாலி என்று போற்றப் படுகிறான்; மேதை என்று மதிக்கப்படுகிறான்; அவனால்தான் இந்த உலகத்தில் விரும்பியபடியெல்லாம் வாழவும் முடிகிறது.'

'கெளரவத்தை விலை கொடுத்து வாங்க வேண்டாம். தனக்கென்று இருக்கும் கெளரவம் தனக்கு என்றும் இருந்தால் போதும்.'

'கெளரவம் தகுதியைப் பொறுத்தது. அது நம்மைத் தேடிக்கொண்டு வரவேண்டுமே தவிர, நாம் அதைத் தேடிக் கொண்டு செல்லக் கூடாது. அப்படித் தேடிச் சென்று அடையும் கெளரவம் நிலைக்கவும் நிலைக்காது!'

இப்படி எத்தனை எத்தனையோ உவமைகளைக் கையாள்வதிலும் விந்தன் புதிய நோக்கையும் புதுமைச் சுவையையும் பயன்படுத்தியிருக்கிறார்.

'அவரைப் பார்த்ததும் அடுப்பங்கரையில் திருட்டுத்தன மாகப் பால் குடிக்கும் பூனை வீட்டுக்குகாரியைக் கண்டதும் பதுங்கி ஓடுவதுபோல, இருவரும் ஒருகணம் தயங்கி, மறுகணம் இரண்டே எட்டில் தங்கள் அறையை அடைந்தனர்.'

'ஏழைகளின் வேதனையைக் கண்டு இரங்காத உலகத்தைப்போல அன்று தூக்கமும் கடைசிவரை அவர்களுக்காக இரங்கவேயில்லை.'

'அவளால் அவனையும் புரிந்துகொள்ள முடியவில்லை. அவனுடைய கேள்வியையும் புரிந்துகொள்ள முடியவில்லை. சாட்சாத் கடவுளைப் போல அவன் அவளுக்குப் புரியாத புதிராக இருந்தான்!'

இவ்வாறு பல்வேறு நயங்களுடன், தனது எழுத்தாற்றலையும் சிந்தனைத் திறனையும் காட்டி, அவர் நாவலை எழுதியிருப்பதற்கான காரணங்களையும் முன்னுரையில் விந்தன் விளக்கியிருக்கிறார்:

'பெண் குலத்தை மாசு படுத்துவதற்காக நான் இந்தக் கதையை எழுதவில்லை. தூய்மைப்படுத்துவதற்காகவே எழுதியிருக்கிறேன். இந்தக் கதையில் வரும் அகல்யாவிடம் எவ்வித வெறுப்பும் எனக்கு இல்லை. அவள் பணக்கார வர்க்கத்தைச் சேர்ந்தவள் என்று குறிப்பிடும்போது மட்டும், எனக்கு அந்த இனத்தின் மேல் இயற்கையாக உள்ள வெறுப்பை ஓரளவு காட்டியிருக்கிறேன்.' என்று விந்தன் குறிப்பிட்டிருக்கிறார்.

வாழ்க்கையில் ஒருவரை யொருவர் நம்பித்தான் தீர வேண்டியிருக்கிறது.

'ஆண்களை ஆண்கள் நம்பலாம். பெண்களைப் பெண்கள் நம்பலாம்; அதனால் குடி முழுகிப் போய்விடாது. ஆனால் பெண்களை ஆண்கள் நம்பும்போதும் ஆண்களைப் பெண்கள் நம்பும் போதும் எச்சரிக்கையுடன் இருக்க வேண்டும்.'

இது நாவலில் ஒரு இடத்தில் வலியுறுத்தப்படுகிற கருத்து.

விந்தன் மற்றுமொரு கருத்தையும் இந்நாவல் மூலம் வலியுறுத்துகிறார். அது குறித்து அவர் முன்னுரையில் இவ்விதம் எழுதியிருக்கிறார்:

'காதல் தோல்வியுறுவதற்குக் கூடக் காரணம் பொருளாதார நிலைதான். அதைத்தான் இந்தக் கதையில் வரும் கனகலிங்கம் அகல்யாவுக்குச் சுட்டிக் காட்டுகிறான்... இன்றைய உலகத்தில் நாம் காண்பது என்ன?- பொருள் இல்லாவிட்டால் காதல் புகைகிறது. அல்லது காதலர்கள் மயானத்தில் புகைந்து விடுகிறார்கள்!'

'இதில்கூட சமூகத்தில், ஆணுக்கு ஒரு நீதி, பெண்ணுக்கு ஒரு நீதி என்ற அநியாயப் போக்குதான் வளர்கிறது. காதலில் தோல்விகண்ட ஆண், வேறு ஒரு பெண்ணைக் கல்யாணம் செய்து கொண்டு, சுகமாக வாழ அனுமதிக்கப்படுகிறான். ஆனால், காதலனால் கைவிடப்பட்டு, காதலில் தோல்வி கண்ட பெண், 'கெட்டுப்போனவள்' என்று பலராலும் பழிக்கப்படுகிறாள். அவளுக்குப் புது வாழ்வு சித்திப்பதற்கு வாய்ப்புகளும் வசதிகளும் இல்லாமலே போகின்றன. அவள் சமூக மனிதர்களால் வெறுத்து ஒதுக்கப்படுகிறாள்; மேலும் 'கெட்டுப்போவதற்கு'- அல்லது செத்து ஒழிந்துபோவதற்கே தூண்டப்படுகிறாள்.'

இக்கருத்தையும் விந்தன் 'பாலும் பாவையும்' நாவலில் சுட்டிக்காட்டுகிறார்.

மனிதர்கள் தங்களைப் போலவே கடவுளரையும் உருவாக்கி, செயல்புரிய வைத்து மகிழ்ந்து போகிறார்கள். கடவுள் தாசி வீட்டுக்குப் போவதாகத் திருவிழாக்கள் நடத்திப் பெருமைப்படுகிறார்கள். இந்த இயல்பை விந்தன் இந்நாவலில் அழுத்தமாகச் சாடியிருக்கிறார்.

'எல்லா உயிர்களையும் தன் உயிர் போலப் பாவிப்பவர்களை மகாத்மாக்கள் என்று மக்கள் அழைக்கிறார்கள். சாட்சாத் கடவுளையே தங்களைப் போன்ற துர்த்தர்களாகப் பாவிக்கும் இவர்களை என்னவென்று அழைப்பது?'

என்று கேட்டு,

'துராத்மாக்கள் என்று அழைத்தால் போகிறது!'

என்று அவர் குறிப்பிட்டிருக்கிறார்.

இவ்விதம், சிந்தனை ஒளியும் சீர்திருத்தக் கருத்துக்களும் மேலோங்கி நிற்கின்றன 'பாலும் பாவையும்' நாவலில் அதை விந்தன் எழுதியிருக்கும் முறையினால் அது புதுமையான ரசம் நிறைந்த இலக்கியப் படைப்பாக விளங்குகிறது.

(நன்றி: விந்தனும் விமர்சனமும் 1983)

விந்தன் 'பாலும் பாவையும்'

-பூவை எஸ். ஆறுமுகம்

மதிப்புக்கு உகந்த விந்தன் அவர்களுக்கு, இதயம் தோய்ந்த அஞ்சலிகள்.

உங்களுடைய முதல் நவீனம் பாலும் பாவையும்! அதைப் படித்து முடித்து, சகோதரி சரளா உங்கள் முன்னே முகம் காட்டத் துணிவு கொள்ளாவிட்டாலும், அகம் காட்டி, அதில் புறத்தையும் காட்டி உங்களுக்குக் கடிதம் எழுதத் துணிந்திருக்கிறாள். அந்தச் சகோதரியின் துணிச்சலை எந்த அப்பாவியும் பாராட்டாமல் இருக்க மாட்டான்.

சரளாவின் திருமுகம் கிடைக்கப் பெற்ற நீங்கள் மகிழ்ச்சி தெரிவித்திருக்கிறீர்கள். மரபை ஒட்டிய பண்பாடு! நன்றியும் கூறியிருக்கிறீர்கள்!

உங்களுடைய நாவலை மனத்திண்மை மாறாமல், பெண் ஒருத்தி படிப்பதென்பதோ, படித்த பிறகு உங்களுக்குத் தன் கருத்தை வெளியிடுவதென்பதோ லேசுப்பட்ட காரியமா, என்ன?

ஒருமுறை என்ன, ஓராயிரம் தடவை வேண்டு மானாலும் நீங்கள் நன்றி சொல்லலாமே?...

தமிழ்ச் சமுதாயத்திலே மாதவன் போற்றிடும் பெண்குலத்தை மாசுப்படுத்துவதற்காகத் தாங்கள் இப்புதினத்தைத் தயாரித்திருக்கிறீர்கள்!

சரளாவின் கட்சி இது. கட்சி ஒன்று எழுதுவதைவிட, குற்றச்சாட்டு என்றே எழுதிவிடுவதுதான் பொருத்தம்.

இல்லை, இல்லை. பெண் குலத்தைத் தூய்மைப் படுத்தவே நான் இக்கதையை எழுதியிருக்கிறேன்!

பெண்ணுடன் போட்டி போட்டுக் கொண்டு, நீங்கள் கச்சை கட்டிப் பேசியிருக்கிறீர்கள். உங்கள் பேச்சிலே பயம் தொனிக்கிறது! -நீங்கள் உணர்வீர்களோ, என்னவோ?-நான் உணருகிறேன். உங்களுடைய அந்தப் பயம் வாழட்டும்! ஏனெனில், அந்தப் பயம்தான் உங்களுக்கு அகல்யாவைப் பற்றி-அதாவது, இருபதாம் நூற்றாண்டைச் சார்ந்த பதில் வெட்டு அகல்யாவைப் பற்றி எழுத உங்களுக்குள் துணிச்சலை வழங்கியிருக்கிறது. அந்தத் துணிச்சலையும் வாழ்த்தத்தான் வேண்டும்!

அகல்யா!-சிரிப்புக்குரிய ஓர் அபலை. காதலை நம்பி, வாழ்க்கையைக் கைகழுவவிட்ட பைத்தியக்காரி!

கனகலிங்கம்! அனுதாபத்துக்குரிய ஓர் அப்பாவி! வாழ்க்கையை நம்பி, உயிரைக் கை நழுவ விட்டவன்!

உறங்குவது போலும் சாக்காடு என்கிறார்கள் அனுபவசாலிகள். அந்தத் தூக்கத்தில் அகல்யாவையும் கனகலிங்கத்தையும் கட்டுண்டிருக்கச் செய்து விட்டீர்கள் நீங்கள். உங்களுக்கு எவ்வளவோ வேலை மிச்சம். நல்லவர்கள் வாழ்வதில்லை! என்ற அபாய அறிவிப்பு வரிகளுடன் நீங்களும் கோழித் தூக்கம் போட ஆரம்பித்து விட்டீர்கள்.

உங்களது இந்தத் தூக்கம்தான் எனக்கு விழிப்புச் சக்தியைக் கொடுத்திருக்கிறது. வாழ்க, உங்கள் உறக்கம்!

சந்தேகமே இல்லை! கனகலிங்கம் அப்பாவிதான். முப்பது நாட்களுக்குக் கிட்டும் முப்பது ரூபாய்ச் சம்பளத்தினால் ஆறுதல் கனியாவிட்டாலும், அந்தப் புத்தகக்

கடையில் தான் விரும்பியதை இனாமாகப் படிக்க முடிந்ததில் அவன் பெரிதும் தேறுதல் பெற்றான். காதலைக் கட்டுக்கதை என்றும், அந்தக் காதலை, கதைகளிலும் காவியங்களிலும் படித்து அனுபவிப்பதோடு நிறுத்திக் கொள்ள வேண்டுமென்றும் உணரக் கூடிய அளவுக்கு அவனுக்குப் பரிபக்குவம் அளித்திருக்கிறீர்கள். இந்த லட்சணத்தில் அவனுக்கு இதயம் வேறு இருந்து தொலைத்தது. உள்ளமோ வெள்ளை.

அதனால்தான், வாழ்க்கைக்குக் காதலை உயிர் நாடியென மதித்த அகல்யா, காதலை இழந்ததுடன் நிற்காமல், கற்பையும் இழந்து, என்னைப் போன்றவர்களை உங்களைப் போன்ற இதயமுள்ளவர்கள்தான் ஆதரிக்க வேண்டும் என்று பீடிகை போடத் துணிகிறன்றாள் போலும்! நப்பாசையின் தோள்களை நைந்த ஆசை பற்றுவதற்கு முன்னமேயே, அவர்களுக்குள் காதல் மறுபிறவி எடுத்து விடுகிறது.

காதல் எனும் பசியை அடக்கித் தூங்க வைக்கக் காசு பணம் குவிக்க வேண்டுமென்று தவம் இருக்கிறான் கனகலிங்கம்.

ஒன்றியாகப் போனவன், கலைஞான புரத்திலிருந்து திரும்புகையில், ஒன்றில் ஒன்றாகத் திரும்புகிறான். ரயிலடியில், அவனுடன் அகல்யாவைக் கண்ட அவனது முதலாளி, அவனைத் தவறுபடக் கருதிவிடுகிறார். வந்தது ஆபத்து! அவனே தன் தமையனாரின் மகளைக் கெடுத்தவன் என்று தீர்மானித்து, அவனை வேலையை விட்டு நீக்கியதோடு திருப்தி கொள்ளாமல், அவனை ஆள் வைத்துக் கொன்று உலகத்தை விட்டே நீக்கிவிடுகிறார்!

அகல்யாவைக் கெடுத்தவனோ இந்திரன்! ஆனால், ஆள் மாறாட்டம் உம்மைப் பழவினையின் உருவத்தில் வந்து சிரிக்கிறது.

பாலும் சரி, பாவையும் சரி, கெட்டுவிட்டால் பயனில்லை.

என்று சமுதாயத் தத்துவம் சமையற்காரன் மூலம் அவள் காதுகளில் ஒலிக்கிறது! உடனே, அவளது கண்கள் திறக்கின்றன!

எளிய முறையிலே அவளைச் சாகடித்து விட்டீர்கள்! எழுத்தாளர்களின் தலைவலியை மிக எளிதில் போக்கவல்லது ஆயிற்றே ஆழி? செத்துத்தான் சமூகத்தின் அனுதாபத்தைப் பெற வேண்டுமானால், அந்தப் பாழும் அனுதாபம் எனக்கு வேண்டவே வேண்டாம்! என்று வீரம் பொழிந்த அகல்யாவை நீங்கள் ஏன் அவ்வளவு துரிதப்பட்டுக் கொன்று போட்டீர்கள்? உங்களுக்குக்கூட அவள்பால் இரக்கம் பிறக்கவில்லையா?

நான் உன்னைக் காதலிக்காமல் கொல்லுவதைவிட காதலித்தே கொன்று விடலாமென்று நினைக்கிறேன்.

என்று உங்கள் கனகலிங்கத்தைப் பேச வைத்தீர்களே. அதன் நிமித்தம்தான் அவளுக்கு வாழ்விலிருந்து விடை கொடுத்தீர்களா? அந்த விடையிலே, சமூகப் பிரச்னைக்கு விடை கிடைக்கவில்லை; விடைதான் கிடைத்திருக்கிறது.

என் ஆழ்ந்த அனுதாபங்கள் அகல்யாவுக்கு உரியனவாகுக! ஏன், தெரியுமா? அவள் செத்துப்போனாளே என்பதற்காகவா?- அன்று அருமை மிகுந்த இந்தத் தமிழ் மண்ணில் அவள் பிறந்தாளே என்பதற்காக!

ஒரு காலத்தில் சொர்க்கத்திற்கு இருந்த மதிப்பு காதலுக்கு இருக்கிறது. இரண்டும் கற்பனையே என்றாலும், காதலைக் கைவிட நம்மால் முடிவதில்லை!

அமிர்தம் என்ற என்னுடைய சிறுகதைத் தொகுப்பிற்குத் தாங்கள் அருளிய முன்னுரையின் இடையிலே தலைகாட்டும் வாசகம் இது.

காதலை எழிற் கனவுக்கு நான் அடிக்கடி ஒப்பிட்டுப் பார்ப்பது வழக்கம். நம் இருவருடைய காதல் விளக்கங்களும் ஏறக்குறைய ஒரே குரலில்தான் ஒலிகாட்ட, ஒலி கூட்ட முடியும். சொர்க்கத்திற்கு கனவுக்கும் நடுவில் அகப்பட்ட அகல்யா, இந்திரனிடம் அகப்பட்டு ஏமாந்து, அப்பால், கனகலிங்கத்தினிடம் அகப்பட்டு அனுதாபப் பொருளா கிறாள்!

இந்த அனுதாபமே கதைக்குக் கருப்பிண்டம் என்பது என் எண்ணம்.

இந்த அனுதாபம்தான் கதையின் பிரதானப் பாத்திரம்! அனுதாபத்தின் இருவேறு கிளைகள் தாம் அகல்யாவும் கனகலிங்கமும்!

அகல்யாவின் துயரக் கதையைக் கேட்டு வருந்தும் கனகலிங்கம், அவள் பேரில் அனுதாபம் கொண்டு, அதன் விளைபயனாக நம்முடைய அனுதாபத்தையும் சுவீகரித்துக் கொள்ள முயன்றான். அவன் உத்தமன்!

கற்பனை மெருகிழந்த தன் துயரப் பெருங்கதையைச் சொன்ன அகல்யாவுக்கு வாழ ஆசை துடிக்கிறது. எனவே, கனகலிங்கத்தையே தன்னுடைய உயிர்ப்பபிடிப்பாகப் பற்றக் கனவு காண்கிறாள்; அதுவே சொர்க்கமெனவும் மகிழ் கிறாள். சமுதாயத்தின் அனுதாபத்தை அடைய வேண்டு மென்பதற்காகச் சாக விரும்பாத அவள், தசரதகுமார னாலும் கைவிடப்பட்டு நடுத்தெருவிலே நிற்கும் நிலையில், அடக்கடவுளே! பாலும் பாவையும் ஒன்றென்று எண்ணியா நீ என்னைப் படைத்தாய்?

என்று நெட்டுயிர்க்கின்றாள்.

அடுத்தகணம், யார் இடம் அளிக்காவிட்டாலும், இந்த உலகத்தைவிட இரண்டு பங்கு பெரிதான கடல்கூடவா நமக்கு இடமளிக்காது? என்ற ஞானம் உள்ளத்தில்

பளிச்சிடுகிறது. ஒருமுறை இந்திரனுடைய அன்புக்குப் பாத்திரமான அகல்யா, இப்போது கடலின் அன்புக்கும் பாத்திரமாகி விடுகிறாள்!

கதை மிகச் சிறிது; ஆனால், உலகமோ மிகப் பெரிது. அதனால்தான் இந்தப் பரந்த உலகிலே இந்தச் சின்னக் கதை பலருடைய நினைவுப் பொருளாக இன்னமும் காட்சி கொடுத்துக்கொண்டு வருகிறது. நன்றாக நடந்து வந்த ஒருத்தி வழுக்கி விழுந்துவிடுகிறாள்.

இந்திரன் நல்லவன் அல்லன் என்றாலும், கெட்டிக்காரன். ஊரைச் சுற்றுவற்கு உதவும் லைசென்ஸாகவும் பர்மிட்டாகவும் தரிசனம் தர அவளது கழுததில தாலியைக் கட்டினான். குறிக்கோளை முடித்துககொண்டான். ஆனால் அப்போது தடம் புரண்ட குறிக்கோளுடன் அபலை ஒருத்தி தவிப்பதைப் பற்றி அவனால் கவலைப்பட முடியவில்லை. அவனுக்குத் திருமணம் நடைபெறுகிறது. அவனுடைய அவளுக்காக இரங்குகிறாள் அகல்யா.

கனகலிங்கத்தின் உதவி ஒத்தாசைக்கும் சோதனை வந்தவுடன், குறுக்கிட்டு நின்ற பழைய தசரத குமாரன் அவளுக்கு அடைக்கலம் தருவதாகக் கையடித்துச் சொல்லுகிறான். கடைசியில், சமையற்காரன் ஒருவன் பாலையும் பாவையையும் ஒன்றாக்கி உவமை பேசப்போக, அவள் அக்கணமே கைவிடப்பட்டுக் கடலிடை சங்கமம் ஆகின்றாள்! இதுதான் கதை! அல்லவா?

உங்களை ஒரு கேள்வி கேட்கப் போகிறேன். அகல்யா கனகலிங்கம் ஆகிய இவ்விருவரில், உங்கள் மனத்தை நிறைக்கும் உருவம் யாருடையது?

என்ன, யோசிக்கிறீர்களே?

இவ்விருவரையும் மேலே அனுப்பி விட்டதன் மூலம், உங்களுடைய அனுதாபத்துக்கு இவர்கள் இருவரும்

இலக்காகவில்லையென்று ஏன் கருதமுடியாது?-நான் அப்படித்தான் கருதுகிறேன்!...

மனித மனம் சலனம் நிறைந்தது; சபலம் நிரம்பியது. காதல் என்னும் போர்வை மூலமாகத் திரிந்த அகல்யாவுக்குக் காமமே மிஞ்சியிருந்திருக்க வேண்டும்! கெட்டவள் என்று தெரிந்தும், தன் இடத்தில் தங்கப் புகலளித்து, பிறகு, நெஞ்சிலும் இடம் கொடுக்க எண்ணியிருந்த கனகலிங்கத்தின் எதிர்பாராத மரணத்தின் சூழ்ச்சியைப் பற்றி ஏற்கெனவே ஊகித்ததாக எண்ணும் அவள் முன்கூட்டியே அந்த விபத்தைத் தடுத்திருக்கக் கூடுமே?

நான் அப்பொழுதே நினைத்தேன்; நீங்கள் தான் அந்தக் கொலைகாரனை அனுப்பியிருப்பீர்களென்று! நீங்கள் நாசமாய்ப்போக!

என்று நாகரிகமான சாபம் கொடுத்ததுடன் அவள் கனகலிங்கத்தின் உயிரின் மீதும் உள்ளத்தின் மேலும் வைத்த காதலின் கதை சுபம் பெற்றுவிடுகிறதா?

இதயம் பெற்றிருந்தவனை இழந்த கோலம் மாறுவதற்குள்ளாகவே, அவள் தசரத குமாரனைப் பின்தொடர வேண்டியவள் ஆகிறாளே? அகல்யாவிடம் நமக்குக் கனிவும் பச்சாதாபம், பரிவு, பாசம் போன்ற சகல உணர்ச்சிகளும் இந்த இடத்தில்தான் நம்மைவிட்டுப் பிரிகின்றன. பிரிந்து, அகல்யாவின் கழலடிகளில் தஞ்சம் புகுகின்றனவா? அன்று! கடலில் குதித்துத் தற்கொலை செய்து கொள்ளுகின்றன!

வாழ்வுக்கு உதவி கேட்ட இந்தக் காதல் பைத்தியம் பெண்களின் பெயரால் வற்புறுத்தப்படும் கற்பின் பெயரால் சாகவிரும்பாதவளென நீங்கள் வரம்பு வகுத்து, இறுதியில் தெய்வத்துக்குப் பதிலாக நீங்களே சூத்திரதாரியாக ஆக்ட் பண்ணி அவளைக் கொன்றிருக்கிறீர்கள்! பாவம், அகல்யா...! பாவமே அகல்யா!...

'எல்லாவற்றையும் வேடிக்கையாகக் கருதுவதால்தான் என்னால் உயிர்வாழ முடிகிறது'

என்கிறான் கனகலிங்கம். காதலினால் சாண் வயிற்றைத் திருப்திப்படுத்த முடியாதென்று இந்திரனால் பாடம் படித்துக் கொடுக்கப்பட்ட அகல்யாவின் கதையைக் கேட்ட பிறகே, அவன் இவ்வாறு சொல்கிறான். நெருங்கி வந்தவளிடமிருந்து விலகும் கனகலிங்கம்.

'வேண்டாம்! பசி தீர்ந்துவிட்டால், நானும் இந்திரனைப் போல் ஓட்டம் பிடித்தாலும் பிடித்துவிடுவேன்!'

என்றும் அறிவிக்கிறான். அவள் ஓட்டி ஓட்டி வரும் போது, அவனோ எட்டி எட்டிப் போகிறான். சிறு சலசலப்பு ஐயோ, பாவம்! உலகம் தெரியாத அபலை அவள்! காதல் உண்மையென்று நம்பினாள். அந்தக் காதலுக்காகத் தன்னை ஒருவனுக்கு அர்ப்பணித்தாள். அவன் அவளைக் கைவிட்டான். அதற்காக அவள் செத்துப்போக விரும்ப வில்லை. வாழ விரும்புகிறாள். ஆண்களுக்கு மட்டும் அந்த உரிமையை அளிக்கும் சமூகம் பெண்களுக்கு மட்டும் அந்த உரிமையை அளிக்க மறுக்கிறது! இது அக்கிரமந்தானே? என்ற கணநேர மௌனச் சிந்தனை அவனது தயாள சிந்தையின் கதவுகளைத் திறந்துவிடுகிறது.

அகல்யா, அகல்யா! நான் உன்னுடைய மனத்தைப் புண்படுத்திவிட்டேனா, என்ன? சொல்லு! அகல்யா, சொல்லு! என்று அவன் குழைகிறான். இந்நிலை, சலனத்தின் விளைவா? அன்பு பண்பின் பணியா?

சமுதாய வீதியிலே, தடம் புரண்டவள் அகல்யா! ஆனாலும், அவள் இதயத்தை அடியோடு இழந்து விடவில்லை.

'ஆம்; அன்று நீங்கள்தான் என்னைக் காதலித்துக் கொள்வதாகச் சொன்னீர்கள். ஆனால் இன்றே, நான் உங்களைக் காதலித்துக் கொன்றுவிட்டேனே!'

என்று அவள் தன்னுள் சொல்லிக்கொள்ளும்போது, அவள் என் இதயத்தைத் தொட்டுவிட்டாள்.

ஆனால்...?

'ஐயோ! ஆண்களுக்கு ஒரு நீதி, பெண்களுக்கு இன்னொரு நீதியா? இந்த அக்கிரமத்துக்கு இன்னும் என்னைப்போல் எத்தனைப் பெண்கள் பலியாக வேண்டும்? உங்களுடைய இதயத்தில் ஈரம் இல்லையா? அந்த ஈரமற்ற இதயத்தை எங்களுடைய கண்ணீராவது நனைக்க வில்லைய?- சீர்திருத்தம், சீர்திருத்தம் என்று வாய் ஓயாமல் அடித்துக்கொள்ளும் இளைஞர் உலகம் இந்தக் கொடுமையை இன்னும் எத்தனை நாட்களுக்குச் சகித்துக் கொண்டிருக்கப்போகிறது?'

உச்சக் கட்டத்தில், பகுத்தறிவுப் பாணியில் அவள் பேசும் செயற்கைத் தன்மையுடைய இந்த வசனம், அவள் நெஞ்சறிந்து ஏற்றுக்கொண்ட பழியைத் துடைக்கவல்லதா? ஊஹூம்!

கெட்டவளுக்கு அடைக்கலம் கொடுப்பதன் மூலமே ஒருவன் நல்லவன் ஆகிறான்! இது அண்ணாவின் கருத்து. இந்நிலையிலே, கனகலிங்கத்தை நீங்கள் ஏன் அதற்குள் சாகடித்தீர்கள்? நுண்ணியகட்புலம் அமைத்து எண்ணிப் பார்க்குங்கால், கனகலிங்கம் ஒரு மின்னலெனவே தோன்றி மறைகிறான்.

இறந்தும் உயிர்வாழும் பாத்திரப் படைப்பாக ஆக்கவா கனகலிங்கத்தை நீங்கள் இவ்வாறு ஆக்கியிருக்கிறீர்கள்?

நல்லவர்கள் வாழ்வதில்லை-நானிலத்தின் தீர்ப்பு! என்ற வாசகத்தை மெய்யாக்க வேண்டிய நீங்கள் இவ்விரு வருக்கும் விண்ணுலக யாத்திரைக்கு டிக்கெட் வாங்கிக் கொடுத்திருகக வேண்டும்! அதனால்தான், முடிவுகூட முன்னைய இலக்கிய மரபை ஒட்டிப் பழைமைப் பாணியிலேயே அமைந்து சப்பென்று போய்விட்டது!

உங்கள் கொள்கைகளுக்கு உகந்த ரீதியில் பாத்திரங்களை உருவாக்கி, அவர்கள் வாய்வழியே சமுதாயச் சிக்கல்களை அலசிப்பார்க்க முயன்ற நீங்கள், முடிவில் அகல்யாவின் இறந்த காலத்துக்கும் எதிர் காலத்துக்கும் ஊடாக சிக்கலைத் தீர்த்து வைக்கும் வகையில் உங்கள் பணியை ஏற்று, அகல்யாவின் எஞ்சிய வாழ்வைக் கனகலிங்கத்தின் அன்புக்கரங்களில் ஒப்படைத்திருக்கும் பட்சத்தில், இவ்விருவரது குணச்சித்திர அமைப்புகளும் முழுமையடைந்திருக்கக்கூடும்! நீதி தேவனின் மயக்கம் தெளிந்து, நீதியுள்ள சமுதாயச் சித்திரம் உருவாகியிருக்கும்!

பெண் குலத்தைத் தூய்மைப்படுத்துவதற்காகவே நீங்கள் இதை எழுதியதாக வாதம்புரியும் உங்கள் பேச்சிலும் தர்க்க தீரியான நியாயம் இருந்திருக்கும்! அன்புப் புரட்சியின் உண்மைக் குரலையும், வீரம் செறிந்த காதல் தத்துவத்தின் மனக்கனவையும் நான் உய்த்துணர்ந்து அனுபவிக்கவும் முடிந்திருக்கும்! சமுதாய நீதியையும் (Social Justice), சமுதாய சீர்திருத்தத்தையும் (Social Reform), படிப்பினைத் தீர்ப்பையும் (Moral Judgement) வழங்கிய பெருமை உங்களை வந்தணைந்திருக்கும்!

வாழ்க்கைக்கு உரித்தான பொருளுக்கு ஓர் உரைகல்லாக அகல்யாவும் கனகலிங்கமும் அமைந்திருப்பதாக நீங்கள் திருப்திபடுவீர்களானால், அகல்யா-கனகலிங்கத்தின் கதை அரைகுறைக் கதைதான்! ஆமாம், அரைகுறைக் கதையேதான்!

காரணம் இதுதான்: அவர்களின் கனவு நிறைவு பெறாமல் நிற்பதைப் போலவே, உங்களுடைய அருமையான கதையும் நிறைவு பெறாமல் நிற்கிறது!

அகல்யாவும் கனகலிங்கமும் பாத்திர அமைப்பின் பண்பிழந்த பாத்திரங்களாகவே (Characterless Characters) அரைகுறைப் பிண்டங்களாகவே தரிசனம் தருகிறார்கள்!

பாலும் பாவையும் கதையில் உங்களுடைய கிண்டல் பாவமும், நம்பிக்கை வறட்சியும் தோய்ந்த எழுத்து நடையை நான் மனம் பிணைத்து அனுபவித்தேன்.

சமுதாயத்தின், யதார்த்தமான சித்திரம்,

பொருளாதார ஏற்றத் தாழ்வுகள்,

கடவுளின் பெயரால் செய்யப்பெறும் மோசடிகள்,

இலக்கியக் கலையுலகின் நடைமுறைப் போக்கு

இப்படிப்பட்ட சூழல்களிலே உங்கள் பேனா சுழலும்போது உங்கள் தனித்தன்மையைப் புரிந்து கொள்கிறேன். ஆனால் உங்களுக்கே உரித்தான குறிக்கோள் தன்மையை (Ideal Self) இந்த நெடுங்கதையில் இனம் காண இயலாமற் போய்விட்டது!

இன்னும் ஒரு பிழை:

அகல்யாவிலிருந்து சமையற்காரன்வரை எல்லோருக்குமே நீங்கள் இரவல் குரல் கொடுத்திருககிறீர்களே, ஏன்?

உங்கள் நோக்கு புதிது; போக்கு, பழசு!

உங்கள் கரு அற்புதம்; உரு குறைப்பிரசவம்!

ஆத்ம விசாரம் இருக்கும் அளவுக்கு

ஆத்ம விசாரணை இல்லையே...?

கதையிலே பிரச்னை - சமுதாயப் பிரச்னை இருக்கிறது; அப்பிரச்னைக்கு உரிய தீர்வு சமுதாயரீதியாக அமைய வில்லையே? இன்னொன்றையும் நான் சுட்டிச் சொல்லத் தான் வேண்டும்!- உங்கள் கதையில் இடம்பெறும் அந்தப் பிரச்னை கூட, ரொம்பவும் புதியதென்றும் என்னால் அங்கீகரிக்கவோ, பிரகடனப்படுத்தவோ இயலவில்லைதான்!

வையம் பேதைமையற்றுத் திகழ வேண்டுமென்று எதிர்பார்த்து பெண்களின் அறிவை வளர்க்க இக்கதையை

ஒரு கருவியாகப் பயன்படுத்த நினைத்து நீங்கள் இவ்வளவு பக்கங்களை எழுதியிருக்கிறீர்களென்றே வைத்துக் கொள்வோம்!

நம் தமிழ்ச் சமுதாயம் இப்படித்தான் அமைந்து இருக்கிறதென்பதை நீங்கள் சொல்லியிருக்கிறீர்கள். ஆனால், நம் சமூகம் இப்படி இப்படி அமைந்தால்தான், இத்தகைய தவறுகளிலிருந்து அகல்யாவைப் போன்ற அபலைகள், தமிழ் அபலைகள் நல்ல விடிவு கண்டு வாழ வழி பெறுவார்கள் என்ற ஓர் ஊகத்துக்குரிய தார்மீக அடிப்படையையாவது நீங்கள் கோடிகாட்டியிருக்க வேண்டாமா?

நீங்கள் சமுதாயத்திற்கு-நம் அருமைத் தமிழ்ச் சமுதாயத்திற்கு ஒரு நல்ல வழிகாட்டியாகவும் ஆகியிருக்க வேண்டும் அல்லவா?

விந்தன் என்ற பெயரைக் குறிப்பிடும்போது, ஓ! பாலும் பாவையும் விந்தனா? என்று இன்றும் நண்பர்கள் பலர் கேட்பதை நான் கேட்டிருக்கிறேன். அதனால்தான், நான் காணும் பாலும் பாவையும் விந்தன் அவர்களை அந்த நண்பர்களுக்கு இக்கடிதத்தின் வழியே அறிமுகம் செய்ய வேண்டியவன் ஆனேன்!

நன்றி: உமா-1957

★

எனக்குப் பிடித்த புத்தகம் பாலும் பாவையும்
-கலைப்பித்தன்

சுவையான புத்தகம் எப்படி இருக்க வேண்டும்? எழுதுகோல் கண்ணீர் வடிக்கும்போது புத்தகம் சிரிக்கிறது என்றார் அத்தார் என்பவர்.

எந்தப் புத்தகம் ஆக்கியோரின் இரத்தத்தால் ஆக்கப்பட்டிருக்கிறதோ அந்தப் புத்தகமே எனக்கு விருப்பம் என்றார் ஜெர்மன் தத்துவ ஞானி நீட்சே.

சிந்தனையைக் கிளறும் சிறப்பு மிகும் கருத்துக்களை விந்தை மனிதர் விந்தன் அவர்கள் எழுதிய பாலும் பாவையில் பார்க்கிறோம். நவீனத்தின் கரு இதோ.

கனகலிங்கம் என்ற இளைஞன் சென்னையில் ஒரு புத்தகக் கடையில் பரமசிவம் என்பவரிடம் முப்பது ரூபாய் சம்பளத்தில் வேலை பார்க்கிறான். கலைஞான புரத்தில் நடக்கும் அகஸ்தியர் விழாவிற்குப் புத்தகங்களை விற்று வருமாறு கனகலிங்கத்தை அனுப்புகிறார் பரமசிவம்.

அங்கு அவன் நள விலாஸ் என்ற உணவு விடுதியில் தங்கியிருக்கிறான். அப்போது அதே நளவிலாஸில் தங்கியுள்ள அகல்யா என்ற கல்லூரி மாணவியைச் சந்திக்கிறான். அவளோ இந்திரன் என்பவனை நம்பி ஓடி வந்து அவனால் கைவிடப்பட்டவள் என்பதை அறிகிறான்.

விழா முடிந்து கனகலிங்கம் அகல்யாவோடு சென்னைக்குத் திரும்புகிறான். கனகலிங்கம் அகல்யாவுடன் வந்ததைப் பரமசிவமும் பார்த்துவிடுகிறார். கனகலிங்கத்தை வேலையிலிருந்து நீக்கிவிடுகிறார். ஏன்? அகல்யாவின் சித்தப்பாதான் பரமசிவம். கனகலிங்கம் கார் விபத்தில் இறந்துவிடுகிறான்; அகல்யா தன் பெற்றோர் தங்கியிருக்கும் இடத்தைத் தன் சினேகிதி வாயிலாக அறிந்து அவர்களைப் பார்க்கச் செல்கிறாள். அங்கு அவள் சித்தப்பா பரமசிவம ஒரு காரோட்டிக்கு ஆயிரம் ரூபாய் கொடுத்துது கனகலிங்கத்தை கொல்லச் சொன்னதாக அவளது அப்பாவிடம் பேசிக் கொண்டிருப்பதைக் கேட்டுவிடுகிறாள். வழியில் அவளுக்குத் தெரிந்த தசரத குமாரன் அவளுக்கு வாழ் வளிப்பதாக அழைத்துச் சென்று அவளை விரட்விடுகிறான். அகல்யா கடலோடு சங்கமமாகிவிடுகிறாள்.

விந்தனது எழுத்துக்கள் சிந்தனை ஊசிகளாக மாறி கருத்தை ஆழமாகத் தைக்கின்றன. புத்தகக் கடையில் இருக்கும் கனகலிங்கத்திடம் அதோ ஓர் எழுத்தாளர் வருகிறார். அவர்கள் உரையாடலைக் கேட்போம்:

'...உங்களுக்கு என்ன வேண்டும்!' என்று விசாரித்தான் கனகலிங்கம்.

'என்றும் சாகாத நூல் ஒன்று, இயற்றியிருக்கிறேன்; அதைப் புத்தகமாக வெளியிட வேண்டும்.'

வந்தவர் தாம் சொல்ல வந்ததை முடிக்கு முன்பே, 'அதிருக்கட்டும், ஆசிரியர் செத்து விட்டாரா? இல்லையா?' என்று நாக்குழறக் கேட்டார்.

'இங்கே செத்துப்போன நூலாசிரியர்களின் நூல்களைத் தான் வெளியிடுவது வழக்கம்.'

'அப்பொழுதுதான் அந்த நூலுக்கு ஒரு தனி மகத்துவம் இருக்குமென்றா?'

'அதெல்லாம் ஒன்றுமில்லை; எங்களுக்கு வேண்டியது எங்களிடம் இல்லாத மூளை! அதைத் தவிர வேறொன்றும் செலவழிக்காத ஆசிரியருக்கு நாங்கள் அனாவசியமாகப் பணம் கொடுக்க விரும்புவதில்லை.'

'அப்படியானால் நீங்கள் செத்துப் ே பானவனிட மிருந்தா காகிதம் வாங்குகிறீர்கள்?' என்று ஆசிரியர் எரிச்சலுடன் கேட்டார்.

'கொடுக்கத் தயாராயிருந்தால் வாங்கத் தயாராயிருக் கிறோம்' - என்றான் கனகலிங்கம் அமைதியாக.

'ரொம்ப சரி, உங்களுக்கு என்னுடைய நூல் கிடைக்காது. அஸ்திதான் கிடைக்கம்?' என்று சொல்லி விட்டு எழுத்தாளர் துபபாக்கியிலிருந்து கிளம்பிய ரவையைப் போலக் கிளம்பினார்.

'முடிந்தால் அதையும் பணமாக்குவோம்!' என்றான் கனகலிங்கம்.

அப்பொழுது வந்த கடை முதலாளி பரமசிவம் சொல்கிறார். 'ஏண்டா, உனக்கு நான் எத்தனை தரம் சொல்வது? நம்முடைய பாலிஸியை இப்படியா வருவோர் போவோரிடமெல்லாம் சொல்லிக்கொண்டிருப்பது...'

'எங்கேயாவது கெட்ட பால் நல்ல பாலாகுமா ஸார்? எடுத்துச் சாக்கடையில் ஊற்ற வேண்டியது தானே!- என்கிறான் தசரதகுமாரனது சமையற்காரன். இதைக் கேட்ட தசரதகுமாரன், அகல்யாவும் கெட்டுப்போனவறதானே என்று எண்ணி, அவளை வெளியே விட்டுக் கதவைச் சாத்திக்கொள்கிறான்.

இதைப் புரிந்துகொண்ட அகல்யா, 'அட கடவுளே! பாலும் பாவையும் ஒன்றென்று எண்ணியா என்னை நீ படைத்தாய்?' என்று நெட்டுயிர்த்தாள்.

நல்லவர்கள் வாழ்வதில்லை நானிலத்தின் தீர்ப்பு என்று கதையை முடிக்கிறார் விந்தன். நம் கண்களிலிருந்து கண்ணீர் வடிகிறது.

உண்மைக் காதலின் தத்துவத்தை விளக்குவது பாலும் பாவையும். அது கடுகு உள்ளங்கொண்டவர்களைச் சாடுகிறது. குத்தித் தைத்து இரணமாக்கும் ஈட்டி முனை அது. ஆம் ஜெர்மன் கவி சொன்னதுபோல் பாலும் பாவையும் விந்தனது இரத்தத்தால் ஆன நூல்தான்.

நன்றி: ஆனந்த விகடன்-1961

★

எனக்குப் பிடித்த கதை
-தமிழ்வாயர்

பத்து ஆண்டுகளுக்கு முன்னே பாலும் பாவையும் கல்கியில் தொடர்கதையாக வந்து கொண்டிருந்தபோது அதைப் படிக்கத் தொடங்கி வெளியான பிறகுதான் என்பது இன்னும் என் நினைவில் இருக்கிறது.

பொழுதுபோக்காகப் பத்திரிகைகளைப் புரட்டிக் கொண்டு வந்த என்னை, அதற்கென்றே காலத்தை ஒதுக்கி வைக்க வேண்டிய அவசியத்தை உண்டு பண்ணிவிட்டது என்றால் மிகையாகாது. விரல்விட்டு எண்ணக்கூடிய அளவிலாவது வளர் கதைகளைப் படிக்கும் பழக்கத்தை ஏற்படுத்தி விட்ட பெருமை, முதல் முதற்கண் பாலும் பாவைக்கே உரித்தாகும்!

அப்பொழுது வங்காளத்தில் ஏற்பட்ட வகுப்பு வெறிக் கலவரத்தின் காரணமாகப் பல பெண்கள் பலாத்கார முறையில் கற்பழிக்கப்பட்டு, பரிதாபத்திற்குரிய நிலையில் இருந்ததைப் பொறுக்காத அண்ணல் காந்தியடிகள், அவர்களுடைய கணவன்மாரிடம், அவர்களை மீண்டும் ஏற்றுக்கொள்ள வேண்டும் என்று சொன்னதை அடிப்படையாகக் கொண்டு, அகல்யாவை உருவகப்படுத்தி நம்மை ஒப்புவமை நோக்கச் செய்திருக்கிறார் இதன் ஆசிரியர் விந்தன் என்பது தெளிவாகிறது. வாரந்தோறும்

எழுதிவரும் வரப்பிரசாதம் பெற்றதன் பயனாகத் தான் விந்தன் அவர்கள் பாலும் பாவையும் கதையை இதழுக்கு இதழ் விறுவிறுப்புக் கூட்டி, அரிய சம்பவங்களைப் பிணைத்து, சீரிய கருத்துக்களை வழங்க முடிந்தது என்று நினைக்கத் தோன்றுகிறது.

பால் கெட்டுவிட்டால் அது பயனற்றுப் போகிறது. வெளியே கொட்டத்தான் வேண்டும். காரணம், வேறு வழி இல்லை. பாவை ஒருத்தி கெட்டுப்போனாள் என்றால், அவளுக்கு வாழ்வு இல்லை. அவள் சமூகத்திலிருந்து ஒதுககப்பட வேண்யவளாகிறாள். அவளுக்கு மறுமலர்ச்சி இல்லை. மன நிறைவும் இல்லை! அப்படியே மடிய வேண்டியதுதான் அவளது விதி! பொன்னுக்கும் பொருளுக்கும் உள்ள மதிப்புக்கூட இந்தக் காலத்தில் பெண்ணுக்கு, அவளுடைய கற்புக்குக்கூட இல்லை என்று கூறும்பொழுது யாரைப் பார்த்துக் குறை சொல்வது என்பதுதான் பெரும் பிரச்னையாகிவிடுகிறது.

அந்தப் பிரச்சினையை அலசிப் பார்க்க, பாலும் பாவையும் கதையைச் சிறிது நினைவிற்குக் கொண்டு வந்தால்தான் புரியும்.

அகல்யா ஒரு கல்லூரி மாணவி. பணக்காரக் குடும்பத்தைச் சேர்ந்தவள். கவலை என்றால் என்ன என்பதையே அறியாது வளர்ந்துவிட்ட ஒரு அழகுப் பாவை. கலாசாலையில் படிக்கும் பொழுதே, அவளது காதலைப் பெற இளைஞர்கள் இருவர் போட்டியிட்டனர். அவளும் அவர்களை வளைய வருகிறாள்.

அழகால் கவர்ந்த இளவல், தசரத குமாரன் தன்னோடு நெருங்கிப் பழகக் கூச்சப்பட்டதால் அவளை ஒதுக்கி, தன் மன நிலை அறிந்து, இதயத் துடிப்பை எடை போட்டு, இனிய பேச்சசல் உறவாடிய இளவல் இந்திரனின் காதலுக்குத் தன்னை உடைமையாக்குகிறாள்.

சென்னை கலாசாலையிலே வளர்ந்த இந்திரன்-அகல்யாவின் காதலுக்குப் பரீட்சை வைப்பதற்காக-

கலாசாலை, தன் படிப்பை முடித்துக்கொண்ட அவர்களை வெளியே வாழ்த்தியனுப்பி வைக்கிறது.

பெற்றவர்கள் அவர்களது காதல் பரீட்சைக்கு முற்றுப் புள்ளி வைக்கவே, இருவரும் டிக்கட்டு இல்லாத பிரயாணிகளாகத் தம் காதல் பயணத்தைத் தொடங்கி விடுகின்றனர். அனுமதியில்லாத பிரயாணத்துக்கு அவசியப்படும்படியான பொருளாதாரம் இல்லாததைக் கண்ட இந்திரன் அகல்யாவைக் காசில்லாமல் காதலிக்க முடியாது என்று கூறி, இடையிலேயே கைவிட்டு விட்டுச் செல்கிறான்.

இந்திரனால் ஏமாற்றப்பட்டு அபலை அகல்யா, தான் திரும்பிச் செல்ல முடியாத பாதையில் வந்து விட்டதை எண்ணி எண்ணி வருந்துகிறாள்; திகைக்கிறாள், தேம்புகிறாள் திக்குத் திசை தெரியாமல்! அவளது அபயக் குரலை ஏற்றுக்கொள்ள வந்த ஆண்டவனாக, கனகலிங்கம் அவள் முன்னே காட்சியளிக்கிறான்!

அகல்யா, அவனிடம் தான் வழுக்கி விழுந்த வரலாற்றை ஆதியோடந்தமாகக் கூறித் தன்னை வாழ வைக்கும்படி தன்னை ஏற்கும்படி கெஞ்சுகிறாள்.

அவளது துயர வரலாற்றைக் கேட்டு அவளிடம் அனுதாபமே கொண்ட கனகலிங்கம், அவளது பிடிவாதம் அதிகரிக்கவே அவளது கோரிக்கைக்கு உடன்படுகிறான்.

புத்தகங்களை விற்பனை செய்து வர ஏவப்பட்ட கனகலிங்கம், கலைஞானபுரத்திலே தனக்கு விபரீதம் காத்திருக்கும் என்று சற்றும் எதிர்பார்க்கவில்லை. கலைஞானபுரத்தில் விழா முடிந்ததும் கனகலிங்கம் அகல்யாவுடன் ஊர் திரும்புகிறான்.

வந்ததும் வராததுமாக வேலை பறி போன செய்தி கனகலிங்கத்தை வரவேற்கிறது; அகல்யா, தான் வேலை செய்து வரும் முதலாளியின் சகோதரனுடைய மகள் என்பதை அறியாமல் அவளைக் கடத்திக்கொண்டு வந்த

குற்றத்திற்காக, உண்டி கொடுத்து வந்தவரின் உறவையும், அதன் காரணமாக ஏற்பட்ட நண்பனின் நல்லுறவையும், இழக்க வேண்டியவனாகிறான் கனகலிங்கம்.

...காதலிக்காமல் கொல்வதை விட காதலித்தே கொன்று விடலாம் என்று சொன்னவனைத் தானே காதலித்துக் கொன்று விட்டுத் துர்ப்பாக்கியத்தை தான் அடைகிறாள் அகல்யா அங்கே! இனி விதி விட்ட வழி என்று நடக்கிறாள்... அங்கும் ஒரு திருப்பம், தசரதகுமாரன் உருவில் கத்திருக் கிறது! நம்பிப் போகையில், பொங்கும் அலைகடல்தான் சாசுவதம் என்று அங்கே ஐக்கியமாகிறாள்.

இதுதான் கதை...

அவள் படித்திருந்தும், அறிவிருந்தும், சிந்தனா சக்தி, பகுத்தறிவு, உலக அனுபவம் ஆகிய இவை இல்லாத காரணத்தால் தன்னுடைய கடமை, திறமை இவைகளை உணராது உணர்ச்சிக்கு அடிமையாகி உழலும் போது அகல்யாவின் பால் இரக்க உணர்ச்சி ஏற்படத்தான் செய் கிறது. அதே தவற்றைச் செய்த இந்திரன் ஏற்றம் பெறுவதைக் கண்டு ஆத்திரப்படாமல் இருக்க முடியவில்லை.

சிறுகதையை மையமாகக் கொண்டு, கற்பனைக் கருத்து, சம்பவம் இவைகளை விறுவிறுப்பு கூட்டி, ஒருங்கே பிணைத்து அவைகளுக்கு உருவமும், உயிரோட்டமும் கொடுத்து, பாலும் பாவையும் வளர் கதையாக ஆசிரியர் விந்தன் அறிமுகப்படுத்தி இருப்பதை, நான் விமர்சனம் என்று எழுதிக்கொண்டே போகத் தூண்டியது. சிறப்பாக விந்தன் அவர்கள் தனக்கேதான் வகுத்துக்கொண்ட தனித்தமிழ் நடையாகும் என்பதை மறக்க முடியாது!

நன்றி: *குமுதம்-1965*

★

விந்தன் 'பாலும் பாவையும்'

-மு. பரமசிவம்

1950-இல் 'கல்கி' இதழில் தொடராக வெளிவந்த இந்நாவல் விந்தனுக்குப் பலவிதமானப் பாராட்டுதல்களையும் பாதிப்புகளையும் உண்டாக்கி இலக்கிய உலகில் பெரியதோர் பரபரப்பை ஏற்படுத்தியது.

சிறப்பாகச் சொல்ல வேண்டுமானால், வள்ளுவருக்கு ஒரு திருக்குறள், கம்பனுக்கு ஓர் இராமாயணம், இளங்கோவடிகளுக்கு ஒரு சிலப்பதிகாரம், பாரதிக்கு ஒரு பாஞ்சாலி சபதம், பாரதிதாசனுக்கு ஒரு குடும்பவிளக்கு என்று சிறப்படைந்ததுபோல், விந்தனின் எழுத்தாற்றலை எக்காலத்திலும எடுத்துச் சொல்லக்கூடிய நாவல் 'பாலும் பாவையும்' என்பதே தமிழ் முற்போக்கு இலக்கிய உலகின் ஒட்டுமொத்தமான கருத்தாகும்.

விந்தனுக்கு இவ்வளவு சிறப்புகளைச் சேர்த்த இந்நாவல், அவருக்கு எத்தகைய பாதிப்புகளைப் பலவீனங்களை ஏற்படுத்தியது என்பதனையும் இந்தத் தருணத்தில் கவனிக்கத் தக்கது.

'பாலும் பாவையும்' தொடர்கதை 'கல்கி'யில் தொடராக வெளிவந்தபோது, 'பிறர் எழுத்தை படிப்பதே யில்லை!' என்று கர்வத்தோடு சொல்லிக்கொண்டிருந்த எழுத்தாளர்கள் பலரைப் பலமுறை படிக்கவைத்துச் 'சொல் புதிது, சுவை புதிது' என்று சொல்ல வைத்த நாவல்.

எழுத்தாளர் அகிலன் சொன்னார்: 'பாலும் பாவையும்' என்ற நாவலின் வாயிலாகத் தமிழ் வாசகர் உலகையே வியப்புறச் செய்து 'யார் இந்த விந்தன்?' என்று கேட்க வைத்த நாவல் அது. கதையின் கருப்பொருள், எழுத்து, நடை, உருவம் எல்லாவற்றிலும் ஒரு புதுமை தெரிந்தது. அந்த நாவலின் இலக்கியப் படைப்புக்கு வேண்டிய உயிர்த் துடிப்புகள் காணப்பட்டன!" (விந்தனும் விமர்சனமும். 64-65)

இவரைப் போலவே வல்லிக்கண்ணன் எழுதுகிறார்: "இந்தக் கதையை விந்தன் வளர்த்திருக்கிற விதம் புதுமை யானது; கதை மாந்தரை அறிமுகப்படுத்துகிற வகை புதுமை யானது; அவர்களைப் பழகவிட்டு, உரையாட வைக்கிற போக்கு ரசமானது; சுவையானது. இடை இடையே அவர் சுட்டிக் காட்டுகிற உண்மைகள் சிந்தனைக்கு உணவு, அங்கங்கே அவர் பொறித்துள்ள சிந்தனை மணிகள், அறிவின் அனுபவத்தின் ஒளிச்சுடர்கள்" (விந்தனும் விமர்சனமும் 46-47)

இவர்களைப் போலவே திரைப்படத் துறையைச் சேர்ந்த சிலர் 'இந்நாவல் புரட்சிகரமான கருத்துடைய புதுமையான நாவல்!' என்று பாராட்டியதோடு விந்தனையும் சினிமா உலகிற்கும் அழைத்துப்போனார்கள்.

சினிமாவில் விந்தனுக்குப் புகழோடு பணமும் கிடைத்தது. அந்தப் பணம், அவருக்கு ஒரு முதலாளித்துவ மனநிலையை உண்டாக்காமல் பரந்துபட்ட இந்தச் சமூகத்தைப் பார்க்கவும், புதிய புதிய அனுபவங்களைப் பெறவும் வாய்ப்பளித்தது.

ஆம், அந்தப் பணம் 'மனிதன்' என்னும் பத்திரிக்கையை சொந்தமாக நடத்துவதற்கும், அவ்வாறு நடத்தியதின் மூலம் தொல்லைகளைத் தோல்விகளை அனுபவிப்பதற்கும் தூண்டுதலாக இருந்தது.

இதன் பிறகு விந்தனுக்கு இலக்கியம் பிறக்கவில்லை; பெருமூச்சுதான் பிறந்தது!

விந்தன் இத்தகைய சோதனைகளுக்கு ஆளாக்கிய 'பாலும் பாவையும்' கதையின் தோற்றமே ஒரு சோகக் கதையாகும். அதை ஆசிரியரே கூறுகிறார்:

"ஒருநாள் அமரர் கல்கி அவர்கள் என்னைத் தம் வீட்டுக்கு வருமாறு பணித்தார்கள்; சென்றேன். கையில் திறந்த பத்திரிகை யொன்றை வைத்துக் கொண்டு ஏதோ யோசித்த வண்ணம் அப்படியும் இப்படியுமாகத் தம் அறையில் அவர்கள் நடைபோட்டுக் கொண்டிருந்தார்கள்.

"அழைத்தீர்களாமே?" என்றேன்.

"கல்கி காரியாலயத்தில் வேலை பார்க்கும் நீங்கள் வேறெந்தப் பத்திரிகைக்கும் கதையோ, கட்டுரையோ எழுதக் கூடாது என்ற விஷயம் உங்களுக்குத் தெரியாதா?" என்று தமக்கே உரித்தான கம்பீரத்துடன் அவர்கள் கேட்டார்கள்.

"தெரியும்!" என்றேன் நான்.

"சரி இந்தப் பத்திரிகையில் வெளியாகியிருக்கும் தொடர்கதை யாருடைய கதை?"

"தெரியாது!"

"உங்களுடைய தொடர்கதை என்று பலர் எனக்குக் கடிதம் எழுதியிருக்கிறார்களே, அதற்கு என்ன சொல்லு கிறீர்கள்?"

"அவர்கள் ஒரு வேளை என்னுடைய விரோதிகளா யிருக்கலாம். இல்லை; உங்களுடைய அபிமானிகள்தாம் அப்படி எழுதியிருக்கிறார்கள். அத்துடன் 'கல்கி'யில் ஏன் அவர் தொடர் கதை எழுதக் கூடாது என்றும் கேட்டிருக் கிறார்கள்."

'அவர்கள் நாசமாய்ப் போகட்டும்!' என்று மனத்துக்குள் சபித்துக்கொண்டே நான் பலிபீடத்தில் நிற்கும் ஆடுபோல் நின்றேன்.

அதற்குப் பின் ஆசிரியர் அவர்கள் என்ன நினைத்தார்களோ, என்னமோ சரி, "போய்வாருங்கள்!" என்று என்னை அனுப்பிவிட்டார். வீட்டுக்கல்ல; காரியாலயத்துக்குத்தான். அதன் விளைவே 'கல்கி'யில் தொடராக வெளியாகி, உங்கள் உள்ளத்தைப் பெரிதும் கவர்ந்த 'பாலும் பாவையும்' ஆகும்."

இக்கதை தொடராக வெளிவந்த போதே பிரபல நாடகக் கலைஞர்களான டி.கே.எஸ். சகோதரர்கள் நாடகமாகத் தயாரிக்க முனைந்து, பின்னால் அந்த முயற்சியைக் கைவிட்டனர். ஏனெனில், அக்காலத்தில் எழுத்தாளர்களுக்கு டி.கே.எஸ்.சகோதரர்கள் அளித்த மதிப்பும் மரியாதையும் பெரியதாக இருந்த போதிலும், பண விஷயத்தில் அவர்கள் கொண்டிருந்த மதிப்பும் மரியாதையும் அதை விடவும் பெரியதாக இருந்ததனால், விந்தனுக்கு அவர்களோடு ஒத்துப்போக முடியவில்லை; அதனால் நாடகமும் அரங்கேறவில்லை.

அதே காலத்தில் ஏவி.மெய்யப்ப செட்டியார் இக்கதையைத் திரைப்படமாக்கத் திட்டமிட்டு 'கல்கி' பத்திரிகையிலிருந்து விந்தனை விலகச் செய்து, சிவாஜி-பத்மினியை வைத்துச் சில காட்சிகளைப் படமாக்கிய போது, ஏவி.எம். நிறுவனத்தாரின் சினிமாத் தனங்கள் விந்தனின் சுயமரியாதைக்கும், சுயசிந்தனைக்கும் பாதிக்கும்படியாக இருந்ததனால் அந்த முயற்சியும் கைவிடப்பட்டது!

இந்த நிகழ்ச்சிகள் நடந்து பதினான்கு ஆண்டுகளுக்குப் பிறகு, என்னுடைய சுய முயற்சியினால் 15-7-1964 அன்று டாக்டர் மு.வரதராசனார் தலைமையில் இராஜா அண்ணாமலை மன்றத்தில் நாடகமாக அரங்கேறியது.

பின்னர் 1967-இல் அகில இந்திய வானொலியில் அனைத்து மொழிகளிலும் ஒரு மணி நேரம் ஒலிபரப்பப் பட்டது. மேலும், கன்னடம், மலையாளம் ஆகிய மொழிகளில் நூலாக வெளிவந்துள்ளது. 'இராணி முத்து' மாத இதழ் ஓர் இலட்சம் பிரதியும், பல பதிப்பகங்கள் சார்பில் இருபது பதிப்புகளும் வெளிவந்து விந்தன் புகழைப் பரப்பிக் கொண்டிருக்கின்றன.

அதோ! நமக்காக 'பாலும் பாவையும்' காத்திருக்கிறது. நேரத்தோடு சுவைப்போம்; நிசங்களையே பேசுவோம்.

கதைச் சுருக்கம்

தருமமிகு சென்னை-கந்தகோட்டத்தில் புத்தகக் கடை ஒன்றில் வேலை பார்த்து வந்த கனகலிங்கம், புத்தக விற்பனைக்காக கலைஞானபுரத்தில் நடைபெற விருக்கும் அகஸ்தியர் விழாவிற்குச் சில புத்தகங்களுடன் போகிறான்.

கலைஞானபுரத்தில் விடுதி ஒன்றில் தங்க நேர்ந்த போது, இந்திரன் என்பவனால் காதலித்துக கைவிடப்பட்ட அகல்யா என்கிற பெண்ணைச் சந்திக்கிறான். அவள் கதையைக் கேட்டு அனுதாபப்படுகிறான். அந்த அனுதாபத்தைத் தனக்குச் சாதகமாக்கிக் கொண்ட அந்தப் பெண், "அந்தக் காதகன் 'கடவுள் உன்னைக் காப்பாற்றட்டும்!' என்று கடவுளை எனக்குத் துணையாக்கி விட்டுக கம்பி நீட்டி விட்டான். நீங்கள்தான் நான் கண்ட முதல் கடவுள்! இனி நீங்கள்தான் என்னைக் காப்பாற்ற வேண்டும்!" என்று வெறும் பேச்சோடு நில்லாமல், ஒவ்வொரு நிமிசமுமம குழைந்து குழைந்து பேசி, குமுறிக் குமுறி அழுது, வெடிக்க வெடிக்கத் தன் வேதனைகளைக் கொட்டி அவன் இதயத்தில் இடம் பெற முயல்கிறான்.

'எதற்கும் காசு வேண்டுமே!' என்ற உண்மையைத் தெரிந்து வைத்திருந்த கனகலிங்கம், தன் நிலைமைகளை உடைத்துச சொல்லியும், யதார்த்த வாழ்க்கையை எடுத்து

எடுத்துக் கூறியும் அவள் சமாதானம் அடையாததால், "நான் உன்னைக் காதலிக்காமல் கொல்வதைவிடக் காதலித்தே கொன்று விடுகிறேன்!" என்னும் முடிவோடு அவளைச் சென்னைக்கு அழைத்து வருகிறான்.

சென்னை எழும்பூர் இரயில் நிலையத்தில் கனகலிங்கமும், அகல்யாவும் ரயிலை விட்டு இறங்கிய போது, யாரையோ வரவேற்க வந்திருந்த அவன் முதலாளி பரமசிவம் அவனைக் கண்டதும் 'வா, வா!' என்றவர், உடன் வந்த அகல்யாவைக் கண்டதும் கண் சிவக்க வாய்மூடி நிற்கிறார். அடுத்த கணமே கனகலிங்கத்தின் கணக்கைத் தீர்த்து அவன் சீட்டைக் கிழித்துவிடுகிறார்.

விவரம் புரியாமல் கனகலிங்கம் விழித்தபோது, "உங்கள் முதலாளிதான் என் சித்தப்பா!" என்ற விவரத்தைச் சொல்லி அகல்யா அவனுக்காக அனுதாபப்படுகிறாள்.

கனகலிங்கம் தனக்கு வேலை தேடும் முயற்சியோடு அகல்யாவைச் 'சேவாதனத்'தில் சேர்த்துவிடவும் முயல்கிறான். இந்நிலையில் அகல்யா தன் சிநேகிதி வீட்டிற்குப் போகிறாள்.

தம் மனத்துக்குப் பிடித்தமான வேலையைத் தேடிக் கனகலிங்கம் அலைந்து கொண்டிருந்தபோது, கார் ஒன்று அவன் மேல் மோதி அவன் உயிரைக் குடித்துவிடுகிறது!

"என்னைக் கடவுள் கைவிட்டாலும், கனகலிங்கம் கைவிடமாட்டார்!" என்னும் நம்பிக்கையோடு இருந்த அகல்யா, கனகலிங்கத்தின் முடிவைக் கேட்டுக் கதறுகிறாள், துடிக்கிறாள். சித்தம் கலங்கியவள்போல் எங்குப் போகிறோம் என்று புரியாமல் போய்க் கொண்டிருந்தாள்...

வழியில் சித்தப்பாவின் வீட்டை நெருங்கியபோதுது ஏதோ பாசத்தால் உந்தப்பட்டவள் உணர்வு பெற்றுச் சாளரத்தின் வழியே நோக்குகிறாள். அங்கே...

அகல்யாவின் அப்பாவும், சித்தப்பாவும் பேசிக்கொண் டிருப்பதை ஒட்டுக் கேட்கிறாள்.

கனகலிங்கம்தான் அகல்யாவைக் கடத்திக் கொண்டு போனான் என்று ஆத்திரப்பட்ட முதலாளி பரமசிவம், ஆயிரம் ரூபாய் செலவழித்து ஒரு காரோட்டியின் துணையுடன் கனகலிங்கத்தின் வாழ்க்கையை முடித்து விட்டதாக ஆறுதல் அடைந்தபோது, "நம்ம அகல்யாவோடு ஓடிப்போனவன் இந்திரன் அல்லவா?' என்று அவள் அப்பா சொன்னதைக் கேட்டு அதிர்ச்சியடைந்த அகல்யா, 'அட, பாவிகளா!' என்றவாறு நடக்க முடியாமல் நடக்கிறாள்.

வழியில் தசரதகுமாரனைச் சந்திக்கிறாள், அவன், 'யார் உன்னைக் கைவிட்டாலும் நான் உன்னைக் கைவிட மாட்டேன்!' என வாக்களித்தபோது அவனைப் பின் தொடர்கிறாள்.

தசரதகுமாரன் வீட்டை அடைந்தபோது, "சார்! ரொம்ப நேரம் கழித்து வந்திருக்கிறீர்களே!- பால் கெட்டுப்போய்விட்டதே!" என்று சமையற்காரன் சொன்னதைப் பெரிய தத்துவமாக நம்பியவன் சிறிதும் தாமதிக்காமல் அகல்யாவை வெளியே தள்ளிக் கதவைச் சாத்துகிறான்!

அடுத்த கணம்... இந்த மனிதர்களைவிட, இந்தச் சமூகத்தைவிட ஆயிரமாயிரம் பங்கு பெரியதும் பரந்து விரிந்ததுமான கடல், யார் கைவிட்டாலும் அது தன்னைக் கைவிடாது; யார் கதவைச் சாத்தினாலும் அது கதவைச் சாத்தாது என்கிற எண்ணம் அகல்யாவிற்கு பளிச்சிடவே அவள் கடலை நோக்கி ஓடுகிறாள்.

கடல், 'கெட்டுப்போனவள்' என்று நெட்டித் தள்ள வில்லை; 'ஓடிப்போனவள் என்று ஒதுக்கிடவில்லை; பழியைச் சுமந்தவள், பாதிக்கப்பட்டவள்' என்னும் பரிவோடும் பாசத்தோடும் வங்கக் கடல் அகல்யாவை வாரியணைத்துக்கொண்டது!

* * *

கதை மாந்தர்கள்

தமிழ்ச் சிறுகதை-பெருங்கதை இலக்கியத்தில் ஒரு மரபு இருந்தது. அந்த மரபை ஒட்டி எழுதப்பட்ட சிறுகதை-பெருங்கதைகளே சிறந்த படைப்பிலக்கியங்கள் என்று மதிக்கப்பட்டதும் உண்டு. இத்தனைக்கும் 'மரபு வழிக் கதை' களைப் படித்தவர்கள், பாரட்டியவர்கள் ஒரு சிலரே. ஆனாலும் அக்கதைகள் 'மரபு' என்னும் ஆடை போர்த்தி யிருந்ததால் அதன்மேல் எல்லோருக்கும் மயக்கமும் பக்தியும் ஏற்பட்டன!

'மரபு' என்பது ஏதோ இலக்கண சம்பந்தமான, இன்று பரவலாகப் பேசப்படுகின்ற விவகாரமாக இதை யாரும் எண்ணிவிட வேண்டா. இந்த 'மரபு' மாமன்னர்கள் வழியாகப் பிறந்து, ஜமீன்கள் வழியாக வளர்ந்து, நிலக்கிழார்களால், பணக்காரர்களால் போஷிக்கப்பட்டுப் படித்தவர்களால் கொண்டாடப்பட்ட முதலாளித்துவம் மிகுந்த மரபு வழியாகும்!

அதன் வெளிப்பாடே ஏழை- எளிய உழைக்கும் தொழிலாளர் வர்க்கத்தைத் தீண்டப்படாதவர்களாக வெளியே நிறுத்தி, அவர்கள் ஏழைகள்-இல்லாதவர்கள் என ஏளனம் பேசி, அவர்களின் உழைப்பை உதிரத்தக் குடித்தவர் களை 'நாகரிகமானவர்கள், என்றெல்லாம் நம்பிச், சிறுகதை-பெருங்கதைகளில் அவர்களையே கதாபாத்தரிங்களாக்கி அவர்களுக்கே உரிய பாசம், நேசம், வீரம் போன்ற போலியான பண்புகளை மெய்யென்று நம்பும் வகையில் எழுதியெழுதி எல்லோரையும் படிக்கத் தூண்டினார்கள்.

இத்தகைய இலக்கிய மரபுகளை ஒரு காலகட்டத்தில் பாரதியார் உடைத்தார்! அவரைத் தொடர்ந்து பாரதிதாசன், கல்கி, புதுமைப்பித்தன் போன்றவர்கள் அப்பணியை அவர்கள் காலத்தில் மிகவும் செம்மையாகவே செய்துள்ளார்கள்.

இவர்களுக்குப் பின்னால் எழுத்துத் துறைக்கு வந்த விந்தன், முன்னவர்கள் வியக்கும் வகையிலும் பாராட்டும் விதத்திலும் அந்த மரபை முற்றாக அழித்துப் புதியதோர் இலக்கிய மரபை உண்டாக்கினார். அதன் மூலம் ஏழை எளிய உழைக்கும் தொழிலாளர் வர்க்கத்தைச் சிறுகதை-நாவல்களில் ஏற்றம் பெறச் செய்து அவர்களின் உரத்த குரலை அவர்களுக்கே உரிய உரிமைப் போராட்டங்களை ஊர் அறியச் செய்தார். உதாரணத்திற்கு இக்கதையில் வரும் கனகலிங்கம் சிறந்த சான்றாகும்.

ஆசிரியர் கனகலிங்கத்தை நமக்கு அறிமுகப்படுத்துகிற போதே அவன் எத்தகைய எளியவன் என்பதை அடையாளம் காட்டி, நம்முன் அவன்பால் நேசத்தை ஏற்படுத்தி:-

"சென்ற வருடம் சென்னை கந்தசாமி கோயில் பக்கம் போயிருந்தால் நீங்கள் கனகலிங்கத்தைப் பார்த்திருக்கலாம். அவன் அங்கே ஒரு புத்தகக் கடையில் வேலை செய்து கொண்டிருந்தான். வேலையென்றால் சாதாரண வேலையல்ல; அவன்தான் அந்தக் கடைக்கு நிர்வாகி, குமாஸ்தா, விற்பனையாளன், இலக்கிய ஆலோசகன், பையன் எல்லாம்!"

"கனகலிங்கத்தின் உள்ளம் வெள்ளைதான்; ஆனால் உடலின் நிறம் கறுப்பு; அளவுக்கு மீறிய உயரம்; ஆனால் ஆஜானுபாகு அல்ல; அவனை அழகன் என்று சொல்ல முடியாது; ஆனால் அவலட்சணம் என்றும் சொல்வதற் கில்லை. காற்றுபுகாத துருத்தியைப்போல அவன் உடம்பு எப்பொழுது பார்த்தாலும் எலும்பும் தோலுமாக இருக்கும். பார்த்தவுடனே, அவன் 'வார்க்வாலிட்டி' என்று சொல்லி விடலாம். அடியில் ஒரு நாலு முழ வேஷ்டி; மேலே ஒரு ஜிப்பா- இரண்டும் வெகு நாட்களாகச் சலவைத் தொழிலாளியின் முகத்தைக் காணாதவை போலிருக்கும். வயதுக்கு ஏற்றாற்போல் அவனுக்கு அமைந்திருந்தது ஒன்றே ஒன்றுதான்-அதுதான் சம்பளம். அவனுக்கு வயது முப்பது;

சமபளமும் ரூபாய் முப்பது-! ஆனால், வயதைக் கணக்கிட்டு அவனுடைய முதலாளி அவனுக்குச் சம்பளம் கொடுக்க வில்லை என்பதை இங்கே நான் சொல்லிடத்தான் வேண்டும்!'' என்கிறார்.

இதுதான் இந்தக் கதையின் நாயகன் கனகலிங்கத்தின் வரலாறு-வாழ்க்கைச் சுருக்கம். இதனுள்ளே அவனது வயதும்-வருமானமும், அழகும், அந்தஸ்தும், குணமும் 'குவாலிட்டி'யும் அறிமுகமாகி இந்தச் சமூகத்தில் அவன் எத்தகைய சாமான்யன், சரித்திரம் படைக்க வல்லவன் என்பதெல்லாம் புரிந்துவிடுகிறது.

வெள்ளை நிறம் உடைய மனிதர்கள் சிலருக்கு உள்ளம் கறுப்பாகவும்; கல்லாகவும் இருக்கும். கறுப்பு நிறம் உடைய கனகலிங்கத்திற்கு உள்ளமும் வெள்ளையானது; உணர்வும் வெள்ளையானது.

அதனால்தான் அவன் புத்தகக் கடையில் நிர்வாகியாய், குமாஸ்தாவாய், விற்பனையாளனாய், இலக்கிய ஆலோசகனாய்ப் பையனாய்த் தொண்டு செய்து மாதம் முப்பது ரூபாய் முழுசாகப் பெற்றபோது, அது வாழ்க்கைக்குப் போதுமா போதாதா என்றெல்லாம் அவன் எண்ணிப் பார்க்கவேயில்லை. அங்கு அவனுக்குப் படிக்கப் புத்தகங்கள் இலவசமாகக் கிடைத்ததே அவனுக்கு நிறைவாக இருக்கிறது. அதன் மூலம் அவன் மனம் வெள்ளையானது என்பதும் வெளிப்படுகிறது.

இதனால் கனகலிங்கம் ஏதும் அறியாதவன் என்று சொல்லுவதற்கில்லை; எல்லாம் அறிந்தவன் என்றும் சொல்லுவதற்குமில்லை. ஆனாலும், அவன் ஏதோ ஒன்றில தேர்ந்து தெளிந்து திடமாக இருந்தான். இல்லாவிட்டால் தம் கடைக்கு வந்த எழுத்தாளரிடம் ''இங்கே செத்துப் போனவர்களின் நூல்களைத்தான் வெளியிடுவது வழக்கம்!'' என்று தன் முதலாளி காலங்காலமாக வளர்த்துப் பாதுகாத்து

வந்த இலட்சியத்தை- 'தொழில் இரகசியத்தை ஓர் நொடியில் அடிஅடியென்று அடித்துத் தூள் தூளாக்கி இருக்க மாட்டான்; உங்களைக் காதலிக்கிறேன்!' என்று சொன்னவளிடம் 'காதலிக்கக் காசு வேண்டுமே?' என்று கூறி ஒரு கட்டத்தில் கையை விரித்தவன், மற்றொரு சமயத்தில் அவளுக்காக வேலையை இழந்து வேதனைகளைச் சுமந்து கடைசியில் காருக்குப் பலியாக, ''நல்லவர்கள் வாழ்வதில்லை நானிலத்தின் தீர்ப்பு!'' என்று ஆசிரியரின் அனுதாபத்தையும் பெற்றிருக்க மாட்டான்!

இவ்வளவுக்கும் மேலாக இந்தக் கதை மாந்தனின் உள்ளத்தில் ஏதோ ஒரு பொறி கணத்திற்குக் கணம் கனன்று கனன்று நெருப்பாகி அவனுள்ளே 'குபுகுபு'வெனச் சிவப்பாய்ப் பெரியதாய்க் கதிர் பரப்புகிறபோது, அவன் பேச்சும் மூச்சும் நெருப்பின் வீச்சாக மாறிக் கண் முன் படும் தீமைகளைச் - சமூகக் கேடுகளைச் சுட்டுப் பொசுக்கிட முனைகின்றன. ஆனாலும், முடிவில் எதிரியின் தாக்குதலைச் சமாளிக்க வலுவின்றி அணைந்து அழிந்த போதிலும், அதன் வீச்சால் ஏற்பட்ட தழும்புகளும், தார்மீகப் பண்புகளும் அணைந்துவிடவும் இல்லை; எவராலும் அழித்துவிடவும் முடியவில்லை!

இந்தச் சமூகத்தில் ஏழை எளியவர்கள் எவ்வளவுதான் தூய உள்ளத்தோடு தொண்டு புரிந்தாலும், பழிகளை ஏற்றுப் பாதிக்கப்பட்டாலும் அவர்களை இந்தச் சமூகம் வரவேற்பதும் இல்லை; வாழ்த்துவதும் இல்லை. மாறாக, 'இல்லாதவர்'களுக்கு ஏன இந்த ஆசையெல்லாம் என்று பரிகசிக்கவும், பழி வாங்கவும் 'இருப்பவர்'கள் அஞ்சுவதில்லை.

இதனைத்தான் கனகலிங்கத்தின் தொண்டுள்ளம் மிகுந்த தூய வாழ்க்கை நமக்கு எடுத்துக் காட்டுகிறது. மேலும், அவன் சந்தர்ப்பத்திற்குத் தகுந்தவாறு சாகசங்கள் புரிந்து தன்னைப் பெரிய சாதனையாளன் என்று பெருமை

பேசிக்கொள்ளாமல் தான் ஒரு சாமான்யன், இலட்சியவாதி, இதற்கெல்லாம் மேலாகச் சுயமரியாதை மிக்க மனிதாபிமானி என்பதை ஒவ்வொரு நிகழ்விலும் விவரத்தோடு வெளிப்படுத்தி நம் மனத்தில் புதிய புதிய கனவுகளைக் காட்சிகளை உண்டாக்கிவிடுகிறான்.

அதனாலேயே அவன் சாதாரணப் புத்தகக்கடை ஒன்றில் வேலை பார்க்கும் கனகலிங்கமாக நமக்குத் தோற்ற மளிக்காமல், ஒரு காலகட்டத்தின்-சமூக எழுச்சியின் வெள்ளி முளைப்பாக விவரமும் வீரமும் செறிந்த மாந்தனாகக் காட்சியளிக்கிறான்!

இத்தகையப் பண்புகளைக் கனகலிங்கம் படித்துப படித்துப் பெற்றானா? அல்லது இந்தச் சமூகத்தைப் பார்த்துப் பார்த்துக் கற்றானா? என்றெல்லாம் எண்ணிப் பார்க்கிறபோது, அவன் பார்த்ததையே சொல்லுகிறான்; அதுவும் பாதிப்புகளைக் கண்டு அஞ்சாமல் சொல்லுகிறான் என்று 'பட்'டென்று சொல்லத் தோன்றுகிறது.

ஏனெனில், இந்தச் சமூகத்தைப் படித்துச் சொன்னவர் களை விடப், பார்த்துச் சொன்னவர்களே மேலானவர்களாக, அதிலும் பாதிப்புகளைக் கண்டு அஞ்சாமல் பார்த்ததைச் சொல்லி, பாதிக்கப்பட்டவர்களே அன்றும் இன்றும் நம் வணக்கத்துக்குரியவர்களாக இருந்து வருகிறார்கள்.

ஒரு கட்டத்தில் இந்தச் சமூகத்தின் அழகுகளை வெறுத்து அழுக்குகளை அம்பலப்படுத்தினான் புத்தன்; கொடுமைகளை, அடிமைத்தனங்களைக் கண்டு கோபம் கொப்பளிக்கக் குரல் கொடுத்தார் ஏசு; மத வெறியர்களின் பேயாட்டத்தைப் பார்த்துச் சகோதரத்துவத்தையும் சமத்துவத்தையும் எடுத்துரைத்தார் மகாத்மா காந்தி.

இந்தச் சான்றோர்களின் அடிச்சுவட்டை, அனுபவத்தை வாழ்க்கையில் கடைப்பிடிப்பதற்கும், காப்பாற்றுவதற்கும் ஆயிரம் முறை யோசித்துப் பார்ப்பதையே தமது

வாழ்க்கையின் இலட்சியமாகக் கொண்டிருக்கும் படித்தவர்களும், பணக்காரர்களும் புறவாழ்க்கையில் தம்மைப் 'புத்தன், ஏசு, காந்தி!' என்று சொல்லிக் கொள்வதற்கு இவர்கள் ஒரு நிமிடத்தைக்கூட செலவழிப்பதே இல்லை! ஏனெனில், 'காலம் பொன்னானது!' என்பதால்.

ஆனால், அகவாழ்க்கையிலும், புற வாழ்க்கையிலும், அறிந்தோ அறியாமலோ, தெரிந்தோ தெரியாமலோ, புரிந்தோ புரியாமலோ, ஏழை எளிய பாமரர்கள் வாழ்க்கையில் புத்தனின் மனிதாபிமானமும், ஏசுவின் அன்புள்ளமும், காந்தியின் சகோதரத்துவமும் ஒன்று கலந்து அதுவே அவர்களின் அன்றாட வாழ்வின் அனுபவங்களாக வெளிப்படுகிறபோது, அவர்களும் தம்மை இன்னார் என்று அறிமுகப்படுத்திக்கொள்வதில்லை; சமூகமும் அவர்களை அடையாளம் காட்ட முன்வருவதில்லை; வேஷம் போடுவதே இந்தச் சமூகத்தில் 'தலை சிறந்த கலை' என்று மதிக்கப்படுவதால்.

இத்தகைய வர்க்கத்தில் பிறந்த கனகலிங்கம், பரந்து விரிந்த இந்தச் சமூகத்தில் எத்தனையோ விதமான கொள்கைகளும், குறிக்கோள்களும் சாதியின் பேரால், மதத்தின் பேரால், பணத்தின் பேரால், பக்தியின் பேரால் நாளுக்கு நாள் வளர்ந்து வானோங்கி நிற்பதையும், அதை நம்பிப் பலர் வாழ்வதையும் அவன் கவனத்தில் கொள்ளாமல், ஏதோ ஒரு குறிக்கோளுடன் வாழத் தொடங்குகிறான் என்பதையே அறிமுகம் நமக்கு அடையாளம் காட்டுகிறது.

இதற்கு உந்தாற்றலாக ஒரு பின்னணியும், பெரிய தத்துவமும் இருக்கும் என்று சொல்வதைவிட, அவனுடைய முப்பதாண்டு வாழ்க்கையே அவனுக்கு அந்த முதிர்ச்சியை அளித்திருக்கும் என்று நம்புவதே பொருத்தமாகும்.

ஆம், கனகலிங்கத்தின் வாழ்க்கை அனுபவமும், சமூக நோக்கும் இக்கதையின் ஆரம்பத்திலேயே அவனை இன்னார் என்று நமக்கு அடையாளம் காட்டிவிடுகின்றன.

மாதம் முப்பது ரூபாய் சம்பளமாகத் தரும் முதலாளி பரமசிவத்திடம் அவன் கொஞ்சமும் அச்சமின்றி அமைதியான முறையில் தமது தேவையை வற்புறுத்த...

"கனகலிங்கம் சொல்வதும் ஒரு விதத்தில் சரிதான்!- தன்னம்பிக்கைகூடச் சட்டைப் பையில் காசு இருந்தால் தான் வந்து தொலைகிறது!" என்று முதலாளியைச் சிந்திக்க வைப்பதின் மூலம் கனகலிங்கம் இந்தச் சமூகத்தை எவ்வளவு அனுபவப் பூர்வமாக அறிந்து வைத்திருக்கிறான் என்பது புரிந்துவிடுகிறது.

இவ்வாறு சிந்திக்கத் தெரிந்த கனகலிங்கம் வாழ்க்கையில் சந்தித்தவர்களைச் சிந்திக்கச் செய்தான். அதனால்தான், 'நான் உங்களைக் காதலிக்கிறேன்!' என்று அகல்யா சொன்னபோது, "அப்படியா! நானும் உன்னைக் காதலிக்கிறேன்!" என்று இக்காலத்து இளைஞர்களைப் போல் பல்லிளித்து நிற்காமல்... "வாழ்க்கையில் காதலை எதிர்பார்த்து ஏமாந்த சில சோணகிரிகளின் கட்டுக்கதை காதல். அது ஓர் இனிய கனவு; அற்புதக் கற்பனை; கதை களுக்கும் காவியங்களுக்கும் உயிர்நாடி போன்றது. ஆனால், படித் துஅனுபவிப்பதோடு அதை நிறுத்திக் கொள்ள வேண்டும்!" என்று எந்தவிதமான மயக்கமும் இல்லாமல் 'பட்'டென்று சொல்லுகிறான்.

இவ்வாறு வாழ்க்கைப் பயணத்தில் கனகலிங்கம் அன்றாடம் சந்திக்கிற ஒவ்வொரு நிகழ்வுகளையும் இனம் காண்கையில், சில போக்குகள் எவ்வளவுதான் பொய்யாக இருந்தபோதிலும், அதைப் பலர் மெய்யென்றும் மேலானது என்றும் பேசி பேசியே சமூகத்தில் பரப்பியபோது, அவன் ஆத்திரமும் ஆவேசமும் கொண்டு அவற்றை மிதித்து மிதித்து மேலே மேலே நடந்து செல்ல முயல்கிறான்.

ஆனால், அவன் ஓர் அடி கூட எடுத்து வைக்க முடியாமல் பணமும், பழைமைப் போக்குகளும் அவனைக் கால் இடற வைத்து இறுதியில் உயிர் துறக்கச் செய்துவிடுகின்றன!

கனகலிங்கத்தின் மரணம், இந்தச் சமூகத்தில் மெய்யான அன்பையும், மேலான பண்பையும் காண விழையும் இளைய தலைமுறைக்கு ஓர் எச்சரிக்கை! ஏழை எளிய உழைக்கும் வர்க்கத்திற்கு ஒரு சவால்! பணம், எத்தகைய சக்தி வாய்ந்த ஆயுதம் என்பதை நியாயப்படுத்தும் சமூக நீதி! 'இல்லாத வர்கள் எல்லாம் பொல்லாதவர்கள்!' என்னும் பொய்யான கருத்தை மெய்யாக்குவதற்கு நல்ல சாட்சி!

மரணம், மனிதனின் உடலை, உணர்வை மாய்க்கலாம். ஆனால், அவன் பெயரைப், பெருமைகளைப் பேணிக் காத்த பெரியதோர் தத்துவங்களை மாய்ப்பதில்லை; இது சரித்திரம்.

கனகலிங்கம் மரணத்தை வென்றவன்; இச்சமூகத்தின் தலை சிறந்த மாந்தனாய் நம் மனத்தில் நிறைந்தவன்.

அவனின் சமூக நோக்கும், மனித நேயமும் புதியதோர் விடியலைக் காண்பதற்கு வித்தாகும்!

அவன் வாழ்ந்த நாள்கள் சிறிதே எனினும், நீண்ட நாள்கள் நம் நெஞ்சில் நிலைத்திருப்பான் என்று நம்புவோமாக!

* * *

அகல்யா :

கல்வி, கோழையை வீரனாக்கும்; மிருகத்தை மனிதனாக்கும்; மனிதனை அறிஞனாக்கும் என்று எவனோ சொன்னதை மெய்யாக நம்பிய பெற்றோர்கள், தம் பிள்ளைகளைப் பள்ளிக்கும், கல்லூரிக்கும் அனுப்பி வைப்பதை ஒரு கடமையாகக் கொண்டார்கள். அவ்வாறு பெற்றோர்களின் விருப்பப்படி கல்லூரிக்குச் சென்றவனே அகல்யா.

கல்லூரியில் பிள்ளைகள் படித்துப் பட்டம் பெற்ற பிறகு அவர்கள் இந்த தேசத்துக்கும், மக்களுக்கும் நல்ல ஆசிரினாக,

மருத்துவனாக, வழக்கறிஞனாக வளர வேண்டும். வரவேண்டும் என்று விரும்பிய தேசபக்தியும் மனிதாபிமானமும் மிக்க பெற்றோர்கள் ஒரு சிலரே. ஆனால், அவர்கள் தம் உயிரைப் பாதுகாக்கும், டாக்டராகவும், உடைமையைப் பாதுகாக்கும் வக்கீலாகவும் வளரவேண்டும். வரவேண்டும் என்று விரும்பிய பெற்றோர்களே அதிகம்.

இவ்வாறு சுயநலத்தோடும் சுரண்டல் குணத்தோடும் கனவு கண்டவர்களின் பிள்ளைகள், எதிர் காலத்தில் பெற்றோர்களின் உயிரைப் பாதுகாப்பதற்குப் பதிலாகப் பச்சையாகத் தின்பதற்கும், உடைமைகளைப் பங்கு போட்டு உண்பதற்கும் மட்டுமே பயன்பட்டார்கள்.

இத்தகைய வர்க்கத்தில் பிறந்து வளர்ந்தவளே அகல்யா. இவள், கல்லூரியில் படித்து நல்ல ஆசிரியையாக, மருத்துவராக, வழக்கறிஞராக வளர வேண்டும். வர வேண்டும் என்று பெற்றோர்கள் விரும்பினார்கள்.

ஆனால், கல்லூரியில் அகல்யா காதலையே மிகுதியாகக் கற்றாள். அந்தக் காதல் செழித்து வளர்வதற்கு இந்திரன் என்பவனை நாடி, பிறகு பெற்றோர்களைப் பிரிந்து அவன் பின்னால் ஓடுகிறாள். போன இடத்தில் அகல்யாவின் அழகில் இந்திரன் மயங்கிடவில்லை; அவள் காட்டிய அன்பில் திளைத்திடவில்லை; நகைகள் ஏதும் இல்லாமல் இருப்பதைக் கண்டு பெருத்த ஏமாற்றம் அடைந்தவனாய்ப், 'பிறந்த மேனியோடு வந்திருக்கிறாயே!' என்று பெருமூச்சு விட்டவன், அகல்யாவை அனாதையாக விட்டுவிட்டுப் போய்விடுகிறான்!

போனவன் அதோடு போனவனாக இல்லாமல், "அகல்யா! என்னை மன்னித்துவிடு!... காதலினால் ஆத்மாவைத்தான் திருப்திப்படுத்த முடியும்; வயிற்றைத் திருப்திப்படுத்த முடியாது. எனவே, ஒன்றும் புரியாமல் நான்

வந்த வழியே செல்கிறேன். கடவுள் உன்னைக் காப்பாற்றட்டும்!'' என்று கடிதத்தின் மூலம் தன் மனத்தைத் திறந்து காட்டிவிட்டுக் கம்பிநீட்டி விடுகிறான்.

அவன் கடிதம் அவளுக்குக் கண்ணீரையும் கலக்கத்தை யும் உண்டாக்கியதோடு, பெற்றோர்களை நினைக்கச் செய்து, 'அப்பா, அம்மா மட்டும் தன்னுடைய காதலை ஏற்றுக்கொண்டு தனக்கு முறைப்படி கல்யாணம் செய்து வைத்திருந்தால்...? அப்பொழுது மட்டும் என்ன வாழ்ந்திருக்கப்போகிறது? தன்னை நம்பி- தன்னுடைய சொந்த உழைப்பை நம்பி வாழ்வதற்குத் தைரியமில்லாதவன் என்னுடைய நகைநட்டுகளைக் கொண்டு வாழ முடியும் வரை 'கண்ணே, மூக்கே!' என்று என்னுடன் காதல் புரிந்திருக்கப் போகிறான். அதற்குப் பிறகு, 'அதைக் கொண்டா, இதைக் கொண்டா!' என்று அப்பாவிடம் விரட்டியடித்திருக்கப் போகிறான்!'

இவ்வாறெல்லாம் எண்ணியவள், காசைவிடக் காதலே பெரியதென்றும், அந்தக் காதல் வாழ்வதற்கும் வளர்வதற்கும் தான் வாழ்வதே சரியென்றும், செத்துத்தான் சமூகத்தின் அனுதாபத்தைப் பெற வேண்டுமென்றால், அந்தப் பாழும் அனுதாபம் வேண்டவே வேண்டா!' என்கிற முடிவோடு அகல்யா கனகலிங்கத்தைக் காதலிக்கிறாள். அவனும் கொன்றுவிடுகிறேன்?' என்று அனுதாபத்தோடு ஆதரிக்கிறான். 'உன்னைக் காதலிக்காமல் கொல்வதைவிட, காதலித்தே கொன்றுவிடுகிறேன்?' என்று அனுதாபத்தோடு ஆதரிக்கிறான்.

இதன் மூலம் அகல்யாவிற்குப் பெரியதாகவும் போற்றத் தக்கதாகவும் தெரிவது 'காதல்' ஒன்றுதான் என்பது புரிகிறது. அந்தக் காதலை மெய்யென்று நம்பி அவள் ஏமாறுகிற போதும், அப்பாவி ஒருவனை அதற்கு இறையாக்க முனைகிறபோதும் அவன் ஒரு பெண்-சகோதரி என்கிற வகையில் அவள்பால் தமக்கு அனுதாபமும், அதிர்ச்சியும்

ஏற்பட்டபோதிலும், அவளின் எதிர்பார்ப்புகளை எண்ணிப் பார்க்கிறபோது நமக்கு ஆவேசமும் ஆத்திரமும் உண்டா கின்றன. மேலும், அவள் யார் என்று இனம் காண்கிறபோது அந்த உணர்வுகள் மிகவும் வலுப்பெறுகின்றன.

இத்தனைக்கும் அகல்யா ஓர் ஏழையை-இல்லாதவனைக் காதலிக்கவில்லை; படித்தவனைப்-பணக்காரனையே காதலித்தாள். அதனால்தான் பாதிக்கப்பட்டபோது இந்த மண்ணுக்கேயுரிய பண்புகளையும், பெண்களுக்கேயுரிய மென்மையான குணங்களையும் காதலென்னும் இருளில் கழற்றி எறிந்துவிட்டு, இச்சமூகத்தின் அனுதாபத்தைக்கூட அவள் துச்சமாக ஒதுக்கி மிகுந்த வக்கிரப்புடன் எப்படியும் வாழ்ந்திடவே துடிக்கிறாள்.

இவளைப் பற்றி ஆசிரியர் முன்னுரையில் குறிப்பிடு கிறார்: ''இந்தக் கதையில் வரும் அகல்யாவிடம் எனக்கு எவ்வித வெறுப்பும் இல்லை. அவள் பணக்கார வர்க்கத்தைச் சேர்ந்தவள் என்று குறிப்பிடும்போது, மட்டும் எனக்கு அந்த இனத்தின்மேல் இயற்கையாக உள்ள வெறுப்பை ஓரளவு காட்டியிருக்கிறேன்-அவ்வளவுதான்!''

ஆசிரியர் அடக்கத்துடன் 'ஓரளவு' என்று குறிப்பிட் டிருந்தாலும் அகல்யா விஷயத்தில் ரொம்பவும் தாராளமாகவே தம் வெறுப்பைக் காட்டியிருக்கிறார் என்றே சொல்ல வேண்டும்.

பொதுவாக இந்தச் சமூகத்தில் ஏழை எளிய நடுத்தர வர்க்கத்தைச் சேர்ந்த பெண்களைப்-பேதை உள்ளம் உடையவர்களை, வலிமையும் வசதியும் படைத்த ஆண்கள் காதலிப்பதும், கற்பழிப்பதும், கைவிடுவதுமே ஒரு 'கலை'யாக நிகழ்ந்து கொண்டிருப்பதைக் கண்டு சிலர், 'காலம் ரொம்ப கெட்டுப்போச்சு!' என்று கூச்சல் போட்டுக கொண்டிருக்கும்போது, பணக்காரப் பெண்ணொருத்தியை அதே வர்க்கத்தில் பிறந்து வளர்ந்த ஆணொருவன்

காதலித்துப், பிறகு கை விட்டுவிட்டான் என்பது சிந்திக்கத் தக்கது; இருவரையும் பிணைத்தது-பிரித்தது காதலா? என்பதே சந்தேகத்துக்குரியது

ஆம், அகல்யாவும், இந்திரனும் காதலினால் கட்டுண்டு கருத்தொருமித்து ஆரவு பட்டதே இன்பம் என்று இறுமாந்து போனவர்கள் அல்லர். இருவரும் ஒருவரையொருவர் இன்னார் என்று அறிந்த பிறகே-அந்தஸ்தைப் புரிந்து கொண்ட பிறகே காதலிக்கத் தொடங்கியவர்கள். ஆனாலும், அவர்கள் காதல் வாழவில்லை; அவர்கள் மட்டுமே வாழத் துடிக்கிறார்கள். அதிலும் அகல்யா ரொம்பவும் துடிக்கிறாள்.

இதன் மூலம் அகல்யா பெரிதும் மதிக்கும் 'காதல்' என்பது மயக்கமா? அல்லது பணக்காரரக்ளுக்குப் பருவகாலத்தில் உண்டாகும் 'பசி'யா? என்று நம்மால் புரிந்து கொள்ள முடியவில்லை.

ஏனெனில், அகல்யா அவன்மேல் கொண்டது உண்மையான அன்பு என்றால், அவன், அவளைக் கைவிட்டு விட்டு, கடவுளை அவளுக்குத் துணையாக்கி விட்டுவிட்டுப் போனபோது, அந்தக் கடவுளை அடுத்த அறையில் இருந்த கனகலிங்கத்திடம் கண்டிருக்க மாட்டான்; மாறாக எங்கும் நிறைந்தவர் என்று சொல்லப்படுகின்ற கடவுளை இச்சமூகத்தின் வீதிகளில் சந்து பொந்துகளில், இன்னும் எங்கெங்கோ தேடித் திரிந்து காணமுயன்று காணமுடியாது என்று தெரிந்த பிறகு, கடலில் குதித்திருப்பாள்.

பாவம், சமூகத்தின் இத்தகைய தார்மீக உணர்வுகளை யெல்லாம் காணமுடியாதவாறு, அவள் பிறந்து வளர்ந்த வர்க்கமே வழுக்கி விழுவதற்கும், பழிகளைச் சுமப்பதற்கும் காரணமாகிவிடுகிறது. அதற்காக அவள் அந்த வர்க்கத்தின் பேரில் எந்தவிதமான கோபமோ வெறுப்போ காட்டாதது வியப்புக்குரியது!

மேலும், இரண்டு மனம் படைத்த வர்க்கத்தில் பிறந்த அகல்யாவிற்கு ஒரு மனமே இயல்பாக அமைந்திருக்கிறது. அந்த மனம் கண்ணகிக்க மாதவிக்கு அமைந்தது போலவே பழமையானது. அதனால்தான் அவள் ''வாழ்க்கையே பழைய வாழ்க்கையிலிருக்கும்போது, அதை அடிப்படையாகக் கொண்ட தம் கதை மட்டும் எப்படி புதிய கதையா யிருக்கும்'' என்கிறாள்.

உருவக் கவர்ச்சியால் உண்டான அவளின் பழைமை மிகுந்த காதல் ஒட்ட முடியாமல் உடைந்து போகிறபோது, அதை எப்படியாவது எங்கேனும் ஒட்டி வைத்திடத் துடிக்கிறாள். இத்தனைக்கும் படித்தவள், எதையும் பகுத்தறிந்து பார்க்கக் கூடியவள், இருப்பினும் மீண்டும் மீண்டும் பழமைப் போக்கிற்கே பலியாகிறாள்.

எது எப்படியிருந்த போதிலும், அவள் எங்குப் பிறந்திருந்த போதிலும், அவள்ஒரு பெண்ணாகப் பிறந் திருப்பதாலேயே அவள் பேரில் இந்தச் சமூகம் அனுதாபப்படவும் ஆதரிக்கவும் அஞ்சுகிறது. அதே நேரத்தில் அகல்யாவைக் கைவிட்ட இந்திரனின் சகல தவறுகளையும் மூடி மறைத்து, வேறு ஒருத்தியை அவன் மணப்பதற்கும் ஆதரவு தருகிறது.

பெண்ணடிமைத் தனத்திற்கு பேர் போன இச்சமூகம், அகல்யா போன்ற அபலைகளை ஆதரிக்க மறுப்பதில் ஆச்சரியம் ஒன்றும் இல்லை; அவர்களும் இந்தச் சமூகத்தை மதிக்காமல் வாழ்வதில் தவறேதுமில்லை!

வழுக்கி விழுந்தவள்!' என்று இச் சமூகத்தால் அறிமுகப் படுத்தப்பட்ட அகல்யா, மேலும் மேலும் அத்தகைய பாதை களில் செல்லாமல், பழைய தழும்புகளோடு புதிய பாதையில் செல்ல முயன்றபோதிலும், அவள் முகத்தில் குத்தப்பட்ட முத்திரைகள் அவளை அடையாளம் காட்டிக் கொண்டே யிருக்கின்றன.

அவள்மேல் பாசமும் பரிவும் காட்ட மனம் இல்லாமல் கண்மூடிக்கிடந்தவர்கள், அவளைக் கண்டபோது மட்டும் ‘அதோ, போகிறாளே...!’ என்று அகலக் கண்திறந்து அதிசயத்தோடு பார்த்தார்கள்.

எவரையும் அவள் கண்திறந்து பார்க்கவில்லை; எதையும் அவள் காதுகொடுத்துக் கேட்கவில்லை; எவரிடமும் அவள் வாய் திறந்து பேசவும் இல்லை.

அவள் போய்க்கொண்டிருந்தாள்; வேகமாகப் போய்க் கொண்டிருந்தாள், கடலை நோக்கி.

அகல்யாவைக் கண்டவுடன் கடல், ‘பிறந்த மேனியோடு வந்திருக்கிறாயே!’ என்று இந்திரன்போல் ஏமாற்றப் பெருமூச்சு பிடவில்லை; சார்! நேரம் கடந்து வந்திருக் கிறீர்களே, பால் கெட்டுபபோச்சே!’ என்று சமையற்காரன் சொன்னதைக் கேட்டுத் தசரதகுமாரனைப்போல் கதவைத் தாளிடவில்லை;

‘உன்னைக் காதலிக்காமல் கொல்வதைவிடக் காதலித்துக் கொன்றுவிடுகிறேன்!’ என்று சொன்ன கனகலிங்கத்தைப் போல் அன்போடு அழைப்பு அவளை அரவணைத்துக்கொண்டது!

* * *

அகல்யாவின் மரணம், காதலை நம்பும் சகோதரிகளுக்கு ஓர் எச்சரிக்கை! ‘இந்திரன்’களுக்கு ஓர் அறை கூவல்! பெண்ணடிமை மிகுந்த சமூகத்திற்கு நல்ல படிப்பினை!

* * *

இந்திரன் :

புராணத்தில் வரும் இந்திரனைப் போலவே, மறைந் திருந்தே மாறுவேடம் போட்டே ஒரு பெண்ணின் வாழ்க்கையை மாய்த்து விடுகிறான். அந்த இந்திரனுக்கு தேவலோகத்தில் பல பெண்களை ஏமாற்றுவதற்கு வசதியும்

வாய்ப்பும் இருந்தது போலவே, இந்த இந்திரனுக்கு மனித லோகத்தில் பல பெண்களை ஏமாற்றுவதற்கு வசதியும் வாய்ப்பும் இருந்தன.

இந்த இந்திரன் அகல்யாவைக் காதலித்துப் பிறகு கைவிட்ட போது 'கடவுள்தான் உன்னைக் காப்பாற்ற வேண்டும்!' என்று கடவுளைத் துணைக்கு அழைத்தாள்; அந்த இந்திரன் ரிஷிபத்தினியைக் கெடுக்க முனைந்தபோது எந்தக் கடவுளைத் துணைக்கு அழைத்தானோ, அல்லது தானே கடவுளின் அவதாரம் என்று ஆணவத்தோடு இருந்தானோ யார் அறிவர்?

அவன் கதை காலத்தால் அழியாதது போலவே, இவன் கதையும் காலத்தால் அழியாதது.

ஒரு பெண்ணின் உள்ளத்தில் காதலைத் தூண்டி விட்டு விட்டு, அந்தத் தூண்டுதலைப் பொறுத்துக் கொள்ள முடியாமலும், புரிந்துகொள்ள முடியாமலும் பெற்றோர் களைப் பிரிந்து இவனை நம்பி ஓடிவந்த பெண்ணைப் பார்த்து 'நகை நட்டுகள் ஏதுமில்லாமல் பிறந்த மேனியோடு வந்திருக்கிறாயே? காதலினால் ஆத்மாவைத்தான் திருப்தி படுத்த முடியும், வயிற்றைத் திருப்திபடுத்த முடியுமா!' என்று கேட்டவன் இவன்தானே?

இப்படி கேட்பதற்கு இவனுக்கு எந்தக் கல்லூரியும் கற்றுத் தரவில்லை; இது இவன் இரத்தத்தோடு கலந்த பிறப்புணர்பு.

ஆம், இந்திரனுக்குக் காதலைவிட காசே பெரியது. அந்தக் காசுக்காக இவன் எத்தனைப் பெண்களை வேண்டு மானாலும் காதலிப்பான்; இன்னும் கைவிடுவான்; எதை வேண்டுமானாலும் செய்வான்.

'தான் பிறருக்கு உபயோகமாக இருக்கக்கூடாது; பிறர் தனக்கு உபயோகமாயிருக்க வேண்டும்!' என்பதே இவனது

இலட்சியம். அதனால்தான் தன்னை நம்பி வந்தவளின் பேரில் பரிவோ பாசமோ காட்டாமல் அவள் பணத்தோடு வரவில்லையே என்று பதறுகின்றான். இது ஒரு பச்சையான பணக்காரப் புத்தி!

பெண்களைக் 'கொடி' யென்றும், ஆண்களைக் 'கொழுகொம்பு' யென்றும் சொல்லுவார்கள். இவனோ, 'கொடி'யாகிப் போனான். அதையே தனது கொள்கை யாகவும் ஆக்கிக்கொண்டான். என்ன இருந்தாலும் இவன் இந்திரன் பாருங்கள்! அந்த இதயமும் இரண்டு மனமும் இல்லாமலா இருக்கும்?

இவன் அப்பனும், பாட்டனும், பணக்காரர்கள், வசதி படைத்தவர்கள் என்று அறியும்போது அவர்களின் பூர்வீகமே நம் கண் முன் தெரிகிறது.

அவர்கள் எத்னை பெண்களைக் கற்பழித்துக் கைவிட்டு விட்டார்களோ; எத்தனை பெண்களைக் கொலைசெய்து குழிதோண்டிப் புதைத்தார்களோ; எத்தனை பெண்களை ஆயுள் முழுதும் அடிமைப்படுத்திச் சுரண்டிக் கொழுத்துப் பின் ஆதரவின்றி அலைய விட்டார்களோ; எல்லாம் அந்த வர்க்கத்திற்கே உரிய இரகசியங்கள்; மூடி மறைக்கப்பட்ட உண்மைகள்; தொடரும் நியாயங்கள்!

இத்தகைய 'கைவிடும் கருணை உள்ளங்கள்!' படித்தவர் களுக்கும், பணக்காரர்களுக்கும் இயல்பாக அமைந் திருப்பதே இச்சமூகத்தின் நீண்ட வரலாறாகும். இத்தனை யிலும் இவர்கள் எதிர்பார்ப்பு பணம் ஒன்றேயாகும். அந்தப் பாழும் பணத்தானே இவர்கள் என்ன செய்தாலும் பட்டுத் திரைபோட்டு மறைத்துவிடுகிறது?

ஏனெனில், ஏழை எளியவர்கள் பணத்தின்மேல் காட்டும் மதிப்பையும் மரியாதையையும்விட பணக்காரர்கள்தானே அதன்பேரில் தீராத காதல் கொண்டு நித்தமும் எத்தனையோ விதமான சமூக விரோதச் செயல்களைச் செய்வதற்கும்

துணிகிறார்கள்! இத்தனைக்கும் அவர்கள் ஒரு துளி வியர்வையோ, இரத்தமோ சிந்தாமலேயே உறவும்-உரிமையும் கொண்டாடுகிறார்கள்.

இததகைய 'திருக் குணங்'களின் மிச்சமீதியாக இல்லாமல் முழுவதுமாக அமைந்திருந்த இந்திரன், அகல்யாவைக் காதலித்துப் பின் கைவிட்டான் என்பது, ஏதோ சந்தர்ப்பவசத்தால்-உருவக் கவர்ச்சியால் நேர்ந்த தவறு என்பதைவிட ஒருவனின் பணத்தாசையால் ஒரு பெண்ணுக்கு இழைக்கப்பட்ட சமூகக் கொடுமையென்றே சொல்ல வேண்டும். 'இத்தகைய தவறுகள் குற்றமாகாது!' என்னும் தத்துவங்கள் எல்லாம் உபதேசத்திற்கு உகந்ததே யெனினும் உண்மைக்குப் பொருந்தா; நல்ல உணர்வு களையும் வளர்க்கா!

இன்றைய சமூகத்தில் பொய்மையான தத்துவங்களும், போலியான மனிதர்களும் எங்கும் எதிலும் ஒளிவு மறைவு இல்லாமலும் பகிரங்கமாகப் பட்டப் பகலிலேயே பவனிவர உண்மைகளும், அதையே பெரிதென மதிக்கும் மனிதர் களும் அமுக்கப்பட்டும் ஒடுக்கப்பட்டும் அடையாளம் தெரியாதவாறு அழிக்கப்பட்டபோதிலும், உண்மையின் குரலும், அதை நிலைநாட்டப் போராடும மனிதனின் வீச்சும் 'எங்கெங்கும் காணினும் அவள் சக்தியடா!' என்று வியக்கும் வகையில் திசைதோறும் எதிரொலித்துக் கொண்டிருக் கின்றன.

'இந்திரன்'கள் 'அகல்யா'க்களைக் காதலிப்பதும் கைவிடுவதும் காலத்தின் கொடுமையா? அல்லது சீரழிந்து கொண்டிருககும் இந்நாளில், காதலிப்பதற்கு 'இந்திரன்' களும் கண்ணீர் விடுவதற்கு 'அகல்யா'க்களும் ஆயிரம் ஆயிரமாக வளர்ந்து கொண்டிருக்கும் இத்தேசத்தில் தசரதகுமாரர்கள் பிறப்பது எப்போது? கல்லாக நிற்கும் அகல்யாவிற்குச் சாப விமோசனம் அளிப்பது எப்போது?

இந்திரன் பிறந்த மண்ணில்தான் கனகலிங்கம் பிறந்தான்; காந்தி பிறந்த மண்ணில்தான் கோட்சே பிறந்தான். காந்தியின் அடிச்சுவட்டில் கனகலிங்கம் நடந்தான்; கோட்சேயின் வழியை இந்திரன் பின்பற்றினான்.

இப்போதுதான் வசதியும் வாய்ப்பும் உள்ள ஒருவன் எந்த நேரத்திலும் யாரை வேண்டுமானாலும் தன்னுடைய 'வாரிசு' ஆக ஏற்றுக்கொள்வதற்குச் சட்டமும் சமூகமும் கதவைத் தாராளமாகத் திறந்து வைத்திருக்கிறதே!

சிந்தனையாளன் ஒருவன், மற்றொரு சிந்தனை யாளனை தன்னுடைய 'வாரிசு' என்று சொன்ன மாத்திரத்தில் அவன் சிந்தனைகளைச் சீர்தூக்கிப் பார்க்கத் துடிக்கும் சமூகம், கலைஞன் ஒருவன் மற்றொரு கலைஞனைத் தன் 'வாரிசு' என்று அறிவிக்கும்போது அவன் கலைப் படைப்புகளை விமர்சிக்கப்புகும் சமூகம், செல்வன் தன்னுடைய 'வாரிசு'களை அறிமுகப்படுத்துகிற போதும், கொலைக்காரன் தன்னுடைய 'வாரிசு'களை அடையாளம் காட்டுகிறபோதும், வாய்மூடிக் கண்மூடி கிடக்கிற சமூகமும் சட்டமும் இந்திரனும் தன்னை ஒரு கோட்சேயின் 'வாசிசு' என்று சொன்னபோதிலும் சமூகமும், சட்டமும் வாய் திறந்து கேட்காது! கண் திறந்தும் பார்க்காது! அதனால்தான் இந்திரன்கள் வாழும் தேசத்தில் அகல்யாக்கள் அழுது கொண்டிருக்கிறார்கள்!

* * *

தசரதகுமாரன் :

சிலரின் பெயரைச் சொன்னால் சிலர் மயங்கிப் போவார்கள்; தன்னையே மறந்தும் போவார்கள்! அந்த அளவிற்குச் சில பெயர்களுக்கு மயக்கும் சக்தியும் சகலத்தை யும் மறக்கும் சக்தியும் உண்டென்பதே சிலரின் நம்பிக்கை. இத்தகைய மயக்க நிலைகள், அறிவுக் கூர்மைக்கு எடுத்துக் காட்டாகாது; அறியாமையின் அறிவிப்புகளேயாகும்!

'தசரதகுமாரன்' என்னும் பெயரைக் கேட்கும்போது நமக்கு மயக்கம் ஏற்படவில்லை; மறதியும் ஏற்படவில்லை. மாறாக, மறு சிந்தனையே-மறுமலர்ச்சி எண்ணமே ஏற்படு கிறது. இதையே ஆசிரியரும் தெளிவுபடுத்துகிறார்.

''...சாட்சாத் தசரதகுமாரனோ சீதாதேவிக்காகச் சிவ தனுசை முறித்தான்; மாரீசனை வதைத்தான்; இராவண னுடன் போரும் தொடுத்தான். எங்கள் தசரதகுமாரனோ ஒரு முறை என்னுடன் வந்து 'மாட்னிஷோ' பார்க்கக் கூட விரும்பவில்லை-அவ்வளவு பயம்!- என்னைப் பார்த்து பெருமூச்சு விடுவதோடு தன் காதலை நிறுத்திக் கொண்டான்!''

இதுவே அகல்யா மூலம் ஆசிரியர் தரும் வாக்குமூலம்; தசரதகுமாரனை அடையாளம் காண்பதற்கு நல்ல அறிமுகம். இந்த அறிமுகத்திற்குப் பின்னால், தசரதகுமாரனின் நோக்கை யும் போக்கையும் சற்றென்று ஏதேனும் ஒன்றோடு இணைத்து அதுவே இதுவென்னும் முடிவுக்கு வர முடியாமல், மெள்ள நடந்து ஊன்றி கவனித்துக் கடைசியில் ஒரு முடிவிற்கு வர வேண்டியிருக்கிறது. ஏனெனில், முற்பகுதியில் நவீன தசரதகுமாரனாகக் காட்சியளிப்பவன், பிற் பகுதியில் சாட்சாத் தசரதகுமாரனாகவே அவதாரம் எடுத்துவிடுவதால்!

'மாணவப் பருவம் மயக்கம் நிறைந்தது!' என்பார்கள். அது ஓரளவிற்கு உண்மையே. சிலருக்குக் கலை- இலக்கியம், இசை என்றால் மயக்கம் ஏற்படும்; மற்றும் சிலருக்கோ அரசியல் என்றாலே போதும, அதற்குத் தன் அறிவை ஆற்றலை அடிமைப்படுத்திக் கொள்வார்கள். மேலும் சிலரோ 'காதல' என்னும் போதைக்கு விரைவில் பலியாகி விடுவார்கள். ஆனால், தசரதகுமாரனுக்கு உண்டானதோ ஒருதலைக்காதல்; அதிலும் ஊசலாட்டமும் உறுதியுமில்லாத காதல். அதனால்தான் அக்காதல் வளரவும் இல்லை; வாழவும் இல்லை.

தசரதகுாமரன் உள்ளத்தில் காதலைத் தூண்டிச் சுடர் விடச் செய்தவள் அகல்யாவே. அந்தக் காதல் தசரதகுமாரன் விட்ட பெருமூச்சில் அணைந்து போகாமலும், முற்றாக அழிந்து போகாமலும் நீறுபூத்த நெருப்பாகி, அவன் நெஞ்சத்தில் இதமாக இன்பமூட்டிக் கொண்டிருந்தது. அதனால்தான் அவன் காதல் கற்பனையில், கனவுகளில் மிதந்து ஆகாயப் பந்தலில் பொன்னூஞ்சல் ஆடிக் கொண்டிருந்தது.

அதுசரி, காதலில் ஒரு தலைக் காதல் என்பது என்ன? அது ஒருவரின் பலவீனத்தை-பயத்தை வெளிப்படுத்துவதுதானே? அதற்கு ஒருதலை என்னும் கவசம் ஏன்? காதல் என்ற பெயர் ஏன்? அது காவியங்களில் கதைகளில் கால் பரப்பலாம், யதார்த்த வாழ்க்கையில் எப்ப அதை வரவேற்பது? அப்படி வரவேற்க ஆரம்பித்தால் இந்திரன் காதலைக்கூட நாம் வரவேற்க வேண்டியிருக்குமே! அப்பறம் 'காதல்' என்ப தெல்லாம் பொய்யாகி, அது ஒரு கவர்ச்சி காமம் என்றல்லவா ஆகிவிடும்? அதனால்தான் 'தசரதகுமாரன்' என்னும் பெயரைக் கேட்டபோது நமக்கு மயக்கம் ஏற்பட வில்லை? மறு சிந்தனையே ஏற்பட்டது.

மேலும் 'ஒருதலைக் காதல்!' என்னும் பித்தலாட்டமும், பின்வாங்கும் போக்கும் ஏழை எளியவர்களிடத்தில் காண முடியாத ஒன்றாகும். ஆம், அவர்கள் ஒன்றை விரும்பி னாலும் முழுமையாக விரும்புவார்கள்; வெறுத்தாலும் முழுமையாக வெறுப்பார்கள். சேற்றில் ஒரு காலையும் ஆற்றில் ஒரு காலையும் பட்டும் படாமல் வைத்துக் கொண்டு அலைபாயவும் மாட்டார்கள்; ஆதாயம் உள்ள பக்கம் தலைசாய்க்கவும் மாட்டார்கள். ஏனெனில், அவர்கள் சேற்றில் பிறந்தவர்கள்; சேற்றிலேயே வாழ்ந்து கொண் டிருப்பவர்கள்.

தன்னை ஓர் 'ஆண்மகன்' என்று உடையாலும், உருவத்தாலும் அடையாளம் காட்டிக் கொண்டிருக்கும்

தசரதகுமாரன். 'ஆண், என்று சொல்ல முடியாமலும், 'பெண்' என்று புரிந்து கொள்ளமுடியாமலும் ஏதோ ஒன்றை நினைவுபடுத்துகின்றான். அதனால்தான், அகல்யாவைக் காதலிக்கத் துணிந்த அவனால் காப்பாற்ற முடியவில்லை!

சாட்சாத் தசரதகுமாரன் கல்லாக நின்ற கன்னிக்குச் சாபவிமோசமம் அளித்தான் என்பது, கதையாகவும் இருக்கலாம். கற்பனையாகவும் இருக்கலாம். ஆனால் ஒரு பெண்ணிற்கு சகோதரிக்கு நேர்ந்துவிட்ட துன்பத்தைக் கண்டு துணிந்த மனமும் பண்பும் பாராட்டுக்குரியது! அதனால்தான் 'தசரதகுமாரன்' என்னும் பெயரைச் சொல்லும்போதே சிலர் மயங்கிவிடுகிறார்கள்; தன்னையே மறந்தும்விடுகிறார்கள் போலும்!

நமக்கு அத்தகைய மயக்கமோ, மறதியோ ஏற்படாமல் போனாலும், நல்லவை எங்கே யிருந்தாலும் எதில் இருந்தாலும் அவைகளை முற்போக்கு, பிற்போக்கு என்று முத்திரை குத்தி மூடிமறைக்காமல் வரவேற்று வாழ்த்துவதே நமது நோக்கமாகும். அதனால்தான் 'இந்திரன்'களையும் 'தசரகுமாரன்'களையும் அடையாளங் காட்ட முனைகிறோம்.

'அகல்யா'க்களை அழவைத்துக் கொண்டிருக்கும் இந்திரன்களைவிட, தசரதகுமாரர்களே படுமோச மானவர்கள்; எத்தகைய படுகொலைக்கும் அஞ்சாதவர்கள். ஆம், அகல்யா நகைநட்டுகளோடு வராமல் அன்போடும் அழகோடும் வந்தாளே என்பதற்காக இந்திரன் கைவிட்டான்; இவனோ அவள் கதையை முழுமையாகக் கேட்ட பின்னரே-

''யார் உன்னைக் கைவிட்டாலும் நான் உன்னைக் கைவிட மாட்டேன்!'' என்று கதைத்தான்; ''நீ, என்னுடைய உயிர், நான் உன்னுடைய உடல்!'' என்று பிதற்றினான். ''அகல்யா! நம் காதல் பூமி பிளந்தாலும் சரி, ஆகாயம் விழுந்தாலும் சரி- எதற்கும் பின் வாங்காது!'' என்று சினிமா வசனம் பேசியவன், ''சார்! நேரம் கழிந்து வந்திருக்கிறீர்களே!

பால் கெட்டுப்போய்விட்டதே!'' என்று சமையற்காரன் சொன்னதைக் கேட்டு, சாட்சாத் தசரதகுமாரனாக அவதாரம் எடுத்தவன், அகல்யாவை வெளியில் தள்ளி கதவை மட்டும் தாளிடவில்லை; தம் இதயத்தையும் அல்லவா தாளிட்டுக் கொண்டான்!

அகல்யாவைக் காதலிக்கத் துடித்த போதும், அவளை நினைத்து இரவும்-பகலும் கனவு கண்டபோதும் அவளின் எதிர்காலத்தைப் பற்றி ஒரு கணமேனும் எண்ணிப் பார்ப்பதற்கு இதயமோ, சுயபுத்தியோ இல்லாதவன் ''சார்! பால் கெட்டுப்போய்விட்டதே!'' என்று சமையல்காரன் யதார்த்தமாகச் சொன்ன போதுமட்டும் அதை ஒரு தத்துவமாக ஏற்றுக்கொள்கிற அறிவும் ஆற்றலும் இவனுக்கு எப்படி வந்தது? எங்கிருந்து வந்தது? 'பாலும் பாவையும்' ஒன்றென எண்ணி கெட்ட பாலைச் சாக்கடையில் கொட்டுவதுபோல், பாவையைச் சமூகத்திலிருந்து நெட்டித் தள்ளுவதற்கு எந்த தர்மம் இவனுக்கு ஆதாரமாகவும் ஆதரவாகவும் இருந்தது?

இங்குத்தான் தசரதகுமாரன்-சாட்சாத் தசரதகுமாரன் என்பதைப் பச்சையாக மெய்ப்பிக்கிறான்; இங்குத்தான், ஆணுக்கொரு நீதி பெண்ணுக்கொரு நீதி, என்பதை அடையாளம் காட்டுகிறான்; இங்குதான், 'பெண்' என்பவள் தாய், சகோதரி, மனைவி, என்பதையெல்லாம் மூடிமறைத்து அவைள்ப பாலாகப் பாவித்துப் பழமை மிகுந்த சமூகத்திற்கு பலமூட்டப்பார்க்கிறான்.

சாட்சாத் தசரதகுமாரனின் சந்தேகத்திற்கு ஆளான சீதை, அக்னிப் பிரவேசத்துக்கு இலக்காகி உயிர் மீண்டாள்; இந்த தசரதகுமாரனின் சந்தேகத்திற்கு ஆளான அகல்யாவோ உயிர்விட அல்லவா துணிந்தாள்!

எது எப்படியிருந்தபோதிலும், 'தசரதகுமாரன்' என்னும் பெயரைச் சொன்னால் மயங்குகிற இந்த உலகம், அவன் ஒரு

பெண்ணுக்கு இழைத்தக் கொடுமையைப் போலியான தத்துவத்தை எதிர்த்துக் கொதித்தெழுவது எப்போது? அதுவரை அகல்யாக்கள் கெட்டப் பாலாய்ச் சாக்கடையில் கொட்டப்படுவார்கள்; கடலில் நெட்டித் தள்ளப்படுவார்கள். ஏனெனில், சொன்னவன் தசரதகுமாரன் அல்லவா?

* * *

பரமசிவம் :

"உள்ளே இருக்க வேண்டியவர்கள் எல்லாம் வெளியே இருக்கிறார்கள்; வெளியே இருக்க வேண்டியவர்கள் எல்லாம் உள்ளே இருக்கிறார்கள்!" என்பார்களே அதற்கு ரொம்பவும் பொருத்தமானவராகவும்-உதாரணமாகவும் வாழ்பவர் பரமசிவம். இவர் தமிழ் நூல்கள் பதிப்பாளர்-விற்பனையாளர்.

வாழ்ந்து கொண்டிருக்கும் எழுத்தாளர்களின் நூல்களை வெளியிட இவர் காட்டிய அக்கறையைவிடச், செத்துப் போனவர்களின் நூல்களை வெளியிடுவதில் மிகுந்த அக்கறை காட்டியவர்!

ஏன்?

இக்காலத்து அரசியல், பொருளாதாரம் இலக்கியப் போக்குகள் இவருக்குப் பிடிக்காது என்பதாலா? அல்லது அவைகளை ஒரு பிரச்னையாக எடுத்துக்கொள்வதில்லை என்பதாலா? அப்படியெல்லாம் ஒன்றும் இல்லை. செத்துப்போன ஆசிரியர்களுக்குச் சன்மானமோ, சட்டப்படியான உரிமையையோ தர வேண்டியதில்லை. ஆனால், வாழும் ஆசிரியர்களுக்குச் சகலத்தையும் கொடுக்க வேண்டும் பாருங்கள்! மேலும், நமது தமிழ்ச் சான்றோர்கள் தான் எத்தகைய வில்லங்கமும் இல்லாமல் 'விஷயதானம்' செய்துவிட்டுப் போயிருக்கிறார்கள்!

'உயிர் தமிழுக்கு, உடல் மண்ணுக்கு!' என்னும் இலட்சியத்தோடு வாழ்ந்து மறைந்த தமிழ்ச் சான்றோர்கள் பலர் இவருக்குச் சொந்தக்காரர்கள்; அவர்கள் விட்டுச் சென்ற தமிழ்ச் செல்வங்கள் அனைத்தும் இவரின் பூர்விகச் சொத்துகள்!

தமிழை நம்பி வாழ முடியாமலும், சாகமுடியாமலும் பலர் வறுமையில் வாழ்ந்து கொண்டிருக்கையில், 'தமிழ் ஒன்றை மட்டுமே நம்பி வளமாக வாழ்ந்துக்கொண்டிருக்கும் பரமசிவம், அதை வாய் திறந்து சொல்வதற்குத் தயங்கினாலும், வங்கியில் அவர் பெயரால் உள்ள வைப்பு நிதிகள் தயங்காமல் அதை அறிவித்துக்கொண்டிருக்கின்றன.

அது சரி, "இவர் செத்துப் போனவர்களிடமிருந்தா காகிதம் வாங்குகிறார்?" என்று கேட்டு விடாதீர்கள்; அவர்கள் கொடுக்கத் தயாராக இருந்தால், இவர் வாங்கத் தயாராக இருப்பவர்!

இத்தகைய 'தமிழ்த் தொண்ட'ருக்கு வாழ்க்கையில் தொண்டு செய்யப் பலர் காத்திருந்த போதிலும், இவர் பணத்தின் சிக்கனம் கருதியோ, அல்லது தான் மேற்கொண்ட 'தொழி'லின் இரகசியத்தை முன்னிட்டோ இருவரை மட்டுமே தனக்குத் தொண்டு செய்ய வைத்துக்கொண்டார்.

ஒருவன், புத்தகக்கடையின் பையனாக, நிர்வாகியாக, இலக்கிய ஆலோசகனாகத் தூய உள்ளத்துடன் தொண்டு புரிந்து மாதச் சம்பளமாக முப்பது ரூபாய் முழுசாகப் பெற்ற தொழிலாளி கனகலிங்கம்!

மற்றொருவன், மணிக்கணக்கில் வேலை பார்த்து மனிதத் தன்மையை அடகு வைத்து, ஆளை அடையாளங் காண அர்த்தராத்திரியில் அவன் அறைக்குப் போய் ஒளிந்து நின்று மிரண்டு ஓடிப் பின்னர் ஒருநாள் அந்த அப்பாவியின் மேல் காரை ஏற்றிக் கொன்றுவிட்டு ஆயிரம் ரூபாய் முழுக்கப் பெற்ற கார் டிரைவர்!

இவனும் ஒரு வகையில் அப்பாவியே! "இல்லாதவர்கள் எல்லாம் பொல்லாதவர்கள்; கொலை செய்யவும் அஞ்சாதவர்கள்!" என்று எவரால் இச்சமூகத்தில் பேசப்படுகிறதோ அவர்களே அதற்குக் காரணமாக இருப்பவர்கள்; எதையும் பணத்தால் சாதிக்க முடியும் என்று நம்புகிறார்கள். அத்தகைய 'பரந்த மனம்' உடையவரே திருவாளர் பரமசிவம்.

இவர் நூல் பதிப்புத் துறையில் எத்தகைய பாதுகாப்போடு தமிழ்த் தொண்டு புரிந்தாரோ அதைப் போலவே வாழ்க்கையிலும் பாதுகாப்போடு வாழப் பழகியவர். இல்லாவிட்டால் 'தன் குடும்பத்தின் கவுரவத்தையும், அந்தஸ்தையும் ஒருவன் பாழக்கி விட்டானே!' என்று பதட்டமடைந்து அவனைக் கொலை செய்யவும் துணிந்தவர்; அதற்கு ஒரு கார் டிரைவரைப் பயன்படுத்தி அவனைக் குற்றவாளியாக்கிச் சிறைக்கு அனுப்பிவிட்டு இவர் மட்டும் நிரபராதியாக வெளியில் நடமாட முடியுமா? என்ன இருந்தாலும் இருப்பவன் கடைப்பிடிக்கும் 'வாழ்க்கைப் பாதுகாப்பு'களை, இல்லாதவன் கடைப்பிடிக்க முடிவதில்லையே அது ஏன்?

இது ஒரு வர்க்கப்பூர்வமான விவகாரம் இங்குத்தான் நாம் ஒரு வர்க்கத்தைச் சரியாக அடையாளம் காட்டவும்- அறிமுகப்படுத்தவும் முடியும்.

இருப்பவனோ, 'எதிலும் உணர்ச்சிவசப்படக் கூடாது!' என்று மற்றவரின் உணர்ச்சியைத் தூண்டுவதுடன், 'எங்கும் உண்மையே பேச வேண்டும்!' என்று உரைத்து மற்றவனின் உண்மையை மூடி மறைப்பான்; 'உழைப்பே உயர்வுதரும்! என்று உருக்கமாகப் பேசி மற்றவனின் உழைப்பை நம்பியே வாழ்வன். இன்னும் எதையெதை இரண்டு மனங்களோடு செய்ய முடியுமோ அதையதைப் பதட்டமில்லாமல் செய்து பாதுகாப்போடு வாழ்வன்.

இல்லாதவனோ, எங்கும் உரக்கப் பேசி உணர்ச்சியைக் கொட்டி உரிமைக்காகப் போராடுவான். உண்மைகளை

மூடி மறைத்துப் பேசாமல் எதையும் உடைத்து உடைத்துப் பேசியே எல்லோருக்கும் பொல்லாதவனாகக் காட்சி யளிப்பான்; எங்கும் எதிலும் முன் யோசனையின்றி முன்னணியில் நிற்பான்.

இவ்வாறு பாதிப்புகளைக் கண்டு அஞ்சி பயந்து ஓடாமல் எப்போதும் பாதிக்கப்படுவதே இவனுக்குப் பழக்கமான ஒன்று. அதனால்தான் அவன் வாழ்க்கையில் எந்த விதமான பாதுகாப்பும் இல்லாமல் பராரியாக வாழ்ந்து கொண்டிருக் கிறான். இதற்கு இவன் மட்டுமா பொறுப்பு? சட்டம், சமூகம் என்று என்னென்னவோ.

இருப்பவனுக்கு இவர்களின் உழைப்பையும், உரிமையையும் திருடத் தெரிந்தது போலவே, இவர்களின் உணர்வையும் தனக்கு அடிமையாக்கிக்கொள்ளத் தெரிந் திருந்தது. இதற்கு நல்ல உதாரணம் கார் டிரைவரின் 'தொண்டை' மிகுந்த பாதுகாப்போடு பரமசிவம் பயன் படுத்திக்கொண்டதேயாகும்!

மேலும், ஏழை எளியவர்களுக்கு முன்கோபமும், முரட்டுத்தனமும் உள்ள அளவுக்கு முன்யோசனை கிடையாது என்பதனையே கார் டிரைவரின் 'தொண்டு' நமக்கு அடையாளம் காட்டுகிறது. அதனால்தான் அவன், ஆயிரம் ரூபாய் சுளையாகக் கிடைக்கும் என்று பரமசிவம் சொன்ன நேரத்திலேயே அப்பாவி ஒருவனைக் கொலை செய்வதற்குத் துணிந்து, இதயத்தை அடகு வைத்து இருப்பவனுக்கு 'தொண்டு' செய்ய முன்வந்தான்!

இத்தகைய அநீதியான செயலுக்கு அவன் மட்டுமா பொறுப்பு? சமூகம், சட்டம் என்று இன்னும் என்னென்னவோ அல்லவா அவனைச் சுற்றி வேலி அமைத்துக் கொண்டிருக்கிறது? அந்த வேலிகள் அவனை இறுக்க இறுக்க அவன்ஆயிரம் ரூபாய்க்கு மட்டுமா கொலை செய்வான். அய்ந்து ரூபாய்க்குக் கூட கொலை செய்வான்!

ஏனெனில், இன்றைய சமூகப் பொருளாதார நிலை அவர்கட்கு அப்படித்தானே அமைந்திருக்கிறது!

இவ்விதமான சமூகத்தைத் தன் அந்தஸ்துக்கு ஏற்பவும், அதிகாரத்துக்கு இணையாகவும் பயன்படுத்திக் கொண்டு பாதுகாப்போடு வாழ்ந்து பழகிய பரமசிவம், அந்த அந்தஸ்துக்குக் களங்கம் நேர்ந்துவிட்டது என்று தவறானத் தகவலை நம்பி அப்பாவி ஒருவனைக் கொலை செய்வதற்கும் இந்தச் சமூகம் தானே துணை நின்றது?

இத்தனைக்கும் இவரின் கோபத்துக்கு ஆளான அகல்யாவும், கனகலிங்கமும் இவருக்கு எந்தவிதமான தீங்கும் செய்யாதவர்கள்; செய்யவும் நினைக்காதவர்கள். அதிலும், கனகலிங்கம் இவருக்கு எப்படியெல்லாம் உழைத் திருக்கிறான்! பதினைந்து ஆண்டு காலம் தன் வாழ்க்கையில் சிறிதும் மாற்றம் காணாமல் வாழ்நதபோதிலும், அந்த வாழ்க்கையை முழுமையாக இவருக்கல்லவா அளித்திருந் தான்! இதையெல்லாம் ஒரு கணம் பரமசிவம் எண்ணிப் பார்க்காமல், அவர் ஒரு முதலாளி என்பதை வெளிச்சம் போட்டுக் காட்டிவிட்டாரே!

இவ்வாறு உண்மைகள் மூடி மறைக்கப்பட்டுத், தவறு களை வெளியே நிறுத்தி அதற்கு நியாயங்களைத் தேடிக் கொண்டிருக்கிற போக்குகள் சமூகத்தில் நாளுக்கு நாள் பெருகிக் கொண்டிருக்கும் வரையில், பரமசிவம் போன்ற வர்கள் மிகுந்த பாதுகாப்போடு வாழ்ந்து கொண்டுதான் இருப்பார்கள். இத்தகைய பாதுகாப்புகள் கனகலிங்கம்-அகல்யா போன்றவர்கட்கு எப்போது கிடைக்கும்? யாரால் கிடைக்கும்? அதுவரை கனகலிங்கம் போன்றவர்கள் காருக்கும், அகல்யா போன்றவர்கள் கடலுக்கும் பலியாகிக் கொண்டிருப்பார்கள். தெளிவாகச் சொன்னால், உள்ளே இருக்க வேண்டியவர்கள் வெளியே இருப்பார்கள்; வெளியே இருக்க வேண்டியவர்கள் உள்ளே இருப்பார்கள்! இதுதான் இன்றைய சமூகத்தில் காணும் நிலை.

* * *

மு. பரமசிவம்

கருத்துச் சுருக்கம்

கருத்துக் களஞ்சியமான இந்நாவலில் இருந்து சில கருத்தோட்டங்கள்:

முதலாளி பரமசிவம் வெளியில் போயிருந்தபோது ஓர் எழுத்தாளர் கையில் ஒரு கட்டுக் கையெழுத்துப் பிரதியுடன் கடைக்கு வந்து, தொழிலாளி கனகலிங்கத்திடம் முதலாளியைப் பற்றி விசாரித்தார்.

"முதலாளி இருக்கிறாரா?" எழுத்தாளர்.

"இல்லை; உங்களுக்கு என்ன வேண்டும்?" கனகலிங்கம்.

"என்றும் சாகாத நூல் ஒன்று இயற்றியிருக்கிறேன் அதைப் புத்தகமாக வெளியிட வேண்டும்!" எழுத்தாளர்.

"அதிருக்கட்டும், ஆசிரியர் செத்துவிட்டாரா, இல்லையா?" கனகலிங்கம்.

"ஏன்?" எழுத்தாளர்.

"இங்கே செத்துப்போனவர்களின் நூல்களைத்தான் வெளியிடுவது வழக்கம்..."

"அப்போதுதான் அந்த நூலுக்கு ஒரு தனி மகத்துவம் இருக்குமென்றா...?"

"அதெல்லாம் ஒன்றுமில்லை; எங்களுக்கு வேண்டியது எங்களிடம் இல்லாத மூளை- அதைத் தவிர வேறொன்றும் செலவழிக்காத ஆசிரியருக்கு நாங்கள் அனாவசியமாகப் பணம் கொடுக்க விரும்புவதில்லை!"

"அப்படியானால் நீங்கள் செத்துப் போனவனிட மிருந்தா காகிதம் வாங்குகிறீர்கள்?"

"கொடுக்கத் தயாராகயிருந்தால் வாங்கத் தயாராக யிருக்கிறோம்!"

"ரொம்ப சரி, உங்களுக்கு என்னுடைய நூல் கிடைக்காது; அஸ்திதான் கிடைக்கும்!"

"முடிந்தால் அதையும் பணமாக்குவோம்!"

"தன்னம்பிக்கை கூடச் சட்டைப்பையில் காசிருந்தால் தானே வந்துதொலைகிறது!" பரமசிவம்.

"வாழ்க்கையில் காதலை எதிர்பார்த்து ஏமாந்த சில சோணகிரிகளின் கட்டுக்கதை காதல்; அது ஓர் இனிய கனவு; அற்புதக் கற்பனை; கதைகளுக்கும் காவியங்களுக்கும் உயிர் நாடி போன்றது. ஆனால் படித்து அனுபவிப்பதோடு அதை நிறுத்திக்கொள்ள வேண்டும்..." கனகலிங்கம்.

"பாண்டியனுக்காக மதுரை மாநகரைக் கொளுத்தும் போது கண்ணகி மற்றவர்களுக்காகக் கவலைப்பட்டாளா? இராவணனுக்காக இலங்கையைக் கொளுத்தும்போது அனுமார் சீதாதேவிக்காகக் கவலைப்பட்டாரா? அப்படி யிருக்க நான் மட்டும் ஏன் மற்றவர்களுக்காகக் கவலைப்பட வேண்டும்?" அகல்யா.

"சாட்சாத் தசரதகுமாரனோ சீதாதேவிக்காகச் சிவதனுசை முறித்தான்; மாரீசனை வதைத்தான்; இராவண னுடன் போரும் தொடுத்தான். எங்கள் தசரதகுமாரனோ ஒரு முறை என்னுடன் வந்து 'மாட்னி ஷோ' பார்க்கக்கூட விரும்பவில்லை-அவ்வளவு பயம்! என்னைப் பார்த்துப் பெருமூச்சு விடுவதோடு தன் காதலை அவன் நிறுத்திக் கொண்டான்...அகல்யா.

"என்னைக் கேட்டால் காதல் என்று ஒன்று இந்த உலகத்தில் இல்லவேயில்லை என்று சொல்வேன். உண்மை என்னவென்றால் 'காமம்' என்று சொல்வதற்குச் சிலர் அந்த நாளில் கூச்சப்பட்டு இருக்கிறார்கள். அதற்காகக் காதல் என்று அழகாகப் பெயர் வைத்திருக்கிறார்கள்." கனகலிங்கம்.

''நம்பிவந்தவளைக் கொண்டு, தான் வாழமுடியுமா என்று முதலில் பார்ப்பது; 'முடியாது' என்று தோன்றினால் அவளைக் கைவிடுவது-இதுதான் இன்றைய உலகம் தெரிந்தவனின் இலட்சணம். அதாவது, 'தான் பிறருக்கு உபயோகமாயிருக்கக் கூடாது; பிறர் தனக்கு உபயோகமா யிருக்க வேண்டும்.'' என்று எவன் நினைக்கிறானோ, அவன் தான் இந்தக் காலத்தில் புத்திசாலி என்று போற்றப்படு கிறான்; மேதை என்று மதிக்கப்படுகிறான்; அவனால்தான் இந்த உலகத்தில் விரும்பியபடியெல்லாம் வாழவும் முடிகிறது!'' கனகலிங்கம்.

''கடவுளைத் துணைக்கு அழைப்பவர்கள், கடவுளுக்குப் பயப்படுகிறவர்களெல்லாம் யார் என்று நினைக்கிறீர்கள்? அவர்களில் பெரும்பாலோர் உண்ட வீட்டுக்கு இரண்டகம் நினைப்பவர்கள், தோல் இருக்கச் சுளை விழுங்கிகள்; கன்னக்கோல் திருடர்கள்; தூங்கும்போது கழுத்தை அறுப்ப வர்கள்; படுமோசக்காரர்கள்; பாவிகள்; நயவஞ்சகர்கள்- ஆகியவர்கள்தான்! எப்பொழுதும் மடியில் கனமில்லாத வனுக்கு வழியில் பயம் இருப்பதில்லையல்லவா? கனகலிங்கம்.

''செத்துத்தான் சமூகத்தின் அனுதாபத்தைப் பெற வேண்டுமனால், அந்தப் பாழும் அனுதாபம் வேண்டவே வேண்டாம்! அகல்யா.

''காதல் ஒரு பசி!- ஆம், காதல் ஒரு பசிதான்!- உணவுப் பஞ்சத்தால் வயிற்றுப் பசி ஏற்படுகிறது! கல்விப் பஞ்சத்தால் அறிவுப்பசி ஏற்படுகிறது; அறிவுப் பஞ்சத்தால் காதல் பசி ஏற்படுகிறது! அகல்யா.

''பகலுக்காக இரவும், இரவுக்காகப் பகலும் தியாகம் செய்வது போல் உலகத்தில் ஆணுக்காகப் பெண்ணும், பெண்ணுக்காக ஆணும் தியாகம் செய்தால் வாழ்க்கை எவ்வளவு இன்பகரமாகயிருக்கும்!'' அகல்யா.

''அகத்தியர் விழா கோழையை வீரனாக்கும். மிருகத்தை மனிதனாக்கும், மனிதனை அமரனாக்கும் பாரதியார் பாடலுடன் ஆரம்பமாயிற்று. தமிழை மறுபடியும் தனி உடைமையாக்கப் பார்க்கும் தனித்தமிழ்ப் பண்டிதர்களும், இலக்கியச் சனாதனிகளும் அந்தப் பாடலைப் பாடி முடிக்கும் வரை தங்கள்காதுகளைப் பொத்திக்கொண் டிருந்தனர். கேட்டால் புரிந்துவிடுமோ, உள்ளத்தைத் தொட்டு உலுக்கி விடுமோ, உணர்ச்சி வெள்ளத்தைப் பெருக்கி அகத்தின் அழுக்கை அகற்றிவிடுமோ என்று அவர்களுக்குப் பயம்!''

''கௌரவம் தகுதியைப் பொறுத்தது. அது நம்மைத் தேடிக்கொண்டு வரவேண்டுமே தவிர நாம் அதைத் தேடிச் செல்லக்கூடாது. அப்படித் தேடிச் சென்று அடையும் கௌரவம் நிலைக்கவும் நிலைக்காது!'' கனகலிங்கம்.

''கனகலிங்கம் கொஞ்சம் உற்சாகமாகவே திரும்பினான். காரணம் வேறொன்றுமில்லை; அன்று பஞ்சாங்கத்தில்- அறுநூறு பிரதிகளும், தொடுகுறி சாஸ்திரத்தல் அறுபது பிரதிகளும் விற்றதோடு, திருக்குறளில் ஒரு பிரதி விற்றிருந்ததுதான்!''

''இருக்கிற ஜாதிகள் போதாதென்று 'கூலி' என்றொரு 'ஜாதி'யை உண்டாக்க நான் எப்பொழுதும் விரும்புவ தில்லை. பாம்புகள் தங்களை விழுங்க வேண்டுமே என்பதற்காகத் தவளைகள் பிழைத்திருக்க வேண்டுமா என்ன?'' கனகலிங்கம்-67

''உலகம் அகத்தைக் கொண்டு மயங்குவதில்லை; முகத்தைக் கண்டுதான் மயங்குகிறது. ஆகவே, உன் முகத்தை அழகுபடுத்திக்கொள்வதற்காக நீ எத்தனை 'பவுடர் டப்பா'க் களை வேண்டுமானாலும் வீணாக்கலாம்; தவறொன்றும் இல்லை, சரிதானே?'' கனகலிங்கம்-70

''இராஜாக்களிடத்திலும், இரர்ணிகளிடத்திலும், அரண்மனைகளிலும், அந்தப்புரங்களிலும், மாடமாளிகை களிலும், கூடகோபுரங்களிலும் வளரவேண்டிய காதலை,

"இந்த அப்பாவிப் பெண், ஏன் இப்படிக் கட்டிக்கொண்டு அழுகிறாள்?"

"இன்று இராஜாக்களைக் காணோம், இராணிகளைக் காணோம்! அரண்மனைகளைக் காணோம்; அந்தப்புரங்களைக் காணோம்; மாடமாளிகைகளைக் காணோம்; கூட கோபுரங்களைக் காணோம்-அப்படியிருந்தும் இந்தப் பாழய்ப்போன காதல் மட்டும் ஏன் இன்னும் உயிரை வைத்துக்கொண்டிருக்கிறது?" கனகலிங்கம்-(75-76)

"பொன்னுக்கும் பொருளுக்கும் உள்ள மதிப்பு இந்தக் காதல்தில் பெண்ணுக்கும் - ஏன் அவள் கற்புக்குக்கூட இல்லைதான்!" கனகலிங்கம்-87

"ஏழையைவிடப் பணக்காரனுக்குத்தான் பணத்தின் மீது ஆசை அதிகமாகயிருக்கிறது!" அகல்யா-86

"ஆண்களை ஆண்கள் நம்பலாம்; பெண்களைப் பெண்கள் நம்பலாம்-அதனால் குடிமுழுகிப் போய்விடாது. ஆனால் பெண்களை ஆண்கள் நம்பும்போதும், ஆண்களைப் பெண்கள் நம்பும்போதும் எச்சரிக்கையுடன் இருக்க வேண்டும்..." கனகலிங்கம்-92

"வழுக்கி விழுந்த ஒருத்தி உண்மையைச் - சொன்னால் ஜனங்கள் எங்கே அவளுக்காக அனுதாபப்படுகிறார்கள்? அதற்குப் பதிலாகத்தான் விழுந்து விழுந்து சிரிக்க ஆரம்பித்து விடுகிறார்களே!" அகல்யா-104

"மனிதன் மனிதனாக வாழ வேண்டுமானால் தன்னுடைய உணர்ச்சியுடன் அவன் நீண்ட நாட்கள் போராட வேண்டியிருக்கிறது!" கனகலிங்கம்-121

"ஆண்கள் தங்களுடைய கற்பைக் காப்பாற்றிக் கொள்ளாதவரை பெண்கள் தங்களுடைய கற்பை எப்படிக் காப்பாற்றிக்கொள்ளமுடியும்?" அகல்யா-131

"அப்பொழுது திருவிழாக் காலமாதலால் அம்மனுக்குத் தெரியாமல் சுவாமி தாசி வீட்டுக்குச் சென்று திரும்பிக்

கொண்டிருந்தார். எனவே, மற்ற வாத்தியங்களெல்லாம் நிறுத்தப்பட்டு முரசு மட்டும் ஒலித்துக்கொண்டிருந்தது. பக்தர்கள் சுவாமியின் மானத்தைக் காப்பதற்காக இரு புறங்களிலும் வரிசைக்கிரமமாக எரிந்து கொண்டிருந்த காஸ் - லைட்டுகளை அணைத்திருந்ததோடு, அவருடைய தலையில் முக்காட்டையும் போட்டிருந்தனர்!"-133

"மனிதன் ஒழுக்கத்தோடு வாழ்வதற்கு ஆண்மையும், பெண்மையும் மிக அவசியமாச்சே, இல்லையென்றால் மிருகத்துக்கும் மனிதனுக்கும் வித்தியாசமே இருக்காதே!" கனகலிங்கம்-135

"இயற்கையின் விந்தையே விந்தை! ஒரு பெண்ணுக்கு என்னதான் நல்ல மனத்தோடு இன்னொரு ஆண்மகள் உதவி செய்தாலும், அதை விபரீதமாக எடுத்துக்கொண்டு விடுவதற்குப் பாழும் இயற்கை சுலபமாக இடங்கொடுத்து விடுகிறது... கனகலிங்கம்-143

"பணக்காரர்கள் சட்டத்தின் அனுமதியுடன் திருடினால், ஏழைகள் சட்டத்தின் அனுமதியில்லாமல் திருடுகிறார்கள்." கனகலிங்கம்-173

"அனாதைகள் எங்கிருந்தாலும் அவர்களைத் தேடிச் சென்று கொண்டு வந்தல்லவா ஆசிரமத்தில் சேர்த்துக் கொள்ள வேண்டும்? அவர்களுக்கு சிபார்சு வேண்டு மென்றால் அந்த ஆசிரமம் இருப்பதும் ஒன்றுதான் இல்லாம லிருப்பதும ஒன்றுதான்!" கனகலிங்கம்-177

"சமூகத்தில் சில பெரிய மனிதர்களை நாம் எதற்காக மதிக்கிறோம் தெரியுமா? சிபார்சுக்காகத்தான். இல்லை யென்றால் நமக்கும் அவர்களுக்கும் சம்பந்தமே இருக்காது!" கனகலிங்கம்-178

"எங்கேயாவது கெட்ட பால் நல்ல பாலாகுமா சார்?- எடுத்துச் சாக்கடையில் ஊற்ற வேண்டியதுதான்!" சமையற்காரன்-193

திறனாய்வு

“பொருளாதார ஏற்றத் தாழ்வுகளைப் பற்றியே பெரும்காலும் கதை எழுதிக்கொண்டு வந்த தாங்கள் காதலைப் பற்றி ஏன் எழுத வேண்டும்?” என்று வாசகச் சகோதரி ஒருவர் கேட்டிருந்த கேள்விக்கு, “காதல் தோல்வி யுறுவதற்குக்கூடக் காரணம் பொருளாதார நிலைதான்; அதைத்தான் இந்தக் கதையில் வரும் கனகலிங்கம் அகல்யாவுக்குச் சுட்டிக்காட்டுகிறான்; நமக்கும் சுட்டிக் காட்டுகிறான்!” என்று விந்தன் முன்னுரையில் சொல்லி யிருப்பது, ஏதோ சமாதானத்திற்காகச் சொன்னதுபோல் இல்லாமல் மிகுந்த பொறுப்புடனும் சமூக நோக்குடனும் சொல்லப்பட்டிருக்கிறது என்பதனையே இந்நாவல் உணர்த்துகிறது.

மேலும், “பெண்குலத்தை மாசுபடுத்துவதற்காக நான் இந்தக் கதையை எழுதவில்லை; தூய்மைப்படுத்துவதற் காகவே எழுதியிருக்கிறேன். இந்தக் கதையில் வரும் அகல்யாவிடம் எவ்வித வெறுப்பும் எனக்கு இல்லை. அவள் பணக்கார வர்க்கத்தைச் சேர்ந்தவள் என்று குறிப்பிடும் போது மட்டும் எனக்கு அந்த இனத்தின் மேல் இயற்கையாக உள்ள வெறுப்பை ஓரளவு காட்டியிருக்கிறேன்- அவ்வளவுதான்!

இத்தகைய அழுத்தமானக் கருத்துகளை அடிப்படையாக கொண்டு இந்நாவல் எழுதப்பட்டிருந்த போதிலும், இதனூடே தேசியத்தன்மை வாய்ந்தக் கருத்தொன்றையும் கதை முழுவதும் சித்திரித்துக்காட்டி தமது இலக்கிய நோக்கை வெளிப்படுத்தியுள்ளார் விந்தன்.

ஆம் “வகுப்பு வெறியின் காரணமாகக் கற்பழிக்கப்பட்ட பெண்களை ஆண்கள் ஏற்றுக்கொள்ள வேண்டும்!” என்று தேசத் தந்தை மகாத்மா காந்தி விடுத்த வேண்டுகோளை மதித்து, அத்தகைய அவலத்துக்கு ஆளான பெண்களைச்

சமூகம் ஏற்றுக்கொள்ள வேண்டும் என்ற கருத்தை மக்கள் முன் எடுத்துச சொல்வதற்கு முன்வந்த இந்திய முற்போக்கு எழுத்தாளர்களில் விந்தனே முன்னோடி என்று கருதுகிறேன்; அதிலும் தமிழில் முதல் முதலாகச் சொன்னவர் விந்தன்தான் என்றும் நம்புகிறேன்.

"பொன்னுக்கும் பொருளுக்கும் உள்ள மதிப்பு இந்தக் காலத்தில் பெண்ணுக்கு-ஏன், அவள் கற்புக்குக் கூட இல்லை!" என்பதைச் சரியாகப் புரிந்துகொண்டிருந்த விந்தன், ஒருவனால் கைவிடப்பட்ட-கற்பிழந்த அகல்யா விற்காகப் பெரிய சமூகப் புரட்சி ஒன்றையே நடத்திக் காட்டுகிறார்; கனகலிங்கம் என்னும் கதை மாந்தனின் துணையோடு!

ஆசிரியர் தொடங்குகின்ற போராட்டமும் அவர் தொடுக்கின்ற கணைகளும் எதிரியைத் தாக்கி வீழ்த்துகிறதா என்றால் அதுதான் இல்லை! ஏன்? அதுதான் இந்தப் போராட்டத்தின் சிறப்பு; சமூகத்தின் யதார்த்த நிலை.

பொதுவாகவே சமூகத்தின் யதார்த்த நிலையைப் புரிந்து கொண்டு போராடுகிறவனைவிட, புரிந்துகொள்ளாமல் போராடுகிறவனே புத்திசாலியென்று மதிக்கப்படும் சமூகத்தில், உண்மையான போராட்டங்களுக்குக் கிடைக்கும் தோல்விகள் எவ்வளவுதான் பெரியதாக இருந்த போதிலும் அவைகள் வெற்றியின் தொடக்கம் என்றே கொள்ளல் வேண்டும். ஏனெனில், நடத்தப்படுகின்ற போராட்டங்கள் வலிமையும்- வசதியுமுடைய மனித எதிரிகளை நோக்கி, பெண்ணடிமைத்தனமும் பழைமைப் போக்குகளும் மலிந்த சாதியும் சமயமும் சார்ந்த சமூகத்தை எதிர்த்து, இன்னும் தெளிவாகச் சொன்னால் இருப்ப வனுக்கும் இல்லாதவனுக்கும் நடக்கும் போராட்டம் என்பதே உண்மையாகும்!

இத்தகையப் போராட்டத்தை நிகழ்த்துவதற்கு ஆசிரியர் தேர்ந்தெடுத்துள்ள களமும், விவரிக்கும் காட்சிகளும்,

வெளிப்படுத்தும் இலட்சியங்களும், "பெண்குலத்தை மாசு படுத்துவதற்காக இந்தக் கதையை நான் எழுதவில்லை; தூய்மைப்படுத்துவதற்காகவே எழுதியிருக்கிறேன்!" என்னும் ஆசிரியரின் கருத்தை மெய்ப்பித்துக் காட்டு கின்றன!

மேலும் பெண் என்பவள் தாய், தங்கை, தாரம், தெய்வம் என்றெல்லாம் மதிக்கப்படுகின்ற சமூகத்தில், அத்தகைய பெண் களங்கப்பட்டு-ஒருவனால் கைவிடப்பட்ட நிலையில் அவளை ஒதுக்கித் தள்ளும் மனிதர்கள் மத்தியில், அவளை முன் நிறுத்தி ஆண் வர்க்கமும், சமூகமும், பழமைப் போக்குகளும் அவளிடம் எப்படியெல்லாம் உறவாடி, வஞ்சித்து ஏமாற்றி களங்கப்படுத்திக்கைவிட்டு விட்டது என்பதைக் கொஞ்சமும் மூடி மறைக்காமல் யதார்த்தப் பூர்வமாகவும், இலக்கியப் பண்போடும் சித்திரித்துக் காட்டுகிறபோது, ஆசிரியர் அந்தப் பெண்ணின் பேரில் எத்தகைய அனுதாபம் கொண்டுள்ளார் என்பதையும், அதோடு அந்தப் பெண் பிறந்த வர்க்கத்தின்பேரில் அவருக் குள்ள இயற்கையான கோபத்தையும் காண முடிகிறது.

அகல்யா பிறந்த வர்க்கத்தின் பேரில் கோபமும், அவள் நம்பும் காதல் மேல் வெறுப்பும் ஆசிரியருக்கு மிகுதியாக இருந்த போதிலும்; மகாத்மா காந்தி சொன்ன கருத்தின்பால் உள்ள பற்றினால் அகல்யாவை இந்நாவல் முழுதும் வழிநடத்திச் சென்று அவளை எப்படியாவது வாழவைக்க வேண்டும் என முனைந்து, அதனால் ஏற்படுகின்ற பழிகளையெல்லாம் சுமந்து, இறுதியில் பழமையில் ஊறிப்போன இச்சமூகம் அவளைக் 'கெட்டுப் போனவள்!' என்று நெட்டித் தள்ளியபோது, அவளுக்குக் கடல்தான் அடைக்கலம் என்று கருதும் ஆசிரியர் அவளைக் கடலில் தள்ளிக் கதையை முடித்துவிடுகிறார். அதனூடே "நல்லவர்கள் வாழ்வதில்லை; நானிலத்தின் தீர்ப்பு!" என்று தம்முடைய ஏக்கத்தையும் வெளிப்படுத்துகிறார்.

ஆசிரியரின் இந்த முடிவு, வாழ்க்கையைக் கற்பனை யோடும் கனவோடும் காண்பவர்களுக்குப் பெருத்த ஏமாற்றமாக இருந்த போதிலும், யதார்த்தவாதிகளுக்கும் புதுமை விரும்பிகளுக்கும் மிகுந்த நிறைவைத் தந்து சமூகத்தின் நிசத்தைச் சொல்வதாக அமைந்துள்ளது!

"நான் எதை எழுதினாலும் கற்பனையாக எழுதுவ தில்லை; அப்படி எழுத ஆரம்பித்தால் படிப்பதற்கு வாசகனையும் அல்லவா கற்பனையில் படைக்க வேண்டி யிருக்கும்?" *(மனிதன் மாறவில்லை-முன்னுரை)* என்பதே விந்தனின் இலக்கிய நோக்கு. அந்த நோக்கமே இந்நாவலில் முழுமையாக வெளிப்பட்டிருக்கிறது. மேலும், "வாழ்க்கையே பழைய வாழ்க்கையாக இருக்கும்போது அதை அடிப்படையாகக் கொண்ட கதை மட்டும் எப்படிப் புதிய கதையாகயிருக்கும்?" என்று கேட்பதின் மூலம் ஆசிரியர், வாழ்க்கையின் நிகழ்வுகளை மட்டுமே சொல்லி அதில் எதிர்படுகின்ற ஏமாற்றங்களையும், வஞ்சகங்களையும் எடுத்துக்காட்டி, அதை எதிர்க்கின்ற மனிதப் போக்கு களையும் சித்திரித்து, இது ஒரு கதையல்ல சமூகத்தில் அன்றாடம் நடந்து கொண்டிருக்கின்ற மனிதர்களின் வாழ்க்கைப் போராட்டம் என்பதைப் படம் பிடித்துக் காட்டுகிறது.

"முற்போக்குச் சிந்தனையும் சமூக நோக்கும் உடைய சுய படைப்பாளியான விந்தன், சமூகத்தின் ஏற்றத் தாழ்வு களையும், வாழ்க்கைப் போராட்டங்களையும் ஆவேசத் தோடு சித்திரித்துக் காட்டுவதில் மிகுந்த அக்கறை காட்டு கிறவர். போராட்டங்கள் வெற்றி பெறுவதற்கும்- விடிவு காண்பதற்கும் அக்கறை காட்டுவதில்லையே ஏன்?

"பழைய போக்குகளும், சுரண்டல் தனங்களும் மிகுந்த இச்சமூகத்தை உள்ளது உள்ளபடியே எழுதிக் காட்டுவதோடு அதைக் கடுமையக விமர்சித்து எதிர்ப்பவர்களையும் அடையாளம் காட்டுகிற ஆசிரியர் முடிவில்

போராட்டங்கள் தோல்வி அடைவதாகவும், போராடு கிறவர்கள் மனம் சோர்ந்து மரணம் ஒன்றுதான் முடிவு என்று மனம் மாறிப் போவது புதுமையாகவும் இல்லை; புரட்சியாகவும் இல்லை. பழமைக்குப் பலமூட்டுவதாகவும் அல்லவா இருக்கிறது? இதுதான் முற்போக்குச் சிந்தனையா?''

என்றெல்லாம் சிலர் முணுமுணுத்தார்கள். ஆனால், முணுமுணுப்புகள் அனைத்தும் போலியானது; பலவீன மானது என்பதனை இன்றும் கண்ணீர் சிந்திக்கொண் டிருக்கும் 'அகல்யா'களின் கதைகளும், ''கனகலிங்கங்' களின் மரணங்களும் நமக்கு உணர்த்திக் கொண்டல்லவா இருக்கின்றன!

மேலும், விந்தனின் கதை மாந்தர்கள் பெரும்பாலோர் இந்தச் சமூகத்தில் அடக்கி ஒடுக்கி அடிமைப்படுத்தப்பட்ட வர்களேயாவார்கள். இவர்கள் ஒவ்வொருவரும் ஏதேனும் ஒரு வழியில் போராடிக் கொண்டிருப்பார்கள். அடிமைப் படுத்தப்பட்டத் தொழிலாளி முதலாளியிடம் உரிமைக்காகப் போராடிக்கொண்டிருப்பான்; குற்றவாளி என்று பழி சுமத்தப்பட்ட நிரபராதி நீதிக்காகப் போராடிக் கொண் டிருப்பான்; காமுகனிடம் சிக்கிய பெண் தன் கற்பைக் காற்றாற்றப் போராடிக்கொண்டிருப்பாள். இவர்களின் போராட்டமெல்லாம் வெற்றி பெறுவது என்பது எளிதான காரியமா? அதிலும், இருப்பவர்களை எதிர்த்து இல்லாத வர்கள் நடத்தும் போராட்டங்கள் வெற்றி பெறுவது என்பது அவ்வளவு சாதாரணமா? அதற்கு ஒரு சரித்திரம் அல்லவா மாற வேண்டும்?

விந்தனின் இலக்கிய நோக்கும் போக்கும் அத்தகையச் சரித்திர மாற்றம் நிகழ்வதற்கு ஒரு தூண்டுகோலாகவும், பெருத்தத் துணையாகவும் இருக்கின்றன! அதனால்தான் அவருடைய கதை மாந்தர்கள் கனவுகள் கண்டு கற்பனையில் வாழ்ந்து வெறுமனே கதைகள் பேசி பிறர் உழைப்பை உண்டு

நாளுகொரு வேஷமும் பொழுதுக்கொரு கோஷமும் போடும் பெரிய மனிதர்களாக இல்லாமல், அன்றாடம் பிறருக்காக உழைத்து உருக்குலைந்து போய் தன்னைப் பற்றி எண்ணிப் பார்க்கவும் தெரியாத ஏழைகளாகவும், ஏமாந்தவர் களாகவும் இருப்பதால், அவர்களைச் சிந்திக்க வைத்து அவர்கள் அடிமைப்பட்டுக் கிடப்பதற்கும், அடக்கப்பட்டுக் கிடப்பதற்கும் உள்ள வேறுபாடுகளையெல்லாம் வேதனை யோடு எடுத்துக்காட்டி அவர்களைப் போராடுவதற்குத் தயார்படுத்துகிறார்; தடத்தையும் காட்டுகிறார். முடிவு களைப் பற்றி அவர் கவலைப்படுவதேயில்லை! ஏன்? காலந் தான் அதற்கு முடிவு சொல்ல வேண்டும் என்கிற கருத்துடையவர் என்பதால்.

இத்தகைய துணிச்சல் மிக்கத் தூண்டுதல்களும் போராட்டங்களும் முற்போக்கு இலக்கியத்தில் வரவேற்கத் தக்க ஓர் அம்சமாகும். அதனால்தான் இந்நாவலில் வரும் கதை மாந்தர்களான கனகலிஞ்கம்-அகல்யா ஆகியவர்களின் முடிவை ஏற்கவேண்டியது நம்முடைய சமூகப் பொறுப்பாகி விடுகிறது.

ஆசிரியர் விந்தன் இக்கதையில் சமூகத்தின் சீர்கேட்டைப் பல கோணங்களில் கருத்து வீச்சாக வெளிப்படுத்தியிருந்த போதிலும் அதற்கெல்லாம் மேலானதும், வாழ்க்கைக்கு மிகத் தேவையானதுமான பணத்தையே முதன்மைப்பபடுத்து கிறார்; அதற்குத் துணையாக காதலுமே கைக்கோர்த்து நிற்கிறது. ஒட்டுமொத்தமாகப் பார்க்கும் போது இந்த இரண்டு கருத்துகளே முன்நிற்கின்றன.

“எதை எழுதினாலும் அதில் உயிர் இருக்க வேண்டும்! உணர்ச்சி இருக்க வேண்டும்” என்னும் கருத்துடைய விந்தன் இரண்டு கருத்துகளை உயிர்த் துடிப்புடனும், உணர்ச்சி பூர்வமாகவும் சொல்லுவதற்கு உணர்வு மிகுந்த இருவரைத் தேர்ந்தெடுத்திருப்பது ஆசிரியரின் கருத்துப் பரப்பும் பணிக்கு ஏதுவாக அமைந்துவிடுகிறது; அதிலும் இருவரும்

மனத்தால் மாறுபட்டவர்கள்; வர்க்கத்தால் வேறுபட்ட வர்கள்; வெவ்வேறு சமூக நோக்குடையவர்கள்.

மாறுபாடானக் கதைமாந்தர்களைப் படைத்து, அவர் களை மிகவும் நெருக்கமாக உறவாட விட்டுச சமூகத்தின் சீர்கேடுகளை- வாழ்க்கைப் பிரச்னைகளைத் துணிச்சலுடன் பேசவைத்திருப்பது ஆசிரியரின் கதை சொல்லும் திறனுக்கும் சொல்லப்படுகின்ற கதையை வாசகனின் மனத்தில் பதிய வைத்து மேலும் மேலும் சிந்திக்கும்படி செய்வதற்கும் இலக்கியத்தின் சிறப்பான உத்தியாகும்.

இத்தகைய கலை நுணுக்கங்கள் விந்தனுக்கு இயல்பாக அமைந்திருக்கிறது. அதனால்தான் அவர் எதைச் சொன்னா லும் எப்படிச் சொன்னாலும் வாசகனின் மனத்தில் ‘பட்’ டென்று பதிந்துவிடுகிறது! இல்லையென்றால் பழமை வாய்ந்த ஒரு கதையை-கருத்தை இவ்வளவு பரபரப்புடனும் பதட்டத்துடனும் சொல்ல முடியுமா? அப்படிச் சொல்லப்பட்ட கதையை நம்மால்தான் படிக்க முடியுமா?

அது சரி, முற்போக்குச் சிந்தனையும் புதிய நோக்கும் உடைய விந்தன், பலரும் அறிந்த இத்தகைய பழமையான கதையைத் தம் படைப்புக்குப் பயன்படுத்திக் கொண்டது ஏன்? பழமையின் மேல் உள்ள பக்தியினாலோ, அல்லது பழமைகள் அனைத்தும் பாதுகாக்கப்பட வேண்டிய ஒன்று என்கிற பண்பினாலா? அப்படியெல்லாம் எண்ணும் படியான எண்ணங்கள் அவர் எழுத்தில் எங்குமே காண வில்லை.

ஆனால், ஏழை எளிய நடுத்தர மக்களின் வாழ்க்கையும், அவர்கள் அனுபவிக்கும் சுகபோகங்களும் நவீன வாழ்க்கைக்கு நல்ல அடையாளங்கள் என்று அவர்கள் நம்புவதும், நம்பும் படியாகச் சிலர் பேசுவதுமே புதிய வாழ்க்கைக்கு முன்னுதாரணமாகிவிடாது! ஏனெனில், அவர்கள் இன்னும் வாழ்க்கையைப் புரிந்துகொள்ளாமல் இருக்கிறார்கள்;

அதனாலேயே 'புதிய வாழ்க்கை' என்று பொய்யாக நம்பிக் கொண்டிருக்கிறார்கள்!

ஆம், அன்று நாலணா பெறுவதற்காகப் போராடியவன்; இன்று நான்கு ரூபாய் பெறுவதற்காகப் போராடுகிறான்; அன்று யாருக்கோ அடிமைப்பட்டுக்கிடந்தவன், இன்று எல்லோராலும் ஏமாற்றப்படுகிறான்; ''எங்கும் சுதந்திரம், எதிலும் சுதந்திரம்!'' என்று எல்லோரும் ஏகபோகமாக முழங்கிய போதிலும் அந்தச் சுதந்திரமும் யாருக்கோ அடிமைப்பட்டு அழுதுகொண்டல்லவா இருக்கிறது?

காலம் மாறியது; காட்சி மாறியது ஆனால் மனிதன் மாற வில்லை! அதனால்தான் வாழ்க்கையும் மாறாமல் பழைய வாழ்க்கையாகவே இருக்கிறது.

இது விந்தனின் தத்துவமில்லை; அவர் காணும் சமூக தரிசனம்! இத்தகைய சமூக தரிசனமும், இலட்சியங்களும் அவருக்கு மிகுதியாக இருந்ததால்தான் பழைய கதையை எடுத்துக்கொண்டு அதற்கு ஒரு புதிய வடிவமும், வலிமையும் தந்து படைத்திருப்பதோடு, வாழ்க்கை பழையதாக இருந்தாலும் அது உயிர் வாழ்வதற்கும் உயர்ந்து நிற்பதற்கும் பொருளாதாரமே பெரிய ஆதாரம் என்பதை வரிக்க வரி சிரிப்போடும் 'சீரிய'சாகவும் வலியுறுத்துகிறார்.

இவ்வாறு பொருளாதார பலம் இல்லாத வாழ்க்கை, அது காதல் வாழ்க்கையாக இருந்தாலும் சரி, கல்யாண வாழ்க்கையாக இருந்தாலும் சரி பொருள் இல்லாவிட்டால் வாழ்க்கை புகைகிறது; அல்லது மனிதர்கள் மயானத்தில் புகைந்துவிடுகிறார்கள் என்பதை நமக்குப் புரியும்படி சொல்லுகிறார்.

விந்தனின் இத்தகைய சமூக நோக்கைப் புரிந்துகொள்ள முடியாத சிலர், இக்கதையைச் சகட்டுமேனிக்குச் 'சுவை மிகுந்த காதல் கதை!' என்று சொல்லிவிடக்கூடும். அதனால் தான் முன் எச்சரிக்கையோடு 'காதல் தோல்வியுறுவதற்குக்

கூட காரணம் பொருளாதார நிலைதான்!' என்று சொல்லி வைத்தார் போலும் ஆசிரியர்.

இக்கதையில் பேச்சுக்குப் பேச்சு, எழுத்துக்கு எழுத்து காதலையும், பொருளாதார நிலையையும் ஆசிரியர் வலியுறுத்துவது சிலருக்குக் கேலியாகவும் கிண்டலாகவும் இருக்கலாம். ஆனால், காதலும், பணமும் ஏழை எளிய நடுத்தர மக்களின் வாழ்க்கையில் எத்தகைய போராட்டங்களைப்-போலியான கனவுகளை உண்டாக்கி அவர்களைப் படாதபாடுபடுத்துகிறது என்பதை மீண்டும் மீண்டும் அடையாளம் காட்டுவதே ஆசிரியரின் நோக்கமாகும்!

முடிவாக, மக்கள் எழுத்தாளர் விந்தனின் சமூக நோக்கையும், வர்க்க உணர்வையும் புரிந்துகொள்வதற்கும் அடையாளம் காண்பதற்கும் இந்த நாவலே- 'பாலும் பாவையும்' ஒன்றே போதுமானது!

நன்றி
விந்தன் நாவல்கள்
1984

★

விந்தன் ‘பாலும் பாவையும்’

‘சிகரம்’ ச. செந்தில்நாதன்

இருபதாம் நூற்றாண்டுத் தமிழ் இலக்கியம் கண்ட உன்னத நாவல்கள் யாவை என்று ஒருவர் ஆய்ந்து நாவல்களைத் தேர்ந்தெடுத்தால் அந்தத் தேர்வில் இடம் பெறக்கூடிய நாவல் ‘‘பாலும் பாவையும்’’. பாவையும்’’ பேசாது எந்த ஆய்வாவது இருக்குமானால் அது ஆய்வல்ல! அறியாமையின் அடையாளம்.

பாலும் பாவையும் அகல்யா என்னும் நாயகியின் கதை! அகல்யா என்றால் புராண அகலிகை உடனே நினைவில் வந்து உலுக்குவாள். அகலிகையைக் கெடுத்தவன் இந்திரன். இந்த அகல்யாவைக் கெடுத்தவனும் இந்திரன்தான். அகல்யாவை ஏமாற்றி விட்டு ஓடிவிடுகிறான் அவன். அகல்யாவைக் காதலித்தவன் ஒருவன் இருக்கிறான் அவன் பெயர் ‘‘தசரதகுமாரன்’’. தசரதகுமாரன் காதலை ஏற்காமல் தான் இந்திரன் காதலை ஏற்றாள் அகல்யா! தசரத குமாரன், அதான் இராமன், சீதையை விரட்டியதுபோல் ‘‘கெட்டுப் போன’’ அகல்யாவை விரட்டி விடுகிறான். கெட்டுப்போன பாலும், கெசட்டுப்போன பெண்ணும் ஒன்றா? இது அகல்யாவின் கேள்வி! இரண்டும் ஒன்றல்ல, அது அவளுக்குத் தெரியும்! ஊருக்குத் தெரியவில்லையே! அதனால் கடலின் அலைகளுக்குத் தன்னை இரையாக்கிக் கொள்கிறாள்! தற்கொலைதான் அவள் எடுத்த முடிவு! அவள் முடிவு

அரங்கேற்றப்பட்ட பின்னர், தன் முடிவைச் சொல்லி நாவலை முடித்து வைக்கிறார் விந்தன்.

"நல்லவர்கள் வாழ்வதில்லை

நானிலத்தின் தீர்ப்பு"

அகல்யாவின் முடிவும், விந்தனின் தீர்ப்பும்தான் விவாதத்தின் களமாகிறது!

பாலும் பாவையின் முடிவு பற்றி இடதுசாரிச் சிந்தனையாளர்களான பேராசிரியர் கைலாசபதியும் சிவத்தம்பியும் கேள்வி கேட்டனர். கைலாசபதி எழுதுகிறார்.

"அகல்யா தற்கொலை செய்துகொள்வது உள்ளத்தை உருக்குவதாயிருப்பினும், ஆசிரியர் எழுப்பும் கேள்விகளுக்கு ஏற்ற விடையாக, முடிவாக அது அமையவில்லை, அல்லது ஆசிரியர் கேள்விகளை தக்கபடி எழுப்பவில்லை என்றும் கூறலாம்."

"விந்தன் காட்டும் அகல்யா அவள் விரும்பும் விதத்தில் வாழ இயலுமா? நானிலத்தின் தீர்ப்பு என்பதன் அர்த்தம் என்ன? இவற்றிற்கு நாம் விடை காண்பதுது இன்றியமையாதது" (அடியும் முடியும் அல்லது விந்தன் இலக்கியத் தடம் "விந்தனின் அகலிகை")

காதலில் தோற்றவர்கள், காதலனால் கைவிடப்பட்டவர்கள் தற்கொலை செய்துகொள்வது நேற்றும் எதார்த்தமாக இருந்தது, இன்றும் எதார்த்தமாக இருக்கிறது. இந்த எதார்த்தத்தைதான் விந்தன் பிரதிபலிக்கிறார். காதலில் தோற்றவர்களும், காதலனால் கைவிப்பட்டவர்களும் தற்கொலை செய்துகொள்வதுதான் சரியான வழி என்ற, அவர் தூய்மைவாதம் பேசவில்லை! கெட்டுப்போன பாலையும், கெட்டுப்போன பெண்ணையும் ஒன்றாகப் பாவிக்கிறார்களே என்ற ஆதங்கத்தை அவர் வெளிப்படுத்துகிறார். கெட்டுப்போன பாலையும், பாவையும் ஒரே தட்டில்

வைத்துப் பார்க்கம் தசரத குமாரனை அவர் ஏற்கவில்லை. பாலும் பாவையும் வேறு வேறு என்பதுதான் நாவலில் நிறைந்திருக்கும் தொனி!

தசரதகுமாரனிடமிருந்து முற்றிலும் மாறுபட்ட பாத்திரப்படைப்பு கனகலிங்கத்துடையது. அவன் காதலாவது கத்தரிக்காயாவது, காசு இருந்தால்தான் எல்லாம் என்று நினைக்கும் எதார்த்தவாதி. அவனிடமே தன் வாழ்க்கையைச் சொல்லி, தந் நிராதரவான நிலையைச் சொல்லி, அவனைத் தன் பக்கம் கொண்டுவர முயல்கிறாள் அகல்யா! அந்த முயற்சியைச் சுட்டிக்காட்டுகிறார் விந்தன். தன்னைக் கனகலிங்கம் ஏற்காததற்குத் தான் ஒருவனால் கெடுக்கப்பட்வள் என்பதுதான் காரணம் என்று அவள் நினைக்கிறாள்.

அகல்யாவுக்கும் கனகலிங்கத்துக்கும் நடக்கும் உடையாடல் அற்புதமானது.

''நான் ஏற்கெனவே ஒருவனால் கெடுக்கப்பட்டு விட்டவள் என்பதுதான் அந்தக் காரணம்!''

அவ்வளவுதான் கனகலிங்கத்தின் தலையில் இடி விழுந்தது போலிருந்தது. இருந்தாலும் சமாளித்துக் கொண்டு,

இல்லை; இல்லவேயில்லை!'' என்று அவன் ஒரேயடியாகச் சாதித்தான்.

''கதை வெறும் கதை!'' என்று அவளும் அவனுக்குச் சளைக்காமல் சாதித்தாள்.

சிறிது நேரம் மௌனமாக இருந்த பிறகு ''காந்திஜியின் தத்துவத்தில் உங்களுக்கு நம்பிக்கை உண்டா?'' என்று கேட்டு பேச்சை மாற்றினாள் அகல்யா.

''உண்டு'' என்றான் கனகலிங்கம்.

"வகுப்பு வெறியின் காரணமாகக் கற்பழிக்கப்பட்ட பெண்களை அவர்களுடைய கணவன்மார்கள் மீண்டும் ஏற்றுக்கொள்ள வேண்டுமென்று அவர் சொல்லவில்லையா?"

"சொன்னார்!"

"அதே மாதிரி நானும் ஏதோ ஒரு வெறியால் கற்பழிக்கப்பட்டவள்தானே? என்னை நீங்கள் ஏன் ஏற்றுக்கொள்ளக்கூடாது?" என்று கேட்டு, அவள் அவனை மடக்கினாள்.

இப்பொழுதுதான் பிடி கிடைத்தது அவனுக்கு. "நீ சொல்வது ரொம்ப சரி; ஆனால் அவர்களுக்கும் உனக்கும் வித்தியாசம் இருக்கிறதே...!"

அவள் குறுக்கிட்டு, "என்ன வித்தியாசம்?" என்று கேட்டாள்.

"தங்களுடைய விருப்பத்துக்கு விரோதமாக அவர்கள் கற்பழிக்கப்பட்டார்கள்; நீ அவ்வாறு கற்பழிக்கப்பட வில்லை!" என்றான் அவன்.

மேலே கண்ட உரையாடல் கனகலிங்கம் பாலைப் போல் பாவையைப் பார்க்கவில்லை என்பதைக் காட்டுகிறது. வன்புணர்ச்சிக்கு ஆளான பெண்ணுக்கும் ஏமாந்து தன்னை மென்புணர்ச்சிக்கு உட்படுத்திய பெண்ணுக்கும் உள்ள பேறுபாட்டைக் கனகலிங்கம் சாதுர்யமாகச் சொன்னபோதிலும் அவன் இதயத்தை அகல்யா லேசாகத் தொட்டுவிட்டாள் என்பதை வாசகன் உணர முடியும். அந்தத் தொடுதல் அழுத்தம் பெற சிறிது காலம் ஆகலாம். அவன் அகல்யாவை முற்றிலும் உதறவில்லை. அவளுக்கு உதவத்தான் முயல்கிறான். காலப்போக்கில் அவன் அகல்யாவைக் கைபிடிக்கும் சூழல் உருவாகி இருக்கும், அதற்குள் அவன் கொல்லப்படுகிறான்.

விந்தனின் பாத்திரப்படைப்பு மிக நுணுக்கமானது.

விந்தன் காதலுக்கு எதிரி அல்ல. சொந்த சாதியில் பெற்றோர் பார்த்து வைக்கும் பையனைத்தான் பெண் மணந்துகொள்ள வேண்டும் என்று எப்போதும் விந்தன் எழுதியதில்லை.

இன்றைய சமூகத்தின் எதார்த்த நிலையில் பெண்கள் ஏமாந்துவிடக் கூடாது என்று எச்சரிக்கை செய்வதுதான் விந்தனின் நோக்கமாக இருக்கிறது. "சமூகத்தில் இந்திரன்களும், தசரதகுமாரர்களும் இருக்கிறார்கள். பார்த்து நடங்கள்" என்றுதான் அவர் சொல்கிறார். மேலும் சமூகத்தில் இருக்கும் கனகலிங்கங்கள் பலவீனமான நிலையில் இருக்கிறார்கள் என்பதைச் சுட்டிக்காட்டுகிறார். சினிமா கதாநாயகன் போல் கனகலிங்கம் இருக்க வாய்ப்பில்லை என்கிறார்.

காதல் கைகூடுவதில் பொருளாதாரச் சிக்கல்கள் இருப்பதையும் அவர் உணர்த்துகிறார். பணத்தின் பங்களிப்பை மறுதலிக்க முடியாது என்கிறார்.

விந்தனின் முன்னுரை மிக முக்கியமானது.

"பொருளாதார ஏற்றத் தாழ்வுகளைப் பற்றியே பெரும்பாலும் கதை எழுதிக் கொண்டு வந்த தாங்கள், காதலைப் பற்றி ஏன் எழுத வேண்டும்?" என்று நீங்கள் கடைசியாகக் கேட்டிருக்கும் கேள்வி என்னைத் தூக்கிவாரிப் போட்டது. நான் என்னத்தைச் சொல்ல? காதல் தோல்வியுறுவதற்குக் கூட காரணம் பொருளாதார நிலைதான்; அதைத்தான் இந்தக் கதையில் வரும் கனகலிங்கம் அகல்யாவுக்குச் சுட்டிக் காட்டுகிறான்; நமக்கும் சுட்டிக்காட்டுகிறான். 'கவிதைகளை ஒட்டி, காவியங்களை ஒட்டி பொருளுக்கு அப்பாற்பட்டது காதல்' என்று வேண்டுமானால் நாம் சொல்லலாம். ஆனால் இன்றைய உலகத்தில் நாம் காண்பது என்ன? பொருள்

இல்லாவிட்டால் காதல் புகைகிறது அல்லது காதலர்கள் மயானத்தில் புகைந்து விடுகிறார்கள்! இதை நீங்கள் மட்டுமல்ல; உருவக் கவர்ச்சியின் காரணமாக ஏற்படும் காதலுக்கும், உள்ளக் கவர்ச்சியின் காரணமாக ஏற்படும் காதலுக்கும் உள்ள வித்தியாசத்தைத் தம்முடைய கட்டுரையில் சாங்கோபாங்கமாக விவரித்திருக்கும் பதிப்பாசிரியர்கூட மறுக்கமாட்டார் என்றே நான் நினைக்கிறேன்; அத்துடன், மனிதப் பண்பாட்டை உயர்த்தும் காதல் சில சமயம் கற்புக்கு அப்பாற்பட்டதாகி, அதன் காரணமாக அறிவுக்கும் அப்பாற்பட்டதாகி விடுகிறது என்பதையும் ஒப்புக்கொள்வார் என நம்புகிறேன்."

பேராசிரியர் சிவத்தம்பி விந்தனைச் சுயேச்சையான எழுத்தாளராக, இயக்கம் சாராத எழுத்தாளராக இருப்பதால் அகல்யாவின் முடிவு தற்கொலையில் அமைந்திருக்கிறது என்கிறார். விந்தன் இயக்கம் சார்ந்த எழுத்தாளராக இருந்திருந்தால் நல்லதுதான். அப்படி இல்லை என்றாலும் அது குறையாக இல்லை! அது மட்டும் அல்ல, அகல்யாவின் முடிவு எதார்த்த இலக்கணத்தைத் தாண்டவில்லை, நல்லவர் வாழ்வதில்லை என்பது எதார்த்தமான மக்கள் பேசுவதுதான். இதற்குப் பொருள் மனிதர்கள் நல்லவர்களாக இருக்கக் கூடாது என்பதல்ல! நல்லவர்கள் வாழ்வதில்லை என்பதால் நல்லவர்கள் கெட்டவர்களானால் தான் அது தவறு! அந்த எல்லைக்கு விந்தன் செல்லவில்லை!

ஒரு சுயேச்சையான முற்போக்கு எழுத்தாளரின் பார்வைதான் விந்தனின் பார்வை! அந்தப் பார்வைதான் "பாலும் பாவையின்" படைப்பில் தெளிவாகப் பதிந்திருக்கிறது!

★

2
விந்தன் அக்னிக் குஞ்சுகள்

தீக்குள் விரல் படுமுன்...

"விந்தன் கதைகளைப் படிப்பதென்றாலே எனக்கு எப்போதும் மனதிலே பயம் உண்டாகும்; படித்தால் மனதிலே என்னென்ன விதமான சங்கடங்கள் உண்டாகுமோ எப்படிப்பட்ட வேதனைகளுக்கு ஆளாக நேருமோ என்றுதான் பயம்" என்றார் பேராசிரியர் கல்கி. *(1946-இல்)*

"விந்தன் எய்யும் சொல்லம்புகள் குறிதவறாமல் பாய்கின்றன; சமூகத்தை அவர் சிற்சில இடங்களில்தான் நேராகத் தாக்குகிறார். பல இடங்களில் அவர் அம்பு தொடுப்பதே இல்லை. இன்றிருக்கும் நிலைமையை எடுத்துக்காட்டி பேசாமல் கதை சொல்லுகிறார்.

அவர் படைக்கும் பாத்திரங்களும் பெரும்பாலும் அப்பாவிகளே. அவர்களுக்குச் சமூகத்தின்மேல் வயற்றெரிச்சல் தோன்றுவதே இல்லை. ஆனால் நமக்கு மட்டும் வயிற்றெரிச்சல் தோன்றுகிறது ஆத்திரம் பொங்குகிறது; நாயோடு போட்டிப் போட்டுப பிழைக்கும் சோலையப்பன், மாம்பழம் விற்று வயிறு வளர்க்கும் அம்மாயி, விளக்கெண்ணெய் வியாபாரம் செய்யாத நாடார் கடை மாணிக்கம்பிள்ளை இவர்களுடைய மனங்கள் எல்லாம் அமைதியான மனங்கள். ஆனால் அவர்களைப் படிக்கும் மனங்கள் புரட்சி மனங்களாக மாறுகின்றன." *(1950)*

அறுபது ஆண்டுகளுக்கு முன்னர் விந்தன் கதைகளைப் பற்றி-அவர் வாழ்ந்த காலத்திலேயே இரு பேராசிரியர்களின் கருத்துகணிப்பு இது.

இந்தக் கருத்து கணிப்புகள்தான் தமிழ் இலக்கிய உலகிலும், உழைக்கும் பாட்டாளி வர்க்கத்தினரிடையேயும் பயத்தையும், பதட்டத்தையும், புரட்சி மனங்களையும்

உண்டாக்கின. விந்தன் புகழுக்கும் வித்திட்டான். அதனூடே விந்தனும் தன்னை ஒரு இலட்சிய எழுத்தாளராகப் பிரகடணப்படுத்திக்கொண்டார்.

“எதை எழுதினாலும் அதில் உயிர் இருக்க வேண்டும். உணர்ச்சி இருக்க வேண்டும் என்பது நான் எழுத ஆரம்பித்தபோதே எடுத்துக்கொண்ட பிரதிக்ஞை. இவை இரண்டும் இல்லாமல் எழுதுவதால்தான் என்ன பயன்? படிப்பதில்தான் என்ன பயன்?”

என்று விந்தன் எழுதிய காலத்தில் சில எழுத்தாளர்கள் என் நாவல்களைப் படித்து யாரும் உணர்ச்சிவசப்படக் கூடாது. என்றும், மற்றும் சிலர் எழுத்தாளன் எதை வேண்டுமானாலும் எப்படி வேண்டுமானாலும் எழுதலாம் என்றும் வேறு சிலரோ கதைகளில் உருவம் இருக்க வேண்டும், உத்தி இருக்க வேண்டும் என்று கதைகளுக்கு இலக்கணம் சொன்னார்கள்.

இப்படி சொன்னவர்கள் இன்று இலக்கிய உலகில் காணவில்லை. ஆனால் விந்தன் பேசப்படுகிறார் படிக்கப்படுகிறார்.

விந்தன் படைத்த உயிரும் உணர்ச்சியுமுள்ள கதைகளைப் படித்து மக்கள், ஏழை எளியவர்களுக்கு இழைக்கப்படும கொடுமைகளைக் கண்டு வயிற்றெரிச்சல் படுகிறார்கள். தொழிலாளர் வர்க்கத்துக்கு உண்டாகும் அநீதிகளைக் கண்டு பொங்கியெழும் புரட்சி மனம் படைத்தவர்களாக மாறுகிறார்கள். அந்த அளவுக்கு விந்தன் படைத்த கதைகள் அனைத்தும் ‘அக்கினிக்குஞ்சுகசள்’.

விந்தன் இலக்கிய உலகில் கொடுத்த ஒவ்வொரு குரலும் நெருப்புக் குரல்களாகும். அதன் தீக்கதிர்கள்தான் உங்கள் கையில் இருக்கும் ‘அக்கினிக்குஞ்சுகசள்’ இதைப் படித்து அனைவரும் புரட்சிகர சிந்தனையை புதிய உலகத்தைக் காண வேண்டும் என்பதே என் ஆசை!

தோழமையுள்ள

மு. பரமசிவம்.

விந்தன்
அக்னிக் குஞ்சுகள்
இயற்கை

'சோ'வென்று பெய்துக் கொண்டிருந்த சித்திரை மாதத்துச செல்வ மழை அப்போதுதான் விட்டது. மேகத்தின் பின்னால் மறைந்திருந்த ஆதவன் வானவில்லின் வர்ண விசித்திரத்தைக் கண்டு அதிசயித்துத் தென்றல் காற்று 'ஜம்'மென்று மலர்ந்த மலர்களின் 'கம்'மென்று மணத்துடன் கலந்து வந்தது. மழைக்குப் பதுங்கியிருந்த பட்சி ஜாலங்கள் 'படபட'வென்று தங்கள் சிறகுகளை அடித்துக் கொண்டு வானவீதியை நோக்கி மேலே கிளம்பியபோது அவற்றி லிருந்து வைரத்தைப் பழிக்கும் நீர்த்துளிகள் 'கொடசொட' வென்று கீழே உதிர்ந்தன. கார் அரசன் தந்த காட்சியைக் கண்டு பொறாமை கொண்ட காற்றரசன் பொங்கி யெழுந்து பூங்கொடிகளைக் குலுக்கிக்கொட்டி பூமாதேவியையே 'பூ'தேவியாக்கிவிட்டான். அந்த அழகில் ஈடுபட்ட ஆனத்ததாலோ என்னமோ தாவர இனங்கள் தலைவிரித்தாடின. அந்த ஆனந்த நடனத்திலிருந்து கிளம்பிய அற்புதக் கீதம் என்னை அறையை விட்டு வெளியே வரச்செய்தது.

(முல்லைக்கொடியாள்)

✸

உலகம் யாருக்கு சொந்தம்

உலகம் கடவுளால் சிருஷ்டிக்கப்பட்டதுதான்; அது எல்லோருக்கும் சொந்தம்தான். ஆனால், பணக்காரர்கள் சிலர் அதை ஆளுக்குக் கொஞ்சமாகப் பங்கு போட்டுக் கொண்டு 'இது என்னுடையது; அது உன்னுடையது' என்று உரிமை கொண்டாடுகிறார்களே அவர்களுக்கு மத்தியில் ஏழை பொன்னையாவுக்கு வாழ இடமுண்டா? 'எல்லோரும் ஓர் குலம்' என்பதெல்லாம் எழுத்திலே வெறும் பேச்சிலே! நடைமுறையிலோ?

நாடு நகரங்களில் எத்தனையோ மாட மாளிகைகள் கூட கோபுரங்கள்! மேல் ஜாதியைச் சேர்ந்த எத்தனையோ பேர் அவர்களில் ஒண்டுக்குடித்தனம் செய்கின்றனர். அவர் களுடன் நாய்கூடச் சரிசமானமாக வாழ்ந்துவருகிறது! ஆனால் பொன்னையா? அவன்தான் கீழ்ஜாதியாச்சே! மரணமடைந்தபின் மயானத்தில் கூட அவனுக்குத் தனி இடந்தானே?

(பொன்னையா)

✸

எப்போதும் அவன் தாழ்ந்தவனே!

ஐயோ சாமி த்தனை பணம் உனக்கு ஏது? என்று திடுக்கிட்டுக் கேட்டாள் சின்னி.

ஐயாதான் கொடுத்தாரு. என்றான் பொன்னையன்.

மவராஜா! இந்த ஏழைகளுக்கு இவ்வளவு பணம் கொடுத்தாரே! அவரு மனுசர் இல்லை, தெய்வம்!

தெய்வம்தான் இல்லேன்னா என்னை உன் வாயிலே யிருந்து காப்பாத்தியிருக்க முடியுமா? என்றான்

பொன்னையா சிரித்துக்கொண்டே. அந்தப் பணம் மனமுவந்து கொடுத்த பணமல்ல; மனைவி சொன்ன யோசனையின் பேரில் தன்மாணத்தைக் காப்பாற்றிக் கொள்வதற்காகக் கொடுத்த பணம். தன்னை எப்பொழுதுமே தாழ்த்தப்பட்டவனாக வாழச்செய்யும் பணம் அது என்பது ஏழை பொன்னையாவுக்கு எப்படித் தெரியும்?

(பொன்னையா)

★

அவர்கள் உழைப்பாளிகளா? அல்லது...

வேனிற் காலத்தில் தோப்புக்கு நீர் பாய்ச்ச நேரும் காலத்தில் ஏற்றம் இறைப்பதற்காகத் தினசரி மூன்று ஆட்களைக் கூலிக்குப் பிடித்துக்கொண்டு வருவான் இருளப்பன். அங்கே கூலிக்கு ஆள் பிடிப்பது அவ்வளவு சிரமமான காரியம் அல்ல. எட்டணாக் காசை வீசி யெறிந்தால் எத்தனையோ ஏழைகள் பட்டாணிக்கடலைக் கண்ட குரங்குக்கூட்டம்போல் பாய்ந்து வருவார்கள். பாதரட்சை மாதிரி அவர்களை அவசியம் இருக்கும்போது உபயோகித்துக்கொண்டு அவசியமில்லாதபோது தள்ளி விடலாம் அவர்கள் ஏன் எப்பொழுதும் அந்த நிலையில் வாழ்ந்துக்கொண்டிருக்கிறார்கள் என்பது ஆச்சரியமான விஷயம். ஆசையை அடக்கும் விஷயத்தில் அவர்கள் வேதாந்திகளைக் கூடத் தோற்கடித்துவிடுவார்கள். அவர் களுக்கு வேண்டியதெல்லாம் குறுக்கும் நெடுக்குமாக எட்டடி இடம் வாழ்வதற்கு. எண்சான் உடம்புக்கு. எட்டடி போதும் என்பதே அவர்கள் சித்தாந்தமோ என்னமோ! அப்புறம் ஒரு பெண்டாட்டி வருஷத்துக்கு ஒரு பிள்ளை வீதம் பெற்றுப் போட வேண்டியது உயிர் பிழைப்பது அந்தக் குழந்தைகளின் ஆயுள் காலத்தைப் பொறுத்தது!

(வாழப் பிறந்தவள்)

★

பொதுவுடைமை

சரி போ! இனிமேல் நீயும் உன்னைச் சேர்ந்தவர்களும் திருடாமல் இருப்பதற்கும், என்னையும் என்னைச் சேர்ந்த வர்களையும் எந்த விதத்திலும் வஞ்சிக்காமலிருப்பதற்கும் நான் ஒரு திட்டம் போட்டிருக்கிறேன். அதையும் இப்போதே கேட்டுக்கொண்டு போ! நீ வேலை பார்க்கும் அந்தத் தென்னந்தோப்பு இனி எனக்கு மட்டும் சொந்தமல்ல உனக்கும் சொந்தம். அதில் வரும் வரும்படியில் எனக்குள்ள பங்கு உனக்கும் உண்டு. இந்தத் திட்டம் உனக்கு மட்டுமல்ல; உன்னுடன் சேர்ந்த மற்ற தோட்டத்துரவுகளில் வேலை பார்க்கும் எல்லோருக்கும்.

(வாழப் பிறந்தவன்)

★

பதிப்பாளன்

*ஒ*ரே புத்தகத்தை ஒன்பது பதிப்புகள் போட்டு லாபம் சம்பாதித்தாலும்; அந்தப் புத்தகத்தை எழுதியவருக்கு ஒரே ஒரு தடவைதான் சன்மானம் கொடுப்போம் என்னும் சட்டத்தை தங்கள் பிறப்புரிமையாக்க கருதும் பிரசுரகர்த்தர்கள் திரு சதானந்தத்தை அவருடைய வாழ்நாளில் ஆதரிக்க வில்லை.

(செந்தமிழ் நாட்டிலே)

★

மு. பரமசிவம்

சமத்துவம்

செட்டியார் கடைக்கு வந்து இறங்கும் அரிசிமூட்டை சர்க்கரை மூட்டை முதலியவைகளையெல்லாம் சின்னசாமி கடைவாசலிலிருந்து தன் முதுகில் சுமந்து கொண்டுபோய்க் கடை உள்ளில் அடுக்குவான். மூட்டைக்குக் காலணா வீதம் எந்தக் காலமாயிருந்தாலும் சரி. அதாவது யுத்தக் காலமாக இருந்தாலும் சரிதான். சமாதான காலமாயிருந்தாலும் சரிதான். எண்ணிக் கொடுத்துவிடுவார். ஆனால், என்றைக்காவது ஒரு நாள் சின்னசாமி அறுபத்துநாலு மூட்டைகளுக்கு மேல் தூக்கி அடுக்கிவிட்டு ஒரு ரூபாய்க்கு மேல் கூலி வாங்க வந்துவிட்டால் செட்டியாரின் கண்களி லிருந்து ஏனோ இரண்டு சொட்டுக் கண்ணீர் கீழே விழும்.

இந்தத் துக்க நிவர்த்திக்காக அந்தக் கூலியிலிருந்து திருப்பதி தேவஸ்தானத்தின் தர்ம உண்டிக்கென்று செட்டியார் இரண்டணாவைப் பலவந்தமாக எடுத்துக் கொள்வார். "இகலோகத்திலுள்ள தன்னுடன் சமத்துவமாக வாழாவிட்டாலும் பரலோகத்திலாவது வாழட்டுமே! என்பது செட்டியாரின் பரந்த நோக்கம்.

(ஏழையின் குற்றம்)

★

படைப்பாளி

எழுத்தாளன் பிழைக்க வேண்டுமானால் அவன் எண்ணமும் எழுத்தும் ஒன்றாயிருக்கக் கூடாது; எண்ணம் வேறு, எழுத்து வேறாகத்தான் இருக்க வேண்டும்.

(செந்தமிழ் நாட்டிலே)

★

கடவுள் கண் திறந்தார்!

'சோ'வென்று செட்டியாரின் திருட்டு வியாபாரத்தை எத்தனையோ நாட்களாகக் காத்துவந்தவரும் சின்னசாமியின் திருட்டுத தொழிலுக்கு ஒன்பது நாட்கள் துணையாயிருந்தவருமான கடவுள் பத்தாவது நாள் மட்டும் கறுப்பு மார்க்கெட்டின் மூலம் பணக்காரரான செட்டியாரை விட்டுவிட்டு, ஏழைச் சின்னசாமியை ஏனோ காட்டிக் கொடுத்துவிட்டான்.

கடைசியில் என்ன? மாட்சிமை தாங்கிய மன்னர் பிரானின் நீதிநெறியைக் கஞ்சிக்கில்லர்த நிலையிலும் காப்பாற்றிவரும் போலீசாரிடம் அவன் ஒப்படைக்கப் பட்டான்.

★

அரசு ஆதரவு!

வேண்டிய ஆட்களை எடுத்துக் கொண்டார்கள்; வேலையும் தொடங்கிவிட்டார்கள். கட்டில்கள் கட்டி விட்டார்கள். நாடெங்கும் அனுப்பி விட்டார்கள். சர்க்கார் அதிகாரிகளும் மாதவராயரின் வேண்டுகோளுக்கிணங்கி ''இந்தியாவிலேயே நீங்கள் மட்டும்தான் இம்மாதிரி கட்டில்கள் செய்து ஊழைக்கொள்ளையடிக்கலாம். அந்தக் கொள்ளையில் வரியின் மூலம் எங்களுக்கும் கொஞ்சம் பங்கு கொடுங்கள். போட்டிக்கு யாராவது வந்தால் எங்களிடம் சட்டம் இருக்கவே இருக்கிறது'' என்று உத்திரவாதம் அறிந்துவிட்டார்கள்.

(சுயநலம்)

★

மனிதனை மறந்து...

என்ன அநியாயம்! கேவலம் ஒரு மெஷின் வேலை செய்வதற்கு லாயக்கில்லாமற் போனால் அதைப் பழுது பார்க்க ரூபாய் ஆயிரம் வேண்டுமானாலும் எந்த முதலாளியும் செலவழிக்கத் தயாராயிருக்கிறான். ஆனால் வாழ்நாட்கள் முழுவதும் தன்னிடம் நாயாயுழைத்த ஓர் ஏழைத் தொழிலாளி வேலை செய்வதற்கு லாயக்கில்லாமற் போனால், அவனுக்காக ஒரே ஒரு ரூபாய் செலவழிக்கக் கூட மனம் வருவதில்லை! மனிதன் என்ன யந்திரத்தை விட அவ்வளவு மட்டமானவனா? இரும்பு யந்திரத்தை மனிதன் வேண்டுமானால் சிருஷ்டித்துவிடலாம்; மனித யந்திரத்தை மனிதன் நினைத்தால் சிருஷ்டித்து விடமுடியுமா?

(மனித யந்தரம்)

★

உருவத்தால் மனிதர்கள்!

"**இ**ல்லை, கண்ணே! நான் கழுதை என்று நிஜக் கழுதையைச் சொல்லவில்லை; சுப்பனைப்போன்றவர் களைச் சொன்னேன்!"

"இதென்ன அம்மா! சுப்பனைப் போன்றவர்க ளெல்லாம் கழுதைதானா?"

"இல்லையா? அவர்களெல்லாம் உருவத்தில் மட்டும் தான் மனிதர்களாயிருக்கிறார்களே தவிர, காரியம் செய்வதில் கழுதைகள்தான் இட்ட வேலையைச் செய்வது; வைத்த தீனியைத் தின்பது! இவற்றைத் தவிர அந்தக் கழுதை களுக்கும் வேறு வேலையில்லை; இவர்களுக்கும் வேறு வேலை கிடையாது!"

(விதி வென்றது)

★

அடியார்களின் சோம்பேறித்தனம்

உண்டுண்டுறங்குவதேயல்லாது வேறொன்றும் கண்டிலாத அடியார்கள், தங்களுக்கு இயற்கையாயுள்ள சோம்பேறித்தனத்தால் புண்ணியத்தைச் சாக்காக வைத்துக் கொண்டு எச்சில் இலையை எடுத்துப் போடும் வேலையைக் கூட அன்னதானம் செய்பவர்கள் தலையிலேயே கட்டிவிட்ட தந்திரத்தை அந்த அம்மான் இந்த அணுகுண்டு சகாயத்தில் கூட அறியாமலிருந்தது எனக்கு ஆச்சரியமாய்த் தானிருந்தது.

(முல்லைக்கொடியாள்)

★

விதி என்பது பொய்!

அடேயப்பா! இதெல்லாம் அப்பனால் செய்ய முடியுமா? இரண்டு கை கூழுக்கு அவன் நம்மிடம் நாளெல்லாம் வேலை செய்ய வேண்டியிருக்கிறதே அவன் எங்கே அன்னதானம் செய்வது? அவனுக்குக் குடிக்கத் தண்ணீரைக் காணோம் அவன் எங்கே குளம் வெட்டுவது? அவனுக்கு இருக்க வீட்டைக் காணோம் அவன் எங்கே கோயில் கட்டுவது? இந்த லட்சணத்தில் கடவுள் அவனை வைத்து விட்டு நீ புண்ணியம் செய்யவில்லை; அதனால் அடுத்த ஜென்மத்தில் நீ கஷ்டப்பட வேண்டும் என்பது உன்னுடைய விதி! என்றால் அக்கிரமமான்னா இருக்கு!

(விதி வென்றதா)

★

விதியை வென்ற மனிதன்!

ஆமாம் அம்மா! நான்தான் இத்தனை வருஷகாலமாக நீங்கள் என் செலவுக்குக் கொடுத்த பணத்திலிருந்து கொஞ்சம் பிடித்துச் சேர்த்து வைத்துச் சென்ற வருஷம் தான் அவனுக்கு ஒரு காணி நிலத்தையும் ஒரு ஜோடி மாட்டையும் வாங்கிக் கொடுத்தேன். அதைக் கொண்டுதான் அவன் விதியை வென்றுவிட்டான். உண்மை இதுதான். வேண்டு மானால் யாருக்கும் புரியாத அந்தரார்த்தம் தத்துவார்த்த மெல்லாம் செய்து பொறுப்பை ஆண்டவன் தலையில் போடப் பார்க்கலாம். அவ்வளவுதான். இப்பொழுது சொல்லுங்கள் விதி வென்றதா?

(விதி வென்றதா)

✸

பழைமை குணம்

மனிதர்களுக்கு ஒரு விசித்திரமான மனோபாவம். என்னைப்போன்ற அதாவது பணத்தைக் கொண்டு எந்த விதத்திலும் சாப்பாட்டுக்கு வசதி செய்துகொள்ளக் கூடியவனைக் கண்டால் அவர்கள் வருந்தி வருந்தி விருந்துக்கு அழைக்கிறார்கள். மறுத்தால் அவர்களுக்குக் கோபம்கூட வந்துவிடுகிறது. ஆனால் இந்தச் 'சேலையப்பன்கள்' அதாவது பணத்தைக் கொண்டு எந்த விதத்திலும் சாப்பாட்டுக்கு வசதி செய்துகொள்ள முடியாதவர்கள் வலுவில் வந்து ஒரு கை சோறு கேட்டால்கூட எரிந்துவிழுகிறார்களே ஏன் இப்படி?

(ஒரே உரிமை)

✸

வேலையே சாமி!

ஆமாம், ஆமாம் அன்னிக்குக் கூட அங்கே எங்கேயோ கோயிலைத் திறந்துவிடறாங்கன்னு தர்மகர்த்தா ஐயா வந்து என்னைக் கூப்பிட்டாரு. எப்பவோ ஒரு நாளைக்கு அபூர்வமாக் கெடச்ச வேலையை விட்டுட்டு நான் எங்கே கோயிலுக்குப் போறது சாமி? அந்த வேலையே எனக்கு அப்போ 'சாமி' மாதிரி இருந்தது. தினம் தினம் அதன் தரிசனம் கெடச்சாத்தானே எங்க வயிற்றுக் கஞ்சி. அதாலே இன்னொரு நாளைக்குக் கோயிலுக்குப் போகலாம்னு நான் போகலே! அது சரி சாமி. அதற்குத்தான் காந்தி என்னமோ சொன்னாராமே!

(ஒரே உரிமை)

✶

தாழ்ந்த சாதி

என்ன இருந்தாலும் நான் பறையன் பறையன் தானுங்களே? என் கடையிலே யாராச்சும் ரொட்டி, வாங்கணும்னா அவங்களும் பறையர்களாகத்தானே இருக்கணும்? அவங்களுக்குத்தான் கூழுக்கே பஞ்சமாச் சுதுங்களே, அவங்க எங்கே ரொட்டி கிட்டி வாங்கப் போறாங்க? வந்தா ஒசந்த சாதிக்காரருதான் வரணும். அவங்க அங்கிட்ட எங்கேயாச்சும் வருவாங்களா?- ஆனா ஒண்ணு மட்டும் சொல்லுணங்க அந்த மட்டும் அவங்க என் கடைக்கு வராம இருந்ததோடு நின்னாங்களே! பறப்பயலுக்க இங்கே என்னமா ரொட்டிக்கடை?ன்னு என்னையும் அடியா அடிச்சுப்போட்டு இந்தக் கடையையும் காலி பண்ணாமே இருந்தாங்களே, அதைச் சொல்லுங்கோ!

(ஒரே உரிமை)

✶

ஒரே உரிமை

யோசித்துப் பார்க்கப்போனா எனக்கு இருப்பது ஒரே உரிமைதானுங்களே? அது என்னடா ஒரே உரிமை!

வேறே என்னங்க தற்கொலை செய்துகொள்ளும் உரிமைதானுங்க அது! என்றான் அவன்.

பாவம், அதற்குக்கூட உரிமை இல்லை என்னும் விஷயம் அவனைப்போல் அப்பாவிகளுக்கு எப்படித் தெரியும்?

(ஒரே உரிமை)

★

சாமான்ய தொழிலாளி

அரசியல் கொந்தளிப்பபில் குதித்து அதிகார வர்க்கத்துடன் போராடி அம்பலத்துக்கு வந்தவனல்ல, பெரும் புகழும் பெற்ற பிரமுகனல்ல; காரிருளில் ஒரு மின்னல்போல் கலைவானில் தோன்றி மறைந்த கலைஞனுமல்ல; சர்வ சாதாரணமான தொழிலாளி! குழந்தைகள் மாம்பழத்தைச் சப்புக்கொட்டித் தின்றுவிட்டுக் கொட்டையை வீசி எறிந்து விடுவதுபோல முதலாளிகள் அவனுடைய இரத்தத்தை உறிஞ்சிவிட்டுத் தள்ளி விட்டார்கள்!

பார்க்கப்போனால் அந்த முறையில் அறிமுகப்படுத்து வதற்குக்கூட அவன் அருகதையற்றவன். தொழிலாளி களுக்காவது வேலை செய்வதற்கென்று ஓர் இடமுண்டு; அவர்களுடைய வேலைக்குக் கூலியும் இவ்வளவுதான் என்று நிச்சயமாக உண்டு. வசதியுடனோ, வசதியில்லாமலோ அவர்கள் வசிப்பதற்கென்று வாடகைக்காவது ஒரு சின்னஞ் சிறு அறை உண்டு! உயிர் போகாமலிருப்பதர்காவது ஓரளவு உண்டு ஆனால் அவனுக்கோ?

(கதவு திறந்தது)

★

எதுவுமே நிச்சயமில்லை

இந்த உலகத்தில் எதுவுமே நிச்சயமில்லை. ஆம், இந்த உலகத்தில் யாருக்கும் எதுவுமே நிச்சயமில்லைதான்; அப்படித்தான் வேதாந்திகள் சொல்லுகிறார்கள்.

ஆனால் அந்த வேதாந்திகள் தங்குவதற்கு மட்டும் சகல சௌகரியங்களும் பொருந்திய எத்தனையோ மடங்கள் சர்வ நிச்சயமாக இருக்கின்றன. சாப்பாட்டு விஷயத்திலோ சாம்ராஜ்யாதிபதிகள்கூட அவர்களிடம் பிச்சை எடுக்க வேண்டும்.

இத்தனைக்கும் அத்தனை சௌகரியமான வாழ்க்கைக்கு அவர்களுடைய உடலும் ஊனும் அனுவளவாவது தேய்வ தில்லை; உள்ளம் நொந்து உயிரும் ஓரளவாவது ஒடுங்குவதில்லை!

(முல்லைக்கொடியாள்)

★

அன்பே ஆண்டவன்

அதிகாரப்பூர்வமான சட்டதிட்டங்களால் மனித வழக்கத்தை அடக்கி ஆண்டுவிட முடியும் என்று நம்புவது அறியாமை. மனிதன் நினைத்தால் அந்தச் சட்டதிட்டங் களை மீறிவிட முடியும். ஆனால் அன்பின் ஆணைகளை மீறுவதற்கு மனிதன் சக்தியற்றவன். ஆகையால்தான் நமது நாட்டில் அவ்வப்பொழுது தோன்றி மறைந்த மகான்கள் அன்று ஆண்டவன் என்று கூறியிருக்கிறார்கள். வாழ்க்கையில் அன்புக்கு இடமில்லையென்றால் இன்பத்துக்கு இடம் ஏது?

(மாட்டுத் தொழுவம்)

★

நெப்போலியனும் தோற்றான்!

தினசரி என்னுடன் சண்டையிடுவதற்கு அவள்தான் எத்தனை சந்தர்ப்பங்களைச் சிருஷ்டி செய்துகொள்கிறாள்! சந்தர்ப்பங்களை நோக்கி நான் காத்திருக்க மாட்டேன்; 'நானே வேண்டும்போது அவற்றைச் சிருஷ்டி செய்து கொள்வேன்' என்று சொன்ன மாவீரன்-வீராதி வீரன் நெப்போலியன்கூட இவளிடம் ராஜதந்திரத்துக்குப் பிச்சை எடுக்க வேண்டும் போலிருக்கிறது!

(மாட்டுத் தொழுவம்)

★

மாடும் மனுசியும்

ஆச்சு; மாடும் இப்பொழுது சினையாய்த்தான் இருக்கிறது; நாளைக்கு அதைக் கிராமத்துக்கு ஓட்டி வைக்கப் போகிறார்கள்; பெற்றும் பிழைத்தால் திரும்பி வரும். வந்தால் மீண்டும் பாலைக் கறந்து குடிப்பார்கள். வராமல் செத்தொழிந்தால் வேறு மாடு வாங்கிக் கொள்வார்கள்.

நானும் நாளைக்குப் போகிறேன். பெற்றுப் பிழைத்தால் திரும்பி வருவேன் பழையபடி வீட்டுக் காரியங்களையும் கவனித்துக்கொள்வேன். அவரும் என்னைக் கவனித்துக் கொள்ள வேண்டிய விதத்தில் கவனித்துக்கொள்வார். வராமல் செத்தொழிந்தால் என்ன பிரமாதம்? அவர் வேறு கல்யாணம் செய்துகொண்டுவிடுவார்.

(மாட்டுத் தொழுவம்)

★

வட்டியால் வாழும் மனிதர்!

பணத்தை வீணாக்காதீர்கள்; 'நேசனல் சேவிங்ஸ் சர்டிபிகேட்டுகளை வாங்கி பத்து ரூபாய்க்குப் பதினைந்து ரூபாயாகப் பத்து வருடங்களுக்குப் பிறகு பெற்றுக் கொள்ளுங்கள்! என்னும் சர்க்கார் விளம்பரத்தைப் படிக்கும் போதெல்லாம் எங்கள் ஊர் உத்தமநாத நாயுடுகாருக்குச் சிரிப்பு பொத்துக்கொண்டு வரும். ஆஹா! ஏமி தயாளச் சிந்த! எந்த பரோபகாரமு என்று அவர் தமக்குள் என்ணிக் கொள்வார்.

பத்து ரூபாய்க்குப் பத்து வருடங்களில் அறுநூறுரூபாய் வட்டி வாங்கும் அவருக்கு சர்க்கார் கொடுக்கும் ஐந்து ரூபாய் வட்டியை நினைத்தால் சிரிக்காமலிருக்க முடியுமா?

(தேற்றுவார் யார்)

✸

ஏழைகளின் உணவு

சிறிது தூரம் சென்றபிறகு அவளுக்கு வயிற்றைக் கிள்ளியது. அதற்கு ஏற்ற மாற்று; வெற்றிலை போட்டுக் கொண்டு வாயில் புகையிலையை அடக்கிக்கொள்வது என்பதுதான் அவள் வாழ்க்கையில் கண்டறிந்த அனுபவ உண்மையாயிற்றே! அருகிலிருந்த கடையில் ஓரணாவுக்கு வெற்றிலை, பாக்கு, புகையிலை வாங்கி கொஞ்சம் போட்டுக்கொண்டு மீதியை மடியில் வைத்துக்கொண்டாள்.

(தேற்றுவார் யார்)

✸

கடன்பட்ட நெஞ்சத்தில்

தன்னை மறந்து துக்கத்தில் தன் கையிலிருந்த இரண்டு பலூன்களும் விடுதலையடைந்து வான வீதியை நோக்கி பறந்ததைக்கூட கவனிக்கவில்லை அவள்; தானும் தன்னுடைய குழந்தைகளும் இரவு பட்டினி கிடக்க வேண்டுமே என்றுகூட அவள் அவ்வளவாகக் கவலை யடையவில்லை; தர்ம ராஜாநாயுடுகாருவுக்கு என்ன பதில் சொல்லுவது என்று எண்ணி எண்ணித்தான் அவள் ஓயாமல் அழுதுகொண்டிருந்தாள்.

பாவம் கதியற்ற அவளுக்கு விதியைத்தவிர வேறு ஏதாவது ஆறுதல் சொல்லித் தேற்றுவார் யார்?

(தேற்றுவார் யார்)

✻

அரசியல்வாதியின் சிந்தனை?

அரசியலை நிர்வகிக்கும் ஒவ்வொரு அதிகாரிக்கும் மூன்றுவிதமான மனப்பான்மைகள் இருக்கின்றன. முதலாவது அவனுடைய சொந்த மனப்பான்மை. இது சுயநலத்தை நாடுகிறது. இரண்டாவது ஆள்கின்ற மனப்பான்மை, இது சர்க்கார் நலத்தை நாடுகிறது. மூன்றாவதாகத்தான் மக்களுடைய மனப்பான்மை இருக்கிறது. இது மக்களுடைய நன்மையை நாடுகிறது.

நியாயமும் நேர்மையும் கொண்ட அரசாங்கம் நடைபெற வேண்டுமானால், சர்க்கார் நிர்வாகிகள், முதலாவது மனப்பான்மையைக் கைவிட வேண்டும். அதாவது அவர்கள் சுயநலத்தைக் கருதக்கூடாது. இரண்டாவது மனப்பான்மை ஓர் அளவுடன் இருக்க வேண்டும். அதாவது சர்க்காருடைய நன்மையைக் கவனிக்க வேண்டுமென்றாலும் அதுவே முக்கியமானதாயிருக்கக்

கூடாது. மூன்றாவது மனப்பான்மையைத்தான் அவர்கள் முதன்மையானதாகக்கொள்ள வேண்டும். அதாவது மக்களுடைய நன்மையை முக்கியமாகக்கொண்டு, அந்த நன்மையின் மூலமாக மற்ற இரண்டு நன்மைகளையும் அடையப்பார்க்க வேண்டும். இந்த முறையை விட்டுவிட்டு முதல் இரண்டு நன்மைகளின் மூலமாக மக்களுடைய நன்மையை நாடவே கூடாது!

(யாருக்கு பிரதிநிதி)

★

கிளி பேசுகிறது

நாடு எங்களுடையது, காடு எங்களுடையது; கடல் எங்களுடையது; வானம் எங்களுடையது; மலைகள் நதிகளெல்லாம் எங்களுடையவை; மரம், செடி, கொடி எல்லாமே எங்களுடையவைதான். 'என்னுடையது' என்று நாங்கள் எதையுமே சொல்லிக்கொள்வதில்லை; எல்லைக் கோடு வகுத்துக்கொள்வதில்லை; பத்திரமோ சித்தரமோ எழுதிக்கொள்வதில்லை. ரிஜிஸ்தரோ கிஜிஸ்தரோ பண்ணிக் கொள்வதில்லை; எல்லைச் சண்டை போட்டுக்கொண்டு தொல்லைப்படுவதில்லை; கோர்ட்டுக்குப் போய்க்கூப்பாடு போடுவதுமில்லை.

இன்னும் இறந்த காலத்தைக் குறித்து நாங்கள் வருந்துவ தில்லை; எதிர்காலத்தைக் குறித்து ஏங்குவதுமில்லை. நிகழ்காலத்தோடு எங்கள் நினைவு நின்றுவிடும். ஆடுவதும் பாடுவதும் ஆனந்தக் கூத்தாடுவதுமாகவே எங்கள் பொழுதெல்லாம் கழியும். ஆஹா! என்ன அற்புதமான வாழ்வு! எவ்வளவு ஆனந்தமான வாழ்வு!

(கிளி பேசுகிறது)

★

மு. பரமசிவம்

சமுதாய விரோதி

அப்படிப்பட்டவரா உனக்கு விரோதி?

அவர் எனக்கு விரோதி இல்லை

பின்னே யாருக்குத் தம்பி விரோதி?

சமுதாயத்துக்கு விரோதி! சொந்த அப்பாவைவிட சமுதாயம் பெரியது? ஆமாம்; அது அப்பாவைவிட அரசாங்கத்தைவிடப் பெரியது!

(சமுதாய விரோதி)

★

சுயநலம்

எப்படி முடியும்? சுற்றமும் நட்பும் சூழ இருப்பதே சுயநலத்துக்காகத்தானே!

அந்த சுயநலத்தை மனிதன் செத்தாலும் விட மாட்டார்கள் போலிருக்கிறது!

(சுயநலம்)

★

நல்ல மனம் வாழ்க!

உண்டுண்டுறங்குவதுதான் வாழ்க்கை என்ற கூற்றை கணேசன் ஒப்புதல்கொள்ளவில்லை. அழகு எதிலிருந்தாலும், எங்கிருந்தாலும் அதை அனுபவிக்கும் திராணி அவனுக்கு இயற்கையாகவே இருந்தது. அடுத்த வீட்டுக்காரி நல்ல புடவையோ, நகையோ அணிந்திருந்தால் தன் மனைவியும் அணிய வேண்டும் என்று அவன் விரும்புவான். பக்கத்து வீட்டுக் குழந்தை 'சாக்லெட்' தின்றால் தன் வீட்டுக் குழந்தை அதனிடம் கையேந்திவிடக் கூடாது என்பது அவன் எண்ணம். எதிர்வீட்டுச் சிறுவன் சைக்கிள் விட்டால் தன்

வீட்டுச் சிறுவன் அந்த சைக்கிளுக்காக ஏங்கிவிடக் கூடாது என்பது அவன் ஆசை. இவையெல்லாவற்றையும் விட பாரத நாட்டின் பழம்பெருமையை விளக்கும் சின்னங்கள் எதுவா யிருந்தாலும் அவற்றைப் பார்க்க அவன் துடிதுடிப்பான். அருங்கலைகளில் அவனுக்கிருந்த ஆர்வத்தையோ சொல்ல முடியாது.

(முதல் தேதி)

★

பிறர் வாழ வாழ்பவர்கள்!

ஏன் இல்லை! எத்தனையோபேர் இருக்கிறார்கள். முனியன், மூக்கன், தொப்பை, சப்பை என்று இல்லையா?

அவர்கள் எங்கே வாழ்கிறார்கள்? பிறர் வாழ்வதற்காக நிமிஷத்துக்கு நிமிஷம் செத்துக்கொண்டிருக்கிறார்கள். அவர்களுக்கும் நமக்கும் வித்தியாசம் இருக்கிறது. மரகதம்! பிரெஞ்சு அறிஞன் ஒருவன் ஜனங்களை மூன்று பிரிவுகளாகப் பிரித்திருக்கிறான். அதாவது மேல் வகுப்பு, மத்திய வகுப்பு, கீழ் வகுப்பு என்று அவன் வகுத்திருக்கிறான். மேல் வகுப்பார் சுதந்திரத்தை விலைக்கு வாங்குகிறார்கள். கீழ்வகுப்பார் சுதந்திரத்தை விலைக்கு விற்கிறார்கள் என்று அவன் சொல்லுகிறான். இந்த இரு வகுப்பார்களுக்கு மத்தியில் இருண்டுங்கெட்டானாக இருந்துகொண்டு அவதிப்படுபவர்கள்தான் நம்மைப்போன்றவர்கள். நம்முடைய சூழ்நிலை வேறு அவர்களுடைய சூழ்நிலை வேறு. நம்முடைய சுற்றுப்புறம் வேறு; அவர்களுடைய ஆசாபாசங்கள் வேறு இவையனைத்தையும் கூட்டிக் குழப்பி ஒன்று சேர்க்கத்தான் அரசியல் தலைவர்கள் முயற்சி செய்து வருகிறார்கள். அவர்களுடைய முயற்சி இன்றுவரை வெற்றியடையவில்லை!

(முதல் தேதி)

★

உலகம் தெரியாத உழைப்பாளிகள்

காலைக் கதிரவனின் பொன்னிறக் கிரணங்களிலோ, மாலைக் கதிரவனின் செந்நிறக் கிரணங்களிலோ, அவர்கள் தங்கள் கருத்தைச் செலுத்துவதில்லை. வெண்ணிலவின் தண்ணொளியிலும் அவர்கள் தங்கள் மனதைப் பறிகொடுப்பதில்லை; முடிவில்லாத வானத்தில் தவழ்ந்து விளையாடும் மேகக் கூட்டங்களைக் கண்டோ, சுடர் விட்டு ஒளிரும் நட்சத்திரக் குழுவைக் கண்டோ, அவர்கள் மகிழ்வதில்லை. வானளாவிய மரங்களும் மலைகளும் அவர்களுடைய கவனத்தைக் கவருவதில்லை. அதிகாலையில் கேட்கும் பட்சி ஜாலங்களின் உதயகீதமும், அர்த்தராத்திரியில் கேட்கும் ஆந்தையின் அலறலும் ஓயாத உழியாத கடல் அலைகளின் பேரிரைச்சலுங்கூட அவர்கள் காதில் விழுவதில்லை.

இவர் உயிருடன் இருக்கிறாரா இல்லையா? மூன்றாவது உலக மகாயுத்தம் எப்போது வரும்? உணவு உற்பத்தியைப் பெருக்குவதற்கு மந்திரிமார்கள் இன்னும் எத்தனை அறிக்கைகள் விட வேண்டும். எத்தனை பிரசார்க்கர்கள் செய்ய வேண்டும்? நகர சுத்தித் தொழிலாளிகள் வேலை நிறுத்தம் செய்வதற்கும் அதிகாரிகள் அவர்களுடைய குடிசைகளைப் பிய்த்து எறிவதற்கும் என்ன சம்பந்தம்? விதவா விவாகம் வேண்டுமென்று புருஷர்கள் என்னதான் கரடியாக கத்தினாலும் பெண்கள் ஏன் மௌனம் சாதிக்கிறார்கள்? இம்மாதிரி விஷயங்களுக்குப் பெரிய சாமி சின்னசாமிக்கும் ரொம்ப தூரம்!

(எத்தனை பேரோ)

★

மனிதனும் மிருகமும்

இத்தனைக்கும் வைரவன் செட்டியார் அவசரக்காரர் அல்ல; எந்தக் காரியத்தையும் ஆறஅமர யோசித்துச் செய்பவர்; பெரியசாமியையும் சின்னசாமியையும் வேலைக்கு அமர்த்திக்கொள்ளும் விஷயத்தில் கூட அவர் எத்தனையோ நாட்கள் யோசித்தார். அவர்கள் ஒவ்வொருவருக்கும் மாதம் பதினைந்து ரூபாய் சம்பளம் என்று தீர்மானம் செய்தவற்கு முன் அவர் ஒரு சின்னக் கணக்கும் போட்டுப் பார்த்தார். அதாவது அவர்களுக்குப் பதிலாகப் பேஷா ராஜபாளையத்து நாய் ஒன்றை வாங்கி வளர்த்தால் என்ன செலவாகும் என்று எண்ணிப் பார்த்தார். அவ்வாறு எண்ணிப் பார்த்ததில் அந்த நாய்க்கு மாதம் முப்பது ரூபாய்க்கு குறையாமல் செலவாகும் என்று தெரிந்தது. அது மட்டுமல்ல; இவர்களுக்கும் நாய்க்கும் எவ்வளவோ வித்தியாசமும் இருக்குமல்லவா?

நாய்க்கு என்ன தெரியும்? எஜமானைக் கண்டால் வாலை ஆட்டவும் அன்னியரைக் கண்டால் குரைக்கவும் தெரியும். எஜமான் காரில் ஏறும் போதும் இறங்கும்போதும் கதவைத் திறந்துவிட தெரியுமா? ஹாரன் அடித்தால், சத்தத்தைக் கேட்டதும் அலறிஅடித்துக் கொண்டு ஓடி வந்து, பங்களாவின் கேட்டைத் திறந்துவிட அதற்குத் தெரியுமா? ஏய்! என்று கூப்பிட்ட மாத்திரத்தில் ஓடோடி வந்து ஏன் சாமி என்ற மரியாதை செலுத்த அதற்குத் தெரியுமா? இன்னும் இரவில் தூங்கினாயோ உன்னை வேலையிலிருந்து நீக்கிவிடுவேன்? என்றும் நிற்கும் இடத்திலேயே நிற்காமற் போனாயோ விரட்டி விடுவேன் என்றும் நாயைப் பயமுறுத்த முடியுமா? இப்படிப் பல சௌகரியங்களையும் உத்தேசித்துத்தான் அவர் பெரியசாமியையும் சின்னச்சாமியையும் நமது பங்களாவை காவல் காக்க வைத்துக் கொண்டார்... ஏதோ எசமான் புண்ணியத்திலே

கால் வயிற்றுக் கஞ்சியாவது குடிக்கிறோமே! என்று திருப்தியுடன் அவர்களும் அந்த வேலையைச் செய்ய வந்தனர். வேறு என்ன திருப்தி அவர்களுக்கு வேண்டி யிருக்கிறது!

(எத்தனை பேரோ)

✱

எத்தனை பேரோ?

பெரியசாமியைப் பற்றி யாரும் கவலைப்பட வில்லை. செட்டியாருக்காகவே பிறந்தவன்போல் பிறந்து செட்டியாருக்காகவே வளர்ந்தவன் போல வளர்ந்து, செட்டியாருக்காகவே வாழ்ந்தவன் போல் வாழ்ந்து, செட்டியாருக்காகவே மடிந்தவன் போல மடிந்த அவனின் தன்னலமற்ற சேவையின் பெருமையைப் பற்றி யாரும் பேசவில்லை. அப்படிப் பேசுவதற்கு அவன் மட்டுமா இந்த உலகத்தில் அந்த நிலையில் வாழ்ந்து அபூர்வமாகச் செத்துப போனான்? அவனைப் போல் இன்னும் எத்தனைபேரோ?

(எத்தனை பேரோ)

✱

முதலாளி கண்ணீர் சிந்தினார்!

இதென்ன சங்கடம்! போயும்போயும் இவன் இங்கே விழுந்து செத்துத் தொலைக்க வேண்டும். இவன் உழைத்த உழைப்புக்கு எங்களுக்கு ஏதாவது கொடு என்று இவனுடைய பெண்டாட்டி பிள்ளைகளெல்லாம் வந்து என் கழுத்தை அறுக்குமே? என்று எண்ணிக் கண்ணீர் வடித்தார்! எதிர்கால மந்திரி.

(எத்தனை பேரோ)

✱

ஏழையின் குழந்தை

கண்ணே, கற்கண்டே! என்று கொஞ்சுவதற்குப் பதிலாக சனியனே பீடையே! என்று திட்டிக் கொண்டே நாச்சியப்பன் குழந்தையை தூக்கினான். அது தன் அழுகையை நிறுத்தவில்லை. அதற்காக நாச்சியப்பன் பெட்டியைத் திறந்து 'கிளாச்கோ' பிஸ்கட்டையோ ஆரஞ்சுப் பழத்தையோ 'செலுலாய்ட்' பொம்மையையோ எடுத்து அதன் கையில் கொடுக்கவில்லை; அவற்றுக்குப் பதிலாக அந்தக் குழந்தையின் கன்னத்தில் அவன் 'பட்' என்று ஓர் அறை கொடுத்துவிட்டுத் தன்னுடைய கோட்டுப் பையில் கையை விட்டான். அவன் எடுக்கப்போகும் வஸ்துவைப் பார்ப்பதற்கு முதலியார் தம் கண்களை ஆவல் மிகுதியால் அகல விரித்துக் கொண்டார். நாச்சியப்பன் ஒரு சின்னஞ்சிறு தகரடப்பியைக் கையில் எடுத்தான். அதற்குள் பாலா இருந்தது என்கிறீர்களா? இல்லை அபின்!

(நடுத்தரவர்கம்)

★

வாத்தியார் மகன்!

கோடி வீட்டுக் கோடீஸ்வர அய்யர் உனக்குத் தெரியுமா?

தெரியுமே!

நாளையிலிருந்து நீ அவருடன் போ! அவர் தம் ஆபீசில் உனக்கு ஒரு வேலை வாங்கிக் கொடுப்பார். என்ன வேலை தெரியுமா? மானேஜர் மேசையின் மேலிருக்கும் மணி 'டங்' என்று ஒலித்ததும் அவருக்கு முன்னால் நீ போய் பயபக்தியுடன் நின்று ஏன் சார்? என்று கேட்க வேண்டும். அவர் வருவதற்கு முன்னால் அவருடைய மேசை, நாற்காலி

மு. பரமசிவம்

முதலியவற்றை துடைத்து வைக்க வேண்டும் என்ன தெரிந்ததா?

தெரிந்தது அப்பா!

பையன் போய்விட்டான். அவன் சென்றதும் மங்களம் இடுப்பில் கையை வைத்துக் கொண்டு இதுதான் அட்சராப்பியாசமா? இல்லை கேட்கிறேன். என்று இன்னொரு கையை வாத்தியாருக்கு முன்னால் நீட்டிக் கேட்டாள்.

யார் சொன்னது? இது ஆபீசாப்பியாசண்டி. ஆபீசாப்பியாசம் என்றார் சிரித்துக்கொண்டே!

(ஆபீசாப்பியாசம்)

✸

உதாரண புருஷர்!

இல்லையாவது கில்லையாவது! வாழ்க்கையில் எளிமை வேண்டும் அய்யா எளிமை வேண்டும். அது மட்டும் போதாது மனிதனுக்கு சொல்லில் சத்தியம் வேண்டும்; செய்கையில் தூய்மை வேண்டும்; நடத்தையில் ஒழுக்கம் வேண்டும். எல்லாவற்றுக்கும் போக எதற்கும் அஞ்சாத நெஞ்சுறுதி வேண்டும் இதைத்தான் காந்தி மகாத்மா அன்று சொன்னார்: இன்று நான் சொல்கிறேன்-உதாரணத்துக்கு வேண்டுமானால் என்னைப் பாரும்; மேலே ஒரு துண்டு. கீழே ஒரு துண்டு. இவற்றைத் தவிர வேறு ஏதாவது நான் அணிந்திருக்கிறேனா?

இல்லை.

ஒரே ஒரு கெடிலாக் காரைத் தவிர வேறு ஏதாவது வைத்துக்கொண்டிருக்கிறேனா?

இல்லை.

உள்ளூரிலும் ஊட்டியிலும் இருக்கும் இரண்டு பங்களாக்களைத் தவிர வேறு பங்களாக்கள் ஏதாவது உண்டா?

ம்ஹூம்

வேளைக்கு ஒரு பவுண்டு ஓட்ஸ் சாதம், தாகத்துக்கு நாலே டம்ளர் ஆரஞ்சு ஜூஸ் சிற்றுண்டிக்கு கொஞ்சம் நிலக்கடலை; குடிக்க இரண்டே டம்ளர் வெள்ளாட்டுப் பால் இவற்றைத் தவிர வேறு ஆதாரம் ஏதாவது அருந்துவதுண்டா?

ஏது?

காந்தியடிகளின் பிரம்மச்சரியத்தை நீரும்தான் படித்தீர், நானும்தான் படித்தேன்; ஆனால் முதல் தாரம் இறந்ததும் நீர் இரண்டாந்தாரம் கல்யாணம் செய்து கொண்டீர்; நான் அப்படி செய்து கொண்டேனா?

கிடையாது.

உனக்காவது நாலு குழந்தைகள் இருக்கின்றன; எனக்கு ஒரு குழந்தையாவது உண்டா?

கிடையவே கிடையாது!

அப்படியிருக்கும்போது நீயும் என்னைப் போலவே ஏன் அய்யா எளிமையாயிருக்கக் கூடாது?

(காத்தியவாதி)

✸

எங்கள் ஊர்க்காந்தி!

நான் எட்டிப் பார்த்தேன். என்ன ஆச்சரிம்! உள்ளே ஏழெட்டுப பெண்களுக்கு நடுவே எங்கள் ஊர்க்காந்தி எழுந்தருளியிருந்தார். மேலே ஒரு துண்டும்; கீழே ஒரு துண்டும் வழக்கமாக இருக்கும் பாருங்கள் அவற்றைக்கூட மறந்து அவர் எளிமையின் உச்சிக்கே போய் வாய்மையையும் தூய்மையையும் பண்பையும் பாரம்பரியத்தையும் அங்கே வளர்த்துக்கொண்டிருந்தார்!

(காத்தியவாதி)

நியாய விலைக் கடை!

என்னத்தைத் தெரிகிறது? சரியாகத் தெரிந்து கொள்ளும்; அய்யா! சிலர் ஞாயிற்றுக் கிழமை வாங்க வேண்டிய அரிசியை அடுத்த சனிக்கிழமை வரை வாங்காமல் இருந்து விடுவார்கள். அந்தக் ‘கூப்பன்’களுக்குரியவர் களெல்லாம் அரிசி வாங்கிக் கொண்டுவிட்டது போல், நீர் சனிக்கிழமையன்றே பில் எழுதிக் கிழித்து எறிந்துவிட வேண்டும். மறுநாள் அவர்கள் வந்து என்னதான் பல்லைக் காட்டினாலும் நேற்றோடு காலாவதியாகிவிட்டது என்று கண்டிப்பாகச் சொல்லிட வேண்டும்!

(கறார் கருப்பையா)

பெரிய ஆச்சரியம்!

பாரதக் கதையில் யட்சன் தரும புத்திரனைப் பார்த்து உலகத்தில் எது பெரிய ஆச்சரியம் என்று கேட்கிறான். நாள்தோறும் பலர் மடிந்து கொண்டிருப்பதை பார்த்தும் எஞ்சியுள்ள மனிதர்கள் தாங்கள் நிலைபெற்று இருப்போம் என்று நம்புகிறார்களே, அதுதான் பெரிய ஆச்சரியம்! என்று தருமபுத்திரர் சொல்கிறார். இதில் எவ்வளவு பெரிய உண்மை அடங்கியிருக்கிறது பார்த்தீர்களா? என்று கருப்பையா நெருப்பிலிட்ட நெய்யாய் உருகினார்!

(கறார் கருப்பையா)

★

யார் குற்றவாளி?

மிஷ்டர் அவன் போன்றவர்கள் இஷ்டம்போல் பணம் சேர்த்துக்கொள்ள அனுமதித்தது, கள்ளையாவைப் போன்றவர்களை எ0ன்றும் கஷ்டத்தில் ஆழ்த்துகிறதே சர்க்கார் அந்த சர்க்கார்தான் குற்றவாளி!

(கறார் கருப்பையா)

★

மு. பரமசிவம்

மணிப்புறா வாழ்க்கை!

தாம்பத்திய வாழ்க்கையில் மனித வர்க்கத்தைவிட மணிப்புறாக்கள் எவ்வளவோ மேலானவையாகத் தோன்று கிறது. அவை எந்தக் காரணத்தைக் கொண்டும் ஏகபத்தினி விரதத்தைக் கைவிடுவதில்லையாம் ஆண்புறா பெண் புறாவை விட்டுப் பிரிந்தால் உயிர் போகும்வரை உண்ணா விரதமிருக்குமாம். நாமும் அவற்றைப் பின்பற்றுவது சாத்தியமா? அது எப்படிச் சாத்தியமாகும்! ரகுவையும் ராதையையும் விட்டுவிட்டு நாம் எப்படி ஊணுறக்கமின்றி உயிரைவிட முடியும்?

(மணிப்புறா)

★

நாங்களும் நீங்களும் ஒன்றுதான்!

ஊரிலிருந்து திரும்பி வரும்போது, அவளும் மணியும் மட்டும் வரவில்லை; அவர்களுடன் லலிதாவும் தன் கணவருடன் சேர்ந்து வந்தாள். வந்த லலிதா சும்மா வரவில்லை. முன்னால் நிராகரித்து விட்டு சென்ற புதுப் புடவையைக் கட்டிக்கொண்டு வந்தாள்.

எனக்கு அப்போது தான் தெரிந்தது சரசு தன் பிறந்த வீட்டுக்குப் போகவில்லை; லலிதாவின் வீட்டுக்குத்தான் போயிருந்தாள் என்று.

வாருங்கள்; உட்காருக்கள்! என்று நான் மைத்துனரை வரவேற்றேன். எங்கள் இருவரையும் நோக்கி உங்களுக்கு நாங்கள் நேற்று வந்தவர்களானால், எங்களுக்கு நீங்கள் நேற்று வந்தவர்கள்தானே! என்றாள் சரசு சிரித்துக் கொண்டே!

(தேற்றுவார் யார்)

★

பழம் சாப்பிட...

கேவலம் ஒரு சாத்துக்குடிப் பழம் தின்னவேண்டு மென்றால் அதற்காக அவளுக்கு சுரம் வரவேண்டியிருக் கிறது; மிக மிகப் பறிதாபமாக அல்லவா இருக்கிறது இது!

(தேற்றுவார் யார்)

★

விற்பனை கலையைக் கற்றவர்கள்!

ஒரு கஜம் மல்லின் விலை ஒன்பதனா நாலுபை. தினசரி இத்தனை 'பீஸ்'கள்தான் விற்கலாம்; ஆள் ஒன்றுக்கு இத்தனை கெஜந்தான் கொடுக்கலாம் என்று சர்க்கார் திட்டம் செய்திருந்தார்கள், அவர்களுடைய திட்டப்படி எங்கள் கடைக்கு வந்து தினசரி மல் வாங்கும் ஒவ்வொருவரின் விலாசத்தையும் நாங்கள் குறித்து வைத்துக் கொள்ள வேண்டும். பரிசோதனை அதிகாரிகள் வந்து பார்வையிடும்போது அவர்களுக்கு காட்ட வேண்டும். இதனால் என் அப்பாவின் உத்திரவுப்படி எத்தனையோ பொய் விலாசங்களை நான் எழுத வேண்டியிருந்தது. ஏன் தெரியுமா? அவ்வாறு எழுதும் விலாசதாரர்களுக்கெல்லாம் மல் விற்றது போல் நாங்கள் அதிகாரிகளிடம் காட்டிக் கொள்வோம். அவர்களுக்கு விற்காத மல்லை அதிக லாபத்துக்கு விற்போம். எப்படியாவது மல் கிடைத்தால் சரி என்று நினைக்கும் வசதியுள்ள சிலர் கெஜம் ரூபாய் ஒன்றரை என்றாலும் வாங்கிக்கொள்வார்கள்!

(கறார் கருப்பையா)

★

முதல் இல்லாத மனுசன்

ரொம்ப நன்றாய்த்தான் இருக்கிறது! முப்பது வருஷமா வேலை செஞ்ச முனியனே போய்விட்டானாம்; மாடு போனா என்னவாம்? என்றாள் அவள்.

மனுசன் முதலில்லாமல் வருவான்; மாடு முதலில்லாமல் வருமா? என்றார் அவர்.

(மாடும் மனிதனும்)

✸

தமிழ்நாடு உருப்படாது!

கையெழுத்துக்கூடப் போடத் தெரியாத பயல்களெல்லாம் தலையெழுத்தைக் கட்டிக்கொண்டு அழும்வரை தமிழ்நாடாவது உருப்படுவதாவது!

(தலையெழுத்து)

✸

உலகத்திலேயே முதன்மையானது!

அரை வீசை சிகைக்காய் வாங்கி அரைக்கலாம்; அரைத்த சிகைக்காய்ப் பொடியில் ஆறுபடி அரிசித் தவிட்டையோ, அக்குப்பொடியையோ வாங்கிக் கலக்கலாம். ஆயிரமாயிரம் காலணா, அரையணா பொட்டணங்களாக அவற்றைக் கட்டலாம்; முத்துவிலாஸ் சிகைக்காய்ப் பொடிதான் உலகத்திலேயே முதன்மையானது என்று கூசாமல் விளம்பரமும் செய்யலாம்.

அதன்வாயிலாக லட்சக் கணக்கான ரூபாய்க்கு அதிபதியாகி, அந்த ரூபாய்களைக் கொண்டே அரசியல் கலை, இலக்கியப் பிரமுகராகி 'பாரத ரத்னா' பட்டத்தைக் கூடப் பெற்றுவிடலாம்.

(சிறைப் பறவை)

✸

யார் கேட்பார்கள்?

அரசியலுக்கும் எனக்கும் என்ன சம்பந்தம்? என்று எந்த அரசியல்வாதியாவது என்னைக் கேட்பானா? கலைக்கும் எனக்கும் என்ன சம்பந்தம்? என்று எந்தக் கலைஞனாவது என்னைக் கேட்பானா? இலக்கியத்துக்கும் எனக்கும் என்ன சம்பந்தம்? என்று எந்தப் புலவனாவது கேட்பானா? ஊஹூம். என்னைப் பார்க்கும்போதெல்லாம் தலையைச் சொறிந்துக்கொண்டும் கையைப் பிசைந்துகொண்டு மல்லவா நிற்பார்கள்? தூ! மனிதர்களா இவர்கள் 'ஆறாவது அறிவு' என்று ஏதோ ஒன்று இருக்கிறதாமே-அது இருக்கிறதா இவர்களுக்கு-ஊஹூம்; எனக்கு நம்பிக்கை இல்லை; இல்லவே இல்லை.

இப்படிப் பிழைப்பதும் ஒருவகையான திருட்டைச் சேர்ந்ததுதான் என்றாலும் இதற்கு விசாரணை கிடையாது. தண்டனையும் கிடையாது. அப்படியே இருந்தாலும் இருக்கவே இருக்கிறது 'சம்திங்'- அந்த 'அருமருந்'தைக் கொடுத்து ஒரே அமுக்காக அமுக்கிவிடலாம். என்ன இருந்தாலும் வியாபாரத்தில் நாணயம் வேண்டும் என்று சிலர் சொல்லலாம். உண்மைதான்; நாணயம் 'நாணய'த்தில் வேண்டும்தான்! அரசியலில் அது எதற்கு? வேண்டாம் என்பதற்காகத்தானே ராஜதந்திரம் என்று ஒன்று இருப்பது போல் வியாபாரத்தில் ராஜாங்கத்தில் 'வியாபார தந்திரம்' என்று ஒன்று இருக்கிறது.

ஆனால் இதுபோன்ற திருட்டுத் தொழில்களுக்கு முதல் வேண்டும்; அந்த முதலுக்கு எங்கே போவது?

(அரசியல்வாதி)

✱

மு. பரமசிவம்

நாளை நம்முடையது!

இன்று அவர்களுடையதாயிருக்கும்போது நமக்கு மட்டும் ஏன் நாளை நம்முடையதாயிருக்க வேண்டும்?

கூடாது நண்பா, கூடாது நாளை அவர்களுடையதா யிருக்கட்டும்; இன்றையநாள் நம்முடையதாக்கிக் கொள்வோம்.

இந்த உறுதிமொழியைக் கேட்டதுதான் தாமதம் இருளடைந்து கிடந்த அந்தச் சிறுமியின் கண்களில் கூட ஒளி வீசியது!

(நாளை நம்முடையது)

★

விண்ணில் பறந்தோம்!

அதன் குறியைப் பார்த்ததும் எனக்கும் என்னை யறியாமல் குஷி பிறந்துவிட்டது அவ்வளவுதான்; இருவரும் ஸ்டேசனுக்குச் செல்லவில்லை 'க்யூ'வில் நிற்கவில்லை; டிக்கெட் வாங்கவில்லை; ரயிலிலோ விமானத்திலோ சவாரி செய்யவில்லை. சிறகுகளைப் படபடவென்று அடித்துக் கொண்டு வான வீதியை நோக்கி 'ஜம்'மென்று கிளம்பினோம். பறந்தோம், பறந்தோம், பறந்தோம் அப்படிப் பறந்தோம். போனோம். போனோம், போனோம் அப்படிப் போனோம். நாட்டையும் நகரத்தையும் கடந்து காட்டையும் கடலையும் கடந்து மலையையும் மடுவையும் கடந்து நதியையும் புனலையும் கடந்து போய்க்கொண்டே இருந்தோம் ஆமாம் நிற்கவில்லை.

(கிளி பேசுகிறது)

★

மானம் என்னும் போர்வை!

குளிருக்கு ஒரு போர்வைகூட இல்லாமல் நீங்கள் ரொம்ப நாளா கஷ்டப்பட்டுக்கொண்டு இருக்கிறீர்கள் இல்லையா?

கிழவன் சிரித்தான்; ஏன் சிரிக்கிறீர்கள்? என்று கேட்டான் ஆறுமுகம்.

ஒன்றுமில்லை; எனக்குப் போர்வை இல்லை என்று நீ சொன்னாயே அதற்காகச் சிரித்தேன் என்றான் கிழவன்.

அப்படியானால் உங்களிடம் போர்வை இருக்கிறதா என்ன?

இருக்கிறது தம்பி. இருக்கிறது. ஆனால் அதை உன்னாலும் பார்க்கமுடியாது; அந்தக் கணபதியாலும் பார்க்க முடியாது.

அது என்ன போர்வை தாத்தா, அப்படிப்பட்ட போர்வை? என்று கேட்டான் ஆறுமுகம்.

அதுதான் மானம் தம்பி, மானம் அந்தப் போர்வை உள்ளவன் இந்தப் போர்வையை விரும்ப மாட்டான்! என்றார் கிழவன்.

(அவன் திருடனில்லை)

★

வேண்டாம் இலவசம்!

மன்னியுங்கள் சார்! என் அப்பாதான் தன்னை மதிக்கத் தெரியாதவராக வாழ்ந்து விட்டார். நானாவது என்னை மதிக்கத் தெரிந்தவனாக வாழ வேண்டாமா சார்? அதிலும் இந்த இனாம் இருக்கிறதே இனாம் அது பிறரை மதிக்க பிறருக்கு மரியாதை காட்டத்தான் உதவுகிறதே தவிர, மதிக்க தனக்கு மரியாதை காட்டிக்கொள்ள உதவுவதில்லை சார்! அப்படி நீங்கள் என்னை வாழத்தான் வேண்டுமென்று நினைத்தால் 'மனம் உயர' என்று வாழ்த்துங்கள், சார்! என்று சொல்லிக்கொண்டே வந்து அவன் அவரை வணங்கி நின்றான்.

(இளைய பாரதத்தினர்)

✱

அவ்வை மொழி

அவ்வை 'வரப்புயர' என்று ஒரு சமயம் யாரையோ வாழ்த்தவில்லையா? சார்? அந்த மாதிரிதான் இதுவும். வரப்புயர்ந்தால் நீர் உயரும்; நீர் உயர்ந்தால் பயிர் உயரும். பயிர் உயர்ந்தால் களத்தில் நெல் உயரும்; நெல் உயர்ந்தால் மக்கள் உயர்வார்கள். மக்கள் உயர்ந்தால் மன்னன் உயர்வான்; மன்னன் உயர்ந்தால் நாடு உயரும்; நாடு உயர்ந்தால் உலகம் உயரும்; அதே மாதிரி மனம் உயர்ந்தால் மானம் உயரும்; மானம் உயர்ந்தால் மரியாதை உயரும்; மரியாதை உயர்ந்தால் தன்னம்பிக்கை உயரும்; தன்னம்பிக்கை உயர்ந்தால் ஒருவன் இன்னொருவனிடம் எதற்கும் தலையைச் சொறிந்துகொண்டு நிற்க மாட்டான் அல்லவா? என்றான் அவன்.

(இளைய பாரதத்தினர்)

✱

பிறர் உதவியின்றி...

பணக்காரனாகட்டும் பரம தரித்திரனாகட்டும்; படித்தவனாகட்டும் படிக்காதவனாகட்டும், இந்த உலகத்தில் உயிர் வாழ்ந்திருக்க வேண்டுமானால் பிறருடைய உதவியை ஏதாவது ஒரு விதத்தில் நாடத்தான் வேண்டியிருக்கிறது அவ்வாறு நாடவில்லையானால் எமன்வந்து நம் வீட்டுக கதவைத் தட்டுவதற்குப் பதிலாக நாமே சென்று அவன்வீட்டுக் கதவைத் தட்டும்படி ஆகிவிடுகிறது தயவு தாட்சன்யமின்றிப் பொதுஜன சேவையில் ஈடுபட் டிருப்பதாகச் சொல்லிக்கொள்ளும் தியாகிகள்கூட உண்மையில் மேற்கூறிய நிலையில் உள்ளவர்களே!

(கண் திறக்குமா)

★

தேச முன்னேற்றம்!

நான் என்ன சொல்லக்கிடக்கிறது? எனக்கென்னமோ இந்தக் காதல், கல்யாணம் என்பதெல்லாம் வெறும் 'பிரஜாபி விருத்திக் கைங்கரியம் என்றுதான் சொல்லத் தோன்றுகிறது. அந்தக் கைங்கரியத்தில்தான் எத்தனையோ பேர் ஈடுபட் டிருக்கிறார்களே, நாமாவது தேசாபிவிருத்திக் கைங்கரியத்தில் இறங்கினால் என்ன என்று சொல்லிக் கொண்டே கோட்டை மாட்டிக்கொண்டு பாரிஸ்டர் பரந்தாமன் வீட்டுக்குக் கிளம்பினேன் நான்!

(கண் திறக்குமா)

★

சிதம்பர ரகசியம்!

பொதுவாகத் தனக்கு உதவி செய்பவர்களிடம் என்னதான் குற்றக்குறைகள் கண்டாலும் மனிதன் கூடியவரை அவற்றை மூடி மறைக்கவே முயற்சி செய்வார்கள். இவ்வாறு செய்வது தன் சொந்தத் தேவைக்கு அவன் பூர்த்தி செய்துகொள்வதற்கு அத்தியாவசியமாக இருக்கிறது. தன்னலத்துக்காக மனிதன் சாகும்வரை மேற்கூறிய முறையைக் கைக்கொண்டிருந்துவிட்டுக் கடைசியில் செத்தும் தொலைந்துவிடுகிறான். இதனால் எத்தனையோ உண்மைகளை உலகம் கடைசிவரை அறியமுடியாமலே போய்விடுகிறது. ஏய்க்கும் கூட்டம் என்றைக்கும் தன் இஷ்டம்போல் ஏய்த்து வாழ்ந்துகொண் டிருப்பதற்கும், ஏமாந்த கூட்டம் எப்பொழுதும் ஏமாந்து மடிந்து கொண்டிருப்பதற்கும் ஏதுவாகி விடுகிறது. தப்பித்தவரி இதைப் பற்றி யாராவது ஒருவன் துணிந்து பேசவோ எழுதவோ ஆரம்பித்து விட்டால் போதும்; உடனே ஒரு சிலரால் பெரியோர்களாக்கப்பட்ட பெரியோர்கள், அவனைப் பெருந்தன்மையில்லாதவன் என்றும், தமிழர் பண்பை அறியாதவன் என்பர். மிகமிக அழகான தமிழ் வார்த்தைகளாகப் பொறுக்கியெடுத்துத் தாக்க ஆரம்பித்து விடுகிறார்கள்.

(கண் திறக்குமா)

★

அன்னப் பறவை

இந்தப் பெரியோர்களின் கட்சிக்குத் தற்கால உலகத்தில் எதுவுமே உவமையாக எடுத்துச சொல்லக் கிடைப்பதில்லை. ஏதோ ஒரு காலத்தில் இந்த உலகத்தில் இருந்து இப்போது இருக்கிறதாமே அன்னப் பறவை அதுதான் கிடைக்கிறது. அந்த அறியப் பட்சிக்குப் பாலில் கலந்து வைத்தால் அது தண்ணீரை நீக்கிவிட்டு பாலை மட்டும் உறிஞ்சிக் குடிக்குமாம். பாவம். பால்காரர்கள் பிழைத்துப் போகட்டும் என்று பகவான் இப்போது அவற்றைப் பூலோகத்தில் அவதரிக்கவெட்டாமல் தடுத்துவிட்டாரே. என்னவோ அந்தப் பட்சியைப் போல் மனிதனும் யாராவது கெட்ட காரியம் செய்தால் அதை ஒதுக்கித் தள்ளிவிட வேண்டுமாம்; நல்ல காரியம் செய்தால் அதைப் போற்றிப் புகழ்ந்து ஆடிப்பாடி ஆரவாரம் கரகோஷம் எல்லாம் செய்து வரவேற்க வேண்டுமாம்.

(கண் திறக்குமா)

★

மு. பரமசிவம்

யார் தியாகி?

இன்று இவ்வளவு தூரம் எழுதும் நானும் நேற்றுவரை மேற்படி திருக்கூட்டத்தைச் சேர்ந்தவனாய்த்தான் இருந்தேன். ஆனால் முதலிலிருந்தே சேர்ந்துவிடவில்லை. நடுவில்தான் சேர்ந்தேன். அதாவது தேசியம் என்றால் என்ன? பொதுஜன சேவை என்றால் என்ன? ஜனநாயகம் என்றால் என்ன? என்பதைப் பற்றி எல்லாம் மிகமிக நன்றாகத் தெரிந்துகொண்ட பிறகுதான் சேர்ந்தேன். இல்லையென்றால் இந்த உலகத்தில் நான் இன்பத்தைக் கண்டிருக்க முடியாது; என்னதான் தியாகம் செய்திருந்தாலும் தியாகி என்று பெயரைக்கூட நான் பெற்றிருக்க முடியாது.

(கண் திறக்குமா)

பணக்காரர்களின் புகலிடம்!

காங்கிரஸ் மகாசபை இன்று மட்டும் கெட்டுப்போய் விடவில்லை; அன்றும் ஓரளவு கெட்டுப்போய்த்தான் இருந்தது. அதற்குக் காரணம் சமாதான முறையில் வெள்ளைக்காரரிடமிருந்து அதிகாரத்தைக் கைப்பற்றி கௌரவம் மிக்க ராஜ்யபாரம் வகிப்பதோடு தாங்க முடியாத பணபாரம் வகிக்கும் தங்கள் ஏகபோக உரிமையையும் பாதுகாத்துக்கொள்ளலாமென்ற உன்னத நோக்கத்துடன் சில பணமூட்டைகளும், பதவி வேட்டைக்காரர்களும் அப்பொழுதே அதில் சேர்ந்திருந்ததுதான்!

(கண் திறக்குமா)

பகவானே பக்கத் துணை!

தமிழ்நாட்டில் பெண்ணாய்ப் பிறந்த தோஷத்தின் காரணமாக, அவர்கள் பிறந்ததிலிருந்து கல்யாணமாகும் வரை தந்தையின் உதவியை எதிர்பார்க்க வேண்டிய நிலையில் இருந்தார்கள்; கல்யாணமான பின் கணவனின் உதவியை எதிர்பார்க்க வேண்டிய நிலையில் இருந்தார்கள். கணவனைப் பிரிந்த பின் பிள்ளையின் உதவியை எதிர்பார்க்க வேண்டிய நிலையில் இருந்தார்கள்; பிள்ளைப் பிரிந்தால் பாற்கடலில் பள்ளிகொண்டிருக்கும் படியளக்கும் பெருமாள் இருக்கவே இருக்கிறார் என்று இருப்பார்களோ என்னவோ!

✶

கிருஷ்ண லீலை புரிந்தவர்கள்!

ஒருமுறை இருமுறையல்ல, இப்படி எத்தனையோ முறை இதைப் பற்றி பின்னால் விசாரித்தபோது அந்த ஒரு சிலர் பெரும் பணக்காரர்களாகவும் பெரிய பெரிய மில் முதலாளிகளாகவும் 'கிருஷ்ண லீலை'யின் காரணமாக ஆஸ்பத்திரிக்கு வந்தவர்களாகவும் இருந்தார்கள்!

✶

மு. பரமசிவம்

காந்தி ஒரு கலகக்காரர்!

எல்லாம் நல்ல சமாசாரந்தான்! இன்று அந்த கலகக்காரனைப் பிடித்துச் சிறையில் போட்டு விட்டார்கள்!

எந்தக் கலகக்காரனை?

அவன்தான் மிஷ்டர் காந்தி! ரௌலட் சட்டத்தை எதிர்த்துச் சத்தியாக்கிரகமோ, சண்டித்தனமோ செய்து பிரிட்டிஷ் ஏகாதிபத்தியத்தையே கவிழ்த்துவிடப் போகிறேன் என்றானே அவன். அந்தப் பைத்தியக்காரனின் பேச்சையும் பாழாய்ப்போன ஜனங்கள் கேட்டுத் தொலைக்கிறார்களே! அதுதான் எனக்கு வேடிக்கையாக இருக்கிறது. இந்த நாட்டை ஆள வெள்ளைக்காரன் மட்டும் வந்திரா விட்டால் இவர்கள் அவரவர்களுடைய பெண்டாட்டியையாவது காப்பாற்றிக்கொண்டிருக்க முடியுமா இல்லை கேட்கிறேன்.

(கண் திறக்குமா)

★

சுத்தப் பொய்!

சுத்தப் பொய்! நாற்பதுகோடி மக்களும் எங்கே வறுமையால் வாடிக் கொண்டிருக்கிறார்கள்? வட நாட்டிலும் ஜி.டி.பிர்லா கோஷ்டியும் தென்னாட்டிலுள்ள வடபாதி மங்கலம் கோஷ்டியும் கூடவா வறுமையில் வாடிக் கொண்டிருக்கின்றன? உயர்தர உத்தியோக வர்க்கமும் நடுத்தர உத்தியோக வர்க்கமும் கூடவா பசியால் துடித்துக் கொண்டிருக்கின்றன!

(கண் திறக்குமா)

★

மக்கள் நலனுக்கு அல்ல!

நிறுத்துங்கள்! அந்த வெள்ளைக்காரன் இந்த நாட்டில் பொதுஜன சௌகரியத்துக்கென்று செய்திருக்கும் ஒவ்வொரு காரியமும் உண்மையில் அவனுடைய ஏகாதிபத்யத்தைக் காத்துக்கொள்வதற்காகச் செய்தவை என்பதை நான் அறிவேன். நீங்கள் சொல்வதுபோல் அவை பொதுஜன நன்மைக்கென்றே ஏற்பட்டவை என்றாலும் அவற்றுக்கும் பிரிட்டிஷ் ஏகாதிபத்தியத்துக்கும் என்ன சம்பந்தம்? அந்தச் சாதனங்கள் அமைத்தவந்ன யாராயிருந் தாலும் அவனை 'வெள்ளைக்காரன்' என்ற கண்டுகொண்டு தான் பார்க்க வேண்டுமா? நாளுக்குநாள் வளர்ச்சியடையும் மனித சமுதாயம் தன் சௌகரியத்துக்கென்று சகித்துக் கொண்ட காரியங்கள் அவை என்று ஏன் நினைக்கக் கூடாது? தங்கச் சங்கிலி என்பதற்காகக் கைகளில் விலங்கு போட்டுக்கொள்ள நான் தயாராயில்லை; உங்கள் வேலையைப் பாருங்கள்!

(கண் திறக்குமா)

★

சுதேசியா, விதேசியா?

அன்னியன் உங்களை என்றும் ஆளவேண்டு மென்றோ நீங்கள் சொந்த நாட்டுச் சகோதரர்களை இப்படி அடித்து நொறுக்குகிறீர்கள்? அவர்கள் கேட்கும் விடுதலை உங்களுக்கு வேண்டாமா? கேவலம் இருபது முப்பது ரூபாய்ச் சம்பளத்துக்காக உங்களை உங்கள் உயிரை, உங்கள் உரிமையை நீங்கள் விலைக்கு விற்றுவிடுவதா? வெட்கக் கேடு!- எட்டிச் செல்லுங்கள்; எங்களை அடித்து நொறுக்கு வதற்குப் பதிலாக அந்த வெள்ளைகாரப் பயல்களை அடித்து நொறுக்குங்கள்! என்று மேலே ஏதோ சொல்வதற்குள் என் தலையில் ஏக காலத்தில் பல அடிகள் விழுந்தன. நான்

வெளியனானேன். அகிம்சை என்னைக் கைவிட்டு விட்டதோ, நான் அதைக் கைவிட்டுவிட்டேனோ அது எனக்குத் தெரியாது. அடிக்குப் பதில் அடி; இரத்தத்திற்குப் பதில் இரத்தம்!

(கண் திறக்குமா)

★

எல்லோருக்கும் ஜே!

நீங்கள் வேண்டுமானால் மக்களைக் கவனித்துப் பாருங்கள். வெள்ளைக்காரன் இந்த நாட்டை விட்டுப் போனாலன்றி நாம் சுக வாழ்வைக் காண முடியாது. ஆகவே அவனை முதலில் விரட்டுங்கள்! என்று சொல்பவருக்கும் அவர்கள் ஜே போடுகிறார்கள்; வெள்ளைக்காரன் வருவதற்கு முன்னால் இந்த நாடு எப்படியிருந்தது? எங்கே பார்த்தாலும் மீண்டும் அதே கதிக்கு நாம் ஆளாக வேண்டுமா? என்று சொல்பவருக்கும் அவர்கள் ‘ஜே’ போடுகிறார்கள். இந்த லட்சணத்தில் வெறும் பிரசார பலத்தைக் கொண்டு ஒருசிலர் அவர்களை மற்றிவிடுவது சுலபமாக இருக்கிறது. இதன் பலன் கடைசியில் என்ன ஆகும் தெரியுமா? வெள்ளைக்காரன் இந்த நாட்டை விட்டுப் போனாலும் அரசாங்க அதிகாரம் உண்மையான மக்கள் தலைவர்களின் கைக்கு வராது பணத்தாலும் பக்கபலத்தாலும் தலைவர்களானவர்களின் கைக்கே போய்ச் சேரும். எனவே தேசத்தைப் பிடித்த அன்னிய ஆதிக்கம் ஒழிந்தாலும் ஏழைகளைப் பிடித்த பணக்கார ஆதிக்கம் ஒழியாது!

(கண் திறக்குமா)

★

ஏழை சிறைக்குப் போனால்!

நீங்கள் என்னதான் உண்மையை எடுத்துச் சொன்னாலும் உங்களை நம்ப மாட்டார்கள். பணக்காரன் சிறைக்குப் போனால் ஆஹா என்ன தியாகம், என்ன தியாகம் ஏழைகளுக்காக அவன்தன் சுகபோகங்கள் அனைத்தையும் எப்படி உதறித் தள்ளிவிட்டான் பார்த்தீர்களா? என்று புகழ்வார்கள். ஏழை சிறைக்குப் போனாலோ பாவம் வெளியே இருந்துகொண்டு வயிற்றுக்கு என்ன செய்வான்? அதனால்தான் சிறைக்குப் போய்விட்டான் என்பார்கள். பத்திரிகைகளைப் பற்றியோ சொல்ல வேண்டியதில்லை. பணக்காரர்களை ஆதரிக்காவிட்டால் அவற்றின் கதி அதோகதிதான். நேற்றைக்கு முன்தினம் நடந்த சம்பவத்தைத் தான் எடுத்துக்கொள்வோமே? உங்களைப் பற்றி எந்தப் பத்திரிகையிலாவது ஒரு வார்த்தை உண்டா? மொத்தத்தில் ஊர்வலம் ஒன்று- கலைக்கப்பட்டது என்பதைத் தவிர அதே பத்திரிகைகள் வீட்டுக்குள் இருந்தபடி காந்திஜி கைது செய்யப்பட்டதைக் கண்டித்து பணத்தாலும் பட்டம் பதவி களாலும் அந்தஸ்து வாய்ந்தவர்கள் என்று ஒரு சிலரால் கருதப்படுபவர்களின் அறிக்கைகளை மட்டும் பிரமாதப் படுத்திப்பிரசுரித்திருந்தன. அந்த அறிக்கைகளோடு அவர்களுடைய படங்களையும் சேர்த்து வெளி யிட்டிருந்தன. சில பத்திரிகாசிரியர்கள் அவர்களுடைய அறிக்கையை வரவேற்றுத் தலையங்கள் கூட எழுதி யிருந்தார்கள். இந்த லட்சணத்தில் மக்களுக்கு உங்களிடம் மதிப்பிருக்குமா அவர்களிடம் மதிப்பிருக்குமா? என்றான்.

(கண் திறக்குமா)

★

பொல்லாத உலகம்!

நான் ஒன்றும் பொல்லாதவனாகப் போகவில்லை; உலகம் அவ்வளவு பொல்லாத உலகமாகப் போய்விட்டது. அமெரிக்கா, பிரிட்டன் போன்ற ஜனநாயக நாடுகளைத்தான் பாருங்களேன்; அங்கெல்லாம் உண்மையிலேயே மக்களின் ஆட்சியா நடக்கிறது? பணக்காரர்களின் ஆட்சிதான் நடக்கிறது; பட்டம் பதவி பெற்றவர்களின் ஆட்சிதான் நடக்கிறது! ராஜ தந்திரம் என்று சொல்லிக்கொண்டு மறந்தும் உண்மை பேசாத பொய்யர்களின் ஆட்சிதான் நடக்கிறது. பொதுஜனத் துரோகிகளின் சுயநலப் புலிகளின் பணப்பேய்களின் ஆட்சிதான் நடக்கிறது. ஏழைகளின் விமோசனம் வெறும் எழுத்தளவில் பேச்சளவில்தான் இன்னும் அங்கெல்லாம் இருந்து கொண்டிருக்கிறது என்பது உங்களுக்கு தெரியாதா என்ன?

(கண் திறக்குமா)

★

சட்டமே தோழன்!

பரந்தாமனார் பாரிஸ்டராயிருந்தாலும் மற்றவர்களைப் போல அவர் சட்டத்துக்கு அடிமையாகிவிடவில்லை; சட்டந்தான் அவருக்கு அடிமையாகவும், வசதி மிக்க வாழ்க்கைக்கு வழிகோலும் தொண்டனாகவும் இருந்து வந்தது. ஆகவே அவர் வெறும் சட்ட இயந்திரமாகிவிடவில்லை; உயிரும் உணர்ச்சியுமுள்ள மனிதராகவே இருந்து வந்தார். சமூகப் புணருத்தாரணத்தில் அவருக்கிருந்த ஆர்வம் பிரசித்தமானது. பாரத சமுதாயத்திலுள்ள அநீதிகளையும் அக்கிரமங்களையும் பற்றி ஆவேசமாகப் பேசும்போது அவருடைய கண்களில் தீப்பொறி பறக்கும் கேட்பவர்களுக்கே அந்தக் கணமே கையில் தீப்பந்தத்துடன் ஓடோடியும் சென்று அத்தகைய சமுதாயத்தை அடியோடு

கொளுத்திச் சாம்பலாக்கி விட்டுவிட்டு வந்துவிடுவோமா என்று தோன்றும். அதிலும் கைம்பெண்களின் துக்ககரமான வாழ்க்கையைப் பற்றி அவர் விவரிக்கும்போது, ஒரே கண்ணீர் மாரிதான்! முதல்தாரத்தை இழந்த ஒவ்வொரு மடையனும் ஏன் இரண்டாந்தரமாக ஒவ்வொரு கைம்பெண்ணைக் கல்யாணம் செய்துகொண்டு சமூகத்தின் ஊழலை ஒழிக்கக் கூடாது? என்று உச்சஸ்தாயியில் இழைந்து கேட்கும்போது? அவர் தொண்டையிலுள்ள ஈரம் அவ்வளவும் வற்றிப்போகும். உடனே அருகிலிருப்பவர்கள் அத்தனைபேரும் ஆளுக்கொரு சோடாக் குப்பியைத் திறந்து எடுத்துக்கொண்டு அவரை நோக்கிப் பாய்ந்து வருவார்கள். வற்றிப்போன தொண்டையில் ஈரம் பாய்ச்சத்தான்!

(கண் திறக்குமா)

★

நியாயவாதிகள்!

இந்த உலகத்தில் 'நியாயம்' என்று ஒன்று இருக்கிறதே. அதற்கும் பிரிட்டிஷாருக்கும் நெடு நாட்களாகவே நெருங்கிய சம்பந்தம் உண்டு. அந்த நியாயத்துக்கு உலகத்தில் எந்த வேலையிலாவது கொஞ்சம் பக்கம் நேர்ந்தாலும் சரி, பிரிட்டிஷாரை அங்கே காணலாம். அந்த விஷயத்தில் தங்களுக்குச் சம்பந்தம் இருக்கிறதோ இல்லையோ அந்கிருக்கும் நியாயத்தைக் கோருபவர்களின் தலையில் ஓயாமல் ஒழியாமல் குண்டுகளைப் போட்டுத் தீர்த்துக் கட்டும் வரை அவர்கள் சும்மா இருக்க மாட்டார்கள்.

இப்படியாக பிரிட்டிஷாரை நம்பி நியாயமும் நியாயத்தை நம்பி பிரிட்டிஷாரும் உயிர் வாழ வேண்டிய நிலைமை உலகத்தில் எப்படியோ ஏற்பட்டுவிட்டது. இதனால் அவர்கள் அக்கிரமம் செய்தாலும், அதை நியாயத்தின் பேபராலேயே நாளது வளர செய்ய வேண்டி யிருக்கிறது.

(கண் திறக்குமா)

★

கைதிகள் பலவிதம்!

அங்கே எத்தனையோ விதமான கைதிகள் என்னால் பார்க்க முடிந்தது. பேரும் புகழும் பெறுவதற்காக வேறு வழியின்றிச் சிறைக்கு வந்தவர்கள். சிறைக்குள் இருந்தாலும் சொந்த பணபலத்தைக் கொண்டு சுக வாழ்வு வாழ முடியும் என்ற நம்பிக்கையுடன் வந்தவர்கள்; தங்கள் சொந்த நலனை உத்தேசித்தும் பிறரால் கழுத்தைப் பிடித்து உள்ளே தள்ளப்பட்டவர்கள்; தேர்தலின்போது வோட்டர்களின் கண்களில் மண்ணைத் தூவுவதற்காக வந்தவர்கள்; தாங்கள் அதுவரை செய்துவந்த அயோக்கியத்தனங்களை அத்தனையையும் மறைத்து போவதற்காக வந்தவர்கள்; சிறை சென்ற தேசத் தொண்டர் என்ற நற்சாட்சி பெறுவதற்காக வந்தவர்கள்; மத்தியில் சர்க்காருக்கும், காங்கிரஸ்க்கு மிடையே ஏதாவது சமரசம் ஏற்பட்டு அதன் பயனாகச் சீக்கிரமே விடுதலையடைந்து விடலாம் என்ற சபலத்துடன் வந்தவர்கள் இவர்களுக்கு மத்தியிலே உண்மையாகத் தேச விடுதலையில் ஆர்வம் கொண்டு வந்திருந்த சில அப்பாவி களும் அங்கங்கே இருக்கத்தான் செய்தார்கள்!

(கண் திறக்குமா)

✸

பணந்தான் பிரதானம்

எனக்கா பைத்தியம்? நன்றாய்ச் சொன்னீர்கள்; உங்களுக்குத்தான் பைத்தியம் பிடித்திருக்கிறது. கையில் பணமில்லாமல் என்ன சேவை வேண்டுமானாலும் செய்து பாருங்கள்; மக்கள் உங்களைக் கவனிக்கவே மாட்டார்கள். முதலில் அவர்களுக்கென்று ஏதோ சொந்த அபிப்பிராயம் உண்டென்று நீங்கள் நம்புவதே அறியாமையாகும். நான் சொல்கிறேன். அவர்களுக்கு சொந்தமாக ஒன்றுமே கிடையாது. நாம்தான் நம்முடைய சௌகரியத்திற்

கேற்றபடி அவர்கள் உபயோகித்துககொள்ள வேண்டும். எல்லாவற்றுக்கும் பணந்தான் பிரதானம். அதில்லாவிட்டால் இந்த மாதிரிக் காரியங்களில் நான் பிரவேசித்திருக்கவே மாட்டேன்!

(கண் திறக்குமா)

✸

மனித மனம்

எதிர்பார்த்து நிகழும் எந்தச் சம்பவத்தையும் கண்டு மனிதன் திடுக்கிடுவதில்லை; எதிர்பாராமல் நிகழும் சம்பவத்தைக் கண்டுதான் திடுக்கிடுகிறேன். இந்த இயற்கை நியதிக்கு விரோதமாக உலகம் தோன்றிய நாளிலிருந்து ஒரு காரியம் நடந்துவருகிறது. பிறக்கும் மனிதன் எவனும் என்றைக்காவது ஒருநாள் இறந்தே தீருவான் என்பது யாரும் எதிர்பார்க்க கூடியதுதானே? அப்படியிருந்தும் அது மனிதனை என்ன பாடுபடுத்திவிடுகிறது?

அந்தச் சம்பவத்தை நான் இதுவரை எத்தனையோ ஆயிரம் முறை நினைத்துக்கொண்டிருப்பேன். ஆனாலும் நினைக்கும் ஒவ்வொரு முறையும் என் மனம் அமைதியை இழந்து தவிக்க ஆரம்பித்துவிடுகிறது. நாளடைவில் கொஞ்சம் கொஞ்சமாக மறைந்துவிடும் சுபாவம் அந்தச் சம்பவத்துக்கு மட்டும் ஏனோ இன்றுவரை இல்லாமல் போய்விட்டது.

(விந்தன் கட்டுரை)

✸

மு. பரமசிவம்

ஒரே மனசு

பணக்காரர்களுக்கும் ஏழைகளுக்கும் எத்தனையோ விஷயங்களில் வித்தியாசம் இருக்கலாம். ஆனால் ஒரே ஒரு விஷயத்தில் மட்டும் அவர்களுக்குள் வித்தியாசம் ஏதும் இருப்பதாகத் தெரியவில்லை. மக்கட்பேறைப் பற்றியதுதான் அது. வேறு எதிலும் போட்டியிடாத அவர்கள் பிள்ளைவரம் கேட்பதில் மட்டும் போட்டியிடுகிறார்கள். பார்க்கப் போனால் குழந்தையில்லையே என்று பணக்காரன் கவலை கொள்வதில் ஆச்சரியம் ஒன்றுமில்லை. உலக இன்பங்கள் அனைத்தையும் அனுபவிக்கும் அவன் குழந்தையின் மழலை இன்பத்தையும் அனுபவிக்க ஆசைகொள்கிறான். அத்துடன் தனக்குப் பின்னால் தன் சொத்து சுதந்திரங்களை அனுபவிக்க வாரிசு வேறு அவனுக்கு வேண்டியிருக்கிறது.

(விந்தன் கட்டுரை)

யாருக்கு வாரிசு

அந்த வாரிசு இல்லாவிட்டாலோ கேட்கவே வேண்டாம். பாவம் பகவான் பழிக்கு ஆளாகிறார்! பசியும் ருசியும் அறியாத அவருக்கு எல்லாச் சொத்துக்களும் போய்ச் சேருகின்றன. அந்தப் பரமாத்மாவைப் பாதுகாப்பதற் கென்றே பிறந்திருக்கும் ஒரு சிறு கூட்டம் நம்மைப்போல் பசியும் ருசியும் அறிந்த கூட்டம் மேற்படி சொத்துக்களை அனுபவிக்கிறது. அதைப் பகவானும் பார்த்துக்கொண்டு தான் இருக்கிறோம். கடவுளுக்குப் பிரதிநிதிகளான ராஜாக் களும் ராஜாக்களுக்குப் பிரதிநிதிகளான ராஜப் பிரதிநிதி களும் அவர்களுக்கெல்லாம் மேலானவர்கள் என்று தங்களைப் பற்றிச் சொல்லிக்கொள்ளும் மக்களின் பிரதிநிதி களுக்குகூட அதைப் பார்த்துக்கொண்டுதான் இருக் கிறார்கள்.

(விந்தன் கட்டுரை)

பாலின்றி பிள்ளை அழும்!

வயிற்றுக்கின்றி ஒட்டி உலர்ந்து போயிருக்கும் தன் தாயின் ஸ்தனத்தைப் பசியால் வாடும் குழந்தை பற்றி இழுக்கும்; தாயாருக்கோ வலி தாங்க முடியாமல் போகும், குழந்தையோ பசிக்கு ஒரு துளிப் பாலைக்கூடக் காணாமல் முக்கிமுனகும். தாயார் பல்லைக் கடித்துக்கொண்டு பொறுத்துப் பொறுத்துப் பார்ப்பாள்; அவளுக்கு ஆத்திரம் மேலிட்டுவிடும் சீ! இதென்ன பேயோ, பிசாசோ தெரிய வில்லையே? என்னமாய்ப் பிடுங்கித் தொலைக்கிறது என்று குழந்தையைத் தூக்கி கீழே தொப்பென்று போடுவாள். அது 'அம்மம்மா, ங்கங்கா' என்று தாயாரைத் தாஜா செய்யப் பார்க்கும். அம்மாவுமாச்சு ஆட்டுக்குட்டியுமாச்சு என்று அவள் வாசலைப் பார்த்து நடையைக் கட்டிவிடுவாள்!

(விந்தன் கட்டுரை)

✸

புது வாழ்வு

இன்னும் கொஞ்ச நாளிலே தாலியறுத்தவங்க ளெல்லாம் கல்யாணம் பண்ணிக்கப்போறாங்களாம். அவங்களைப்போல நானும் கல்யாணம் பண்ணிக்கணுமாம். அது எப்படி சாமி நியாயமாகும்? ஒருத்தனுக்குப் போட்ட முந்தானையை இன்னொருத்தனுக்கு எப்படி சாமி போட முடியும்?

(விந்தன் கட்டுரை)

✸

குழந்தைக்கு அபின்!

அப்பா வருவார்; அழுது கொண்டிருக்கும் குழந்தையைத் தூக்கிக்கொண்டு வெளியே போவார்; ஏதாவது தின்பண்டம் வாங்கிக் கொடுத்துச் சமாதானம் செய்வதற்காக மடியைத் தடவிப் பார்ப்பார். செல்லாத காசுக்கூட இராது; தான் ஏமாற்றமடைவதோடு, குழந்தையையும் ஏமாற்றமடையச்செய்வார். அது 'குவா, குவா' என்று கத்தும். பசியால்; அந்தச் சமயம் அதற்கு வேண்டியது பால் என்று அறிந்தோ அறியாமலோ 'நாயைப் பார்த்தியா பூனையைப் பார்த்தியா என்று வேடிக்கை காட்டிக் கொண்டே வீடு திரும்பினார்.

அதன் கத்தல் உச்ச நிலையை அடையும். கடைசியில் என்ன? அப்பாவும் பொறுமை யிழந்துவிடுவார். வீட்டுக்கு வந்ததும வராததுமாக அதைக் கீழே உட்கார வைத்து கத்தாதே, கத்தாதே! என்று கன்னத்தில் அரைவார். அதுவோ பின்னும் வீல்வீல் என்றும், கத்தித் தொலைக்கும்.

இரவு எப்படியாவது ஓரணாவுக்கு அபின் வாங்கி அந்தக் குழந்தைக்குக் கொடுத்துத் தூங்க வைத்தபிறகுதான் தம்பதிகள் இருவரும் சற்றுநேரம் இந்த அழகான உலகத்தை மறந்திருக்கச் சற்று நேரமாவது தூங்குவார்கள்!

(நடுத்தரவர்கம்)

✱

மக்களாட்சி!

என்ன இருக்கிற காங்கிரஸ்காரப் பயல்கள் இருந்து ஊரைக் கெடுப்பது போதாதென்று இவனும் காங்கிரஸ்காரனாகி விட்டானா? அப்பப்பா, இப்பொழுதெல்லாம் எங்கே பார்த்தாலும் இந்தத் தொல்லைதான்! அதற்கு முன்னெல்லாம் கிராமங்களில் வார்க்கிற கூழை வார்த்துக் கொடுக்கிறது. கைக்கொடுத்தா எத்தனையோ நாய்கள் கழுதைகளாய் வந்து உழைக்கும். இப்பொழுதென்னடாவென்றால் நிலமே எனக்குத்தாண்டா சொந்தம் உனக்குச் சொந்தமில்லை என்று பேச ஆரம்பித்துவிட்டார்கள் எல்லாம் இந்தப் பயல்களாலே வந்ததுதான்! சரி சரி அப்போதே நான் சொன்னேன்; பட்டணத்திலேயிருந்தால் இந்தத் தட்டிக் கேட்க ஆளில்லாத பிள்ளை சரிப்பட்டு வராது. நீ பேசாமல் என்னுடன் வந்துவிடு என்று கேட்டால்தானே பட்டும் படட்டும் என்றார்.

★

தன்னலத்துக்கு வணக்கம்

உலகம் எதையும் எப்பொழுதும் விடாப்பிடியாகப் பற்றிக்கொண்டிருப்பதில்லை; அவ்வப்பொழுது அது மாறுதலை விரும்புகிறது. அந்த மாறுதலைச் சமயமறிந்து பயன்படுத்திக்கொண்டு வாழ்க்கையில் முன்னேற விரும்பும் தன்னலக்காரன் எவனுக்கும் வெகு சீக்கிரத்தில் அது தலை வணங்கிவிடுகிறது.

(காலம் மாறுகிறது)

★

சந்தர்ப்பவாதம்!

அவருடைய பங்களாவின் முகப்புச் சுவரில் அன்று காணப்பட்ட 'விக்டோரிய பவணம்' என்ற கல்வெட்டை இன்று காணவில்லை. அதற்குப் பதிலாக 'காந்தி பவனம்' என்று கல்வெட்டு அங்கே காட்சியளித்தது!

(கண் திறக்குமா)

✸

சமத்துவமா?

மன்னிக்க வேண்டும்; அவ்வளவு தூரம் என் புத்தி இன்னும் கெட்டுப்போகவில்லை-எல்ரோரும் என்னைப் போலவே வாழ்வதென்று ஏற்பட்டுவிட்டால் அப்புறம் இந்த உலகத்தில் எங்களை யார் மதிப்பார்கள்? எங்கள் வீட்டை காக்க நாயைத் தவிர வேறு எவன் கிடைப்பான்? காரை வேண்டுமானால் நாங்களே ஓட்டிக் கற்றுக்கொள்ளலாம். ஓட்டிக்கொண்டும் செல்லலாம், ஆனால் அதிலிருந்து இறங்கக் கதவைத் திறந்து விடுவது யார்? கை கட்டி நிற்பது யார்? கழுவித் துடைப்பது யார்? ஏவிய வேலையைச் செய்வதற்கும் எச்சில் இலையை எடுத்துப் போடுவதற்கும் யாரை தேடுவது?

(விந்தன் கட்டுரை)

✸

எல்லோரும் இந்நாட்டு மன்னர்?

நியாயமாவது அநியாயமாவது! மனைவி தன்னை மதிக்க வேண்டுமென்று கணவன் எதிர்பார்க்கிறான் மகன் தன்னை மதிக்க வேண்டுமென்று தகப்பன் எதிர்பார்க்கிறான்; தம்பி தன்னை மதிக்க வேண்டுமென்று அண்ணன் எதிர்பார்க்கிறான். இதெல்லாம் நியாயமாயிருக்கும்போது எங்கள் கட்சி மட்டும் எப்படி நியாயமற்றதாயிருக்க முடியும்? பரம்பரை பரம்பரையாக வாழ்ந்து வந்திருக்கும் இந்த 'நாகரிகத்'தை ஒழிக்க உன்னைப்போல் எத்தனைபேர் கிளம்பினாலும் முடியாதப்பா, முடியாது. ஆனால் 'எல்லோரும் ஓர் குலம், எல்லோரும் ஓர் இனம், எல்லோரும் இந்நாட்டு மன்னர்! என்று வெறுங் கூச்சலை மட்டும் அதற்காக நாங்கள் கைவிட்டுவிட முடியாதுதான்!

(விந்தன் கட்டுரை)

★

பத்திரிகைகள் யார் பக்கம்?

விஷயம் தெரியாத மனிதனாயிருக்கிறாயே? இந்தா இந்தப் பத்திரிகையைப் பார் என்று சொல்லி அங்கிருந்த ஒரு பத்திரிகையை எடுத்து எனக்கு முன்னால் விட்டெறிந்தார். பாரிஸ்டர் அந்தப் பத்திரிகையில் அவர் தேச நலனைக் கருதி லட்சக் கணக்கில் வரும்படி வரும் வக்கீல் தொழிலைத் துச்சமெனக் கருதிவிட்டது பற்றிய மகத்தான செய்தியும், அதற்காக ஆசிரியர் பெருமாள் எழுதியிருந்த மாபெரும் தலையங்கமும் வெளியாகியிருந்தன. மேலெழுந்தவாரியாக அவற்றைப் பார்த்துக் கொண்டிருந்த என்னை நோக்கி பார்த்தீர்கண்ணா., சில சமயம் நமக்கு நூற்றுக் கணக்கில்கூட வரும்படி வராவிட்டாலும் பத்திரிகையில் லட்சக் கணக்கில் வரும்படி வரும் அதிசயத்தை என்றார் பரந்தாமன்.

(கண் திறக்குமா)

★

உண்மை உறங்குகிறது!

அப்படிச் சொல்லய்யா. அப்படி சொல்! அதற்குப் பிறகு நான் 'திலகர் குருகுலம்' ஆரம்பித்தபோது தம் பத்திரிகையில் அதைப் பற்றிய செய்திகளை அவர் பிரமாதப்படுத்தி பிரசுரித்தார். என்னுடைய படத்தை வேறு பெரிய அளவில் போட்டு இந்திரனாக்கும் சந்திரனாக்கும் என்றெல்லாம் எழுதி ஜமாய்த்தார். நீங்களுந்தான் போலீஸ் குண்டாந் தடியை ருசி பார்த்து சிறை வாசனையை மூன்று வருட காலம் அனுபவித்து தொழிற்பயிற்சியைக் கைவிட்டு வருங்கால வாழ்விலும் மண்ணைப் போட்டுக்கொண்டு இறந்த தாயையும் இறவாத தங்கையையும் பிரிந்து விடுதலையாகி வந்திருக்கிறீர்கள். என்ன பிரயோஜனம்? இன்னும் காங்கிரஸ்காரன் என்ற முறையில் எனக்கு இருக்கும் மதிப்பு உன்னைப் போன்றவர்களுக்கு இருக்கிறதா இருகக முடியுமா?

(கண் திறக்குமா)

✸

விளம்பர உலகம்!

என்னவோ சிறைக்குப் போகும் போதுதான் எவருக்கும் தெரியாமல் போனாய்; வரும்போதாவது நாலு பேருக்குத் தெரிந்து வந்திருக்கக் கூடாதோ எனக்கு மட்டும் நீ விடுதலையாகும் தேதியைக் குறிப்பிட்டு ஒரு கடிதம் எழுதியிருந்தால் என்னவெல்லாம் செய்திருப்பேன்? அந்நிய ஆதிக்கத்தை எதிர்த்து நின்று மூன்று வருட காலம் சிறை சென்ற வீரர் வருகிறார் இரத்தம் சிந்தியும் சித்தம் கலங்காத தீரர் வருகிறார் என்றெல்லாம் சுவரொட்டி விளம்பரங்கள் செய்து ஜனங்களை ஒரே பைத்தியங்களாக அடித்து விட்டிருக்க மாட்டேனா? அப்புறம் ஒரு பெருங்கூட்டத் துடன் ரயில்வே ஸ்டேஷனுக்கு வந்து தாங்க முடியாதபடி உனக்குப் பூமாலைகளையும் புகழ்மாலைகளையும் சூட்டி வரவேற்றிருக்க மாட்டேனா?

(கண் திறக்குமா)

✸

பெரிய மனிதர்கள் விகாரம்

அப்படி வா, வழிக்கு! பெரிய மனிதர்கள் என்றால் நாலு பேருக்குத் தெரிந்து அங்குமிங்குமாக நடமாடக் கூடாது. கூடியவரை நடமாட்டத்தைக் குறைத்துக்கொண்டு அவர் எப்படியிருப்பார், அவர் எப்படியிருப்பார் என்ற ஆவலை ஏதும் அறியாத மக்களிடையே தூண்டிவிட வேண்டும்; அதற்காகத் தங்கள் வீரப் பிரதாபங்களைப் பற்றிய செய்திகள் அடிக்கடி பத்திரிகைகளில் வெளியாகும்படி பார்த்துக்கொள்ள வேண்டும். அப்படிச் சொல்லிக்கொள்ள வேறொன்றும் இல்லையென்றாலும் பாதகமில்லை. நேற்று அங்கே போனார் இன்று இங்கே வந்தார் என்பன போன்ற தகவல்களை மட்டும் வெளியிட்டால்கூடப் போதும். ஏன் போனார் ஏன் வந்தார் யாருக்காகப் போனார்; யாருக்காக வந்தார் என்று யாராவது கேட்டு விடுவார்களோ என்று பயம் தமிழ்நாட்டைப் பொறுத்தவரை வேண்டாத சங்கதி ஏன்? தெரியுமா தமிழ் மக்கள் இன்னும் அவ்வளவு தூரம் புத்திசாலிகளாகி விடவில்லை!

(கண் திறக்குமா)

★

சுய விளம்பரம்!

சொல்வதைக் கேளப்பா! இன்னும் பெரிய மனிதர் களானவர்கள் அதாவது ஆக்கப்பட்டவர்கள் அடிக்கடி அறிக்கைகள் வெளியிடலாம் அவற்றைத் தயார் செய்யத் தங்களுக்குத் தெரியவில்லையென்றால் தெரிந்தவர்களைக் கூலிக்கு மாரடிக்க வைத்துக்கொள்ளலாம் ஆனால் ஒன்று அந்தக் கூலிகளுக்கு நம்முடைய பலவீனம் தெரிந்துவிடக் கூடாது. அதற்காக அவர்கள் செய்யும் காரியங்களி ளெல்லாம் வேண்டுமென்றே ஏதாவது குற்றங்குறைகள் கண்டுபிடித்து 'அது சொத்தை இது சொள்ளை' என்று

சொல்லி அவர்களை அடிக்கடி மட்டந்தட்டிக் கொண் டிருக்க வேண்டும். எந்தப் பைத்தியக்காரனாவது நம்மை அபூர்வ பிறவி என்று நினைத்துக்கொண்டு பார்க்கவந்தால் அவனுக்கு லேசில் பேட்டி அளித்துவிடக் கூடாது. அவர் அவசரவேலையாயிருக்கிறார்; டாக்டர் யாரையும் பார்க்கக் கூடாது என்று-சொல்லியிருக்கிறார்; அவர் ஊரில் இல்லை நாளை வேண்டுமானால் பார்க்கலாம். இப்பொழுது உங்களைப் பார்க்க முடியாததற்காக வருந்துகிறார், இப்படி ஏதாவது சொல்லி அவனுடைய பொறுமையை முடிந்தவரை சோதிக்க வேண்டும். அதற்குள் அவன் சுரணையுள்ளவனா? இல்லாதவனா, என்று தெரிந்துவிடும். அதற்குப் பிறகு சுரனையில்லாதவனாயிருந்தால் அவனுக்குப் பேட்டி யளிக்கலாம்; சுரணையில்லாதவனாயிருந்தால் பேட்டி யளிக்கக் கூடாது. அது ஒரு வேளை ஆபத்தில் கொண்டு வந்து விட்டாலும் விடலாம் இப்படியெல்லாம் நடந்து கொண்டு வந்தால், சமூகத்தில் நமக்குத் தானாகவே மதிப்பு ஏற்பட்டுவிடும். அப்புறம் யாராவது ஏதாவது கூட்டத்தைக் கூட்டி அதில் கலந்துகொள்ள நம்மை அழைபபார்கள். அப்படி யாரும் அழைக்காவிட்டாலும் அதற்காகக் கவலைப்பட வேண்டியதில்லை; நம்முடைய செலவிலேயே ஏதாவது ஒரு காரணத்தை நாம் முன்னால் வைத்துக் கூட்டத்தைக் கூட்டலாம். அந்தக் கூட்டத்தில் ஆகாயத்தி லிருந்து திடீரென்று கீழே குதித்தவனைப் போலப் பிரசன்னமாகலாம்; பிரசங்கமாகி மொழியலாம் மக்கள் அவனுடைய பேச்சைக் கேட்க வராவிட்டாலும் அவனைப் பார்ப்பதற்காகவாவது நிச்சயம் விழுந்தடித்துக்கொண்டு வருவார்கள்.

(கண் திறக்குமா)

✱

காந்தியம் செத்தது!

நம்புகிறேன் அப்பா; நம்புகிறேன்; அவர்களைப் பின்பற்றி நானும் தியாக அக்கினியில் குதித்திருப்பதிலிருந்தே அது உனக்குத் தெரியவில்லையா? ஆனால் மக்களின் நல்வாழ்வுக்கும் கடவுளையும், கைராட்டையையும் அவர்கள் நம்மைப் பார்க்கும்போதுதான் என்னுடைய நம்பிக்கை ஆட்டங்கண்டு விடுகிறது. ஏனெனில் கடவுளாலும் கைராட்டையாலும் இந்த நாட்டில் பொருளாதாரம் ஒரு நாளும் முன்னேறாது என்பது என் அபிப்பிராயம். பொருளாதார முன்னேற்றமின்றி இந்த நாட்டுக் குழந்தைகள் சர்க்கார் செலவில் கல்வியறிவு பெறுவதென்பது கனவிலும் நடக்காத காரியம்.

(கண் திறக்குமா)

✸

மனிதர் நோக...

நிலையில்லாத உயிரின் மீது அவனுக்கு ஏன்தான் அவ்வளவு ஆசையோ, தெரியவில்லை. இல்லையென்றால் மனிதனாகப் பிறந்த அவன் ஏன் மாட்டின் தொழிலை மேற்கொண்டிருக்கிறான்? மனிதர் நோக மனிதர் பார்க்கும் சமுதாயத்தைத்தான் அவன் ஏன் அம்மா விட்டிருக்கப் போகிறேன்?

(விந்தன் கட்டுரை)

✸

சட்டம் ஒரு இருட்டறை!

இருவரும் கோர்ட்டுக்குப் போனோம்; வழக்கு வளர்ந்தது. தீர்ப்பு என்ன தெரியுமா? பிராமணப் பெண்ணைக் கல்யாணம் செய்துகொண்ட சூத்திரன் இறந்து விட்டால் அவனுடைய சொத்தை அந்தப் பெண்ணுக்குப் பங்கு பெற உரிமை உண்டாம்; சூத்திரம் பெண்ணைக் கல்யாணம் செய்துகொண்ட பிராமணன் இறந்து விட்டால் அவனுடைய சொத்தில் பங்கு பெற அந்தப் பெண்ணுக்கு உரிமை இல்லையாம்!

(விந்தன் கட்டுரை)

★

மனித தர்மம்!

மனு தர்மமாவது மண்ணாங்கட்டியாவது? என்னைப் பற்றி நீ தவறாக நினைத்துக்கொண்டிருக்கிறாய் மனித தர்மத்தைத் தவிர வேறொரு தர்மத்தையும் நான் ஒப்புக் கொள்வதில்லை என்றான் பாலு.

நான் தவறாக நினைத்துக்கொண்டிருக்கவில்லை; சட்டம் தவறாக நினைத்துக்கொண்டிருக்கிறது. இந்த அழகான உலகத்தில் எந்தக் காலத்திலாவது மனுதர்மராஜன் என்று ஒரு புண்ணியவான் இருந்தானோ இல்லையோ அவன் பேரால் 'இந்தியா' என்றொரு சட்டம் மட்டும் இன்றுவரை இருப்து உண்மை. அந்தச் சனியன் பிடித்த சட்டம் இல்லாமலிருந்தால் உன் இந்திக்கு இந்தக் கதி வந்திருக்குமா?

(விந்தன் கட்டுரை)

★

பொதுத்தொண்டு!

முட்டைக்கோஸ், காலிப்பிளவர், பீட்ரூட், காரெட், மொமேட்டோ, பொடேட்டோ, எல்லாம் இருக்கும்; நெய்யும், தயிரும் தண்ணீர் படுகிறபாடுபடும். சாயந்திரம் வேறு பாதாம் அல்வா, பாசந்தி, பஜ்ஜி சொஜ்ஜி டிகிரி காப்பி எல்லாம் தயார் செய்யச் சொல்லியிருக்கிறேன். பயல்கள் பாடு இன்றுமேலும்தான் தினந்தோறும் இப்படி யாராவது பெரிய மனிதர்கள் வரமாட்டார்களா? என்று தவங் கிடப்பார்கள். அவர்களுக்கு மட்டுமென்ன எனக்குந்தான் இன்று யோகம் இன்றெல்லாம் செலவழித்தால் என் கைப்பணம் நூறு ரூபாய்க்கு மேல் செலவழியாது; அதையும் பின்னால் குருகுலத்தின் செலவுக் கணக்கில் எழுதி விடுவேன்; சாயந்திரம் அதற்குப் பதிலாக ஐயயிரமோ பத்தாயிரமோ அந்தப் பெரிய மனிதரிடமிருந்து வாங்கி என் சொந்தப் பைக்குள் போட்டுக்கொள்வேன்.

(விந்தன் கட்டுரை)

★

தர்மமா, அதர்மமா

அய்யய்யோ! இவையெல்லாம் தர்ம காரியங்க ளாயிற்றே; உடல் பொருள், ஆவி அனைத்தையும் தேசத்துக்குத் தத்தம் செய்துவிட்டு அருவிகளாக நடமாடும் உத்தமர்களின் சத்காரியங்களாயிற்றே இவற்றைச் சர்க்கார் மேற்கொள்ள வேண்டுமென்று சொல்ல உன் நாவு கூசவில்லையா?

(விந்தன் கட்டுரை)

★

வியாபாரம்!

நீங்கள் சொல்வதைப் பார்த்தால் உங்களுக்குத் தேச விடுதலை. சமூக விடுதலையெல்லாம் ஏதோ 'பிசினஸ்' மாதிரியல்லவா இருக்கிறது?

சந்தேகமென்ன 'பிசினஸ்'தான் இதை நான் ஒப்புக் கொள்கிறேன். மற்றவர்கள் ஒப்புக்கொள்ள மாட்டோம் என்கிறார்கள். இதுதான் அவர்களுக்கும் எனக்கும் உள்ள வித்தியாசம். இல்லையென்றால் பேருக்கும் புகழுக்கும் ஆசைப்பட்டு வக்கீல் தொழிலை உதரித் தள்ளிவிட்ட நான் எப்படிப் பிழைப்பதாம்?

(கண் திறக்குமா)

✸

நன்கொடை யாருக்கு?

எது அக்கிரமில்லை? சொல்வதைக் கேள் தம்பி! நானோ இதுவரை தேசபந்து நிதிக்காக ரூபாய் ஐம்பதினாயிரம் வரை சேர்த்திருக்கிறேன். எல்லாம் எனக்காகக் கொடுத்ததுதான். சி.ஆர்.தாசுக்காக யாரும் கொடுத்துவிடவில்லை. அப்படிக் கொடுத்தவர்களில் இவர் தங்கள் பெயரை வெளியிட வேண்டாம் என்று சொல்லியிருக்கிறார்கள். ஏன் தெரியுமா? தன்னடக்கத்தால் அல்ல; வேறு யாராவது நிதிக்கு வந்து விட்டால் என்ன செய்வது என்ற பயத்தினால்தான்! அதிலும் இந்த இன்-கம்-டாக்ஸ் தொல்லை என்று ஒன்று இருக்கிறதே. அந்தத் தொல்லையை நிதியினால் ஓரளவு குறைத்துக் கொள்ளலாம். அதற்காகவே நல்ல வழியில் சம்பாதிப்ப வர்கள் ஐந்துப் பத்துமாகக் கொடுத்தால் கெட்ட வழியில் சம்பாதிப்பவர்கள் ஐயாயிரம் பத்தாயிரமென்று கொடுக்கிறார்கள். அப்படியிருக்கும்போது நாம் ஏன்

அக்கிரமத்தைப் பற்றிக் கவலைப்பட வேண்டும்? நல்ல வழியில் சம்பாதித்துக்கொடுத்தவர்களின் பணத்தை வேண்டுமானால் சி.ஆர்.தாசு நீதிக்கு அனுப்பி விடுவோம். கெட்ட வழியில் சம்பாதித்துக் கொடுத்தவர்களின் பணத்தை...

(கண் திறக்குமா)

★

வழிகாட்டுங்கள்!

உங்களுக்கு எத்தனை குழந்தைகள்? என்று பெரிய மனிதரைக் கேட்டேன். மூன்று குழந்தைகள் அவர்களில் இருவர் ஆண் குழந்தைகள், ஒன்று பெண் குழந்தை என்றார் அவர்.

சரி அவர்கள் எங்கே படிக்கிறார்கள். ஒருவன் பிரசிடென்சி காலேஜில் படிக்கிறான். இன்னொருவன் லயோலா காலேஜில் படிக்கிறான். பெண் குழந்தை க்வின்மேரிஸ் காலேஜில் படிக்கிறது. ஏன் எதற்காகக் கேட்கிறீர்கள்?

இல்லை பாரிஸ்டர் பரந்தாமனுக்குத்தான் சாந்தினியைத் தவிர வேறு குழந்தைகள் எதுவுமில்லை. அதனால் தம் குழந்தைகளை முதலில் குருகுல வாசம் செய்ய விட்டுப் பிறருக்கு வழிகாட்ட அவரால் முடியாமலிருக்கிறது. நீங்களாவது உங்கள் குழந்தைகளை இந்தக் குருகுலத்தில் விட்டுப் பிறருக்கு வழிகாட்டியிருக்கலாமே? என்றேன் நான்.

(கண் திறக்குமா)

★

திருவிளையாடல்!

இதெல்லாம் சாதாரண மனிதர்களைப் பொறுத்த விஷயம். வள்ளி-தேவானை சமேதராக விளங்கும் முருகப் பெருமான், ராதா-ருக்மணி சமேதராக விளங்கும் கிருஷ்ண பரமாத்மா ஆகியவர்களைப் பற்றி நீங்கள் என்ன சொல்கிறீர்கள்? என்று நான் குறுக்கிட்டுக் கேட்டேன்.

என்னத்தைச் சொல்வது? அதே காரியத்தை மனிதன் செய்தால் தவறு; கடவுள் செய்தால் திருவிளையாடல் என்றது வேறுக் குரல் ஒன்று திரும்பிப் பார்த்தேன் பாலு வந்து கொண்டிருந்தான்.

(கண் திறக்குமா)

✸

உன்னைப்போல் ஒருவன்!

என்னுடைய சொத்தில் பாதியை இன்றே வேண்டுமானாலும் சித்திக்கு நான் எழுதி வைத்துவிடுகிறேன்.

உண்மையாகவா?

அது மட்டுமல்ல என்னிடமிருந்து அவர்களைப் பிரிப்பதற்குக் காரணமாயிருந்த இந்தப் பூணூலையும் இன்றே நான் அறுத்தெறிந்துவிடுகிறேன். இனி நான் பார்ப்பனல்ல; அவர்களும் திராவிடரல்ல எல்லோரும் மனிதர்கள்! என்று முழங்கிய வண்ணம் அந்த நிமிஷமே தன் சட்டையைத் தூக்கி அதற்குள்ளிருந்த பூணூலை அவன் அறுத்தெரிந்துவிட்டான்.

ஆஹா! இந்த நாட்டிலுள்ள ஒவ்வொரு பார்ப்பனரும் உன்னைப் பின்பற்றினால் எவ்வளவு நன்றாயிருக்கும்? திராவிடக் கழகத்தை ஒழித்துக்கட்ட இதைவிடச் சிறந்த வழி வேறு ஏதாவது இருக்க முடியுமா?

(விந்தன் கட்டுரை)

✸

பெண்களை நம்புங்கள்!

உம்முடைய லட்சியத்தை ஒரு பக்கமாக மூட்டை கட்டி வைத்துவிட்டு நடுத்தர வகுப்பினருக்காக பத்திரிகை நடத்தும். அதிலும் ஆண்களுக்காக நடத்தாதீர்; பெண்களுக்காக நடத்தும். மாதத்தில் மூன்று நாட்கள் வெளியே உட்கார வேண்டிய நிர்ப்பந்தம் இருப்பதால் அவர்கள் உம்முடைய பத்திரிகையை அவசியம் படிப்பார்கள். அவர்களுக்காக அவர்கள் வாழ்க்கையில் இல்லாத காதல் கதைகளை நிறையப்போடும். ஆயிரந்தடவை வந்தவையானாலும் பாதகமில்லை; ஆயிரத்தோராவது தடவையாக நீர் போடலாம். அவற்றைத் தவிர வேறு ஏதாவது வேடிக்கையாக எழுதும்; தமிழ் நாட்டு வாசகர்கள் இன்னும் 'குழந்தைப் பிராய'த்திலிருப்பார்கள். முடியுமானால் பகுந்தறிவுப் போட்டி நடத்தும்; தரித்திரம் பிடுங்கித் தின்பதால் பேராசை வளர்ந்து வரும் தமிழ்நாட்டில் அதற்குப் பேராதரவு இருக்கும்; அடிக்கும் கொள்ளையைச் சட்டரீதியாகவும் அடிக்கலாம் அதை மறைக்கப் பண்பாட்டைப் பற்றியும் பேசலாம். அதற்குப்பின் அரசியல் இருக்கவே இருக்கிறது; அதையும் ஒருகைபாரும்; எடுத்ததற்கெல்லாம் ஆமாம் போட்டு எழுதும்; நடுநடுவே உம்முடைய சொந்தப் பெருமையைப் பற்றியும் கொஞ்சம் சங்கோசத்துடன் சொல்லிக்கொள்ளும் அப்படிச் சொல்லிக்கொள்ளும்போது தயவுசெய்து என்னை மட்டும் மறந்துவிடாதீர்!

(கண் திறக்குமா)

★

வேடிக்கை காட்டலாம்!

வேடிக்கைதான் வேடிக்கைதான்; வேண்டுமானால் அதைப் பற்றி அழகாகப் புத்தகம் எழுதி அழகாக அச்சிட்டு, அழகாக வியாபாரம் செய்யலாமே? அதையும் சொல்லிப் பார்த்தேன்; கேட்டால்தானே 'சோறு சோறு' என்று அடித்துக்கொள்பவர்களிடம் போய் தேசம், தேசம் என்கிறான். வேலை, வேலை என்று அடித்துக் கொள்பவர்களிடம் போய் விடுதலை, விடுதலை என்கிறான்; கட்டத் துணி இல்லையே? என்று கதறுபவர்களிடம் போய் கதரை வாங்கிக் கட்டவில்லையே என்கிறான்; வாங்கக் காசில்லையே என்று வாடுபவர்களிடம் போய் வருகிறது சுதந்திரம் என்கிறான். இப்படிப்பட்டவர்களைக் கட்டிக் கொண்டு அவன் என்னத்தான் செய்யப்போகிறானோ, அதுதான் எனக்குத் தெரியவில்லை என்றாள் அவள்.

(விந்தன் கட்டுரை)

★

காந்தி வழியில்...

உதாரணமாக வனஸ்பதி உடம்புக்குக் கெடுதல் என்பது மகாத்மாவின் அபிப்பிராயம்; ஆனால் தயாரிப்பாளர்களோ அதற்கு விரோதமாக விளம்பரம் செய்கிறார்கள். பணத்துக்காக அதைப் பக்கம் பக்கமாக வெளியிடும் பத்திரிகை எப்படிக் காங்கிரஸ் பத்திரிகை யாகும்? எப்படிக் காந்திமகானைப் பின்பற்றும் பத்திரிகை யாகும்?

(விந்தன் கட்டுரை)

★

பணம் பத்தும் செய்யும்!

ஆஹா! பணத்தின் சக்தியைத்தான் என்னவென்பேன்? எவ்வளவு சீக்கிரத்தில் அது சிலரைத் தேச பக்தர்களாக மாற்றி விடுகிறது? எவ்வளவு சீக்கிரத்தில் அது சிலரைத் தியாசீலர்களாக புண்ணிய புருஷர்களாகப் போற்ற வைத்துவிடுகிறது?

அந்தப் பணத்துக்குப் பதிலாக உயிரைப் பணயம் வைத்துப் போராடிய எத்தனை தேசபக்தர்களை அது இருந்த இடம் தெரியாமல் மறைத்துவிடுகிறது! ஊர் ஊராகத் தெருத் தெருவாக அலையவிடுகிறது! தன்னலமற்ற அந்தத் தியாகிகளால் எத்தனைபேர் தலைவர்களின் புகழுரைக்கும் பொது மக்களின் பாராட்டுரைக்கும் இதுவரை பாத்திரமாகியிருக்கிறார்கள்?

திருப்பூர் குமரன் எங்கே? தீரன் பகத்சிங் எங்கே எங்கே? வாஞ்சி எங்கே, வ.உ.சி. எங்கே, எங்கே?

(கண் திறக்குமா)

★

விலகி நில்!

ஆகவே, வரும்படி உள்ள தேச பக்தனாக வாழ எனக்கு வழி தெரியவில்லை. காங்கிரசின் பேரால் தேர்தலில் வேண்டுமானால் போட்டியிடலாம்; அதன் பயனாக ஏதாவது ஓர் அங்கத்தினர் பதவியையாவது கைப்பற்றலாம்; அதைக் கொண்டு காலத்தை ஒருவாறு தள்ளலாம் என்று நினைத்தாலும் அங்கே என்னைப் போன்றவர்களை யாரும் விட மாட்டோம் என்று சொல்விட்டார்கள்.

(கண் திறக்குமா)

★

மக்கள் தொண்டன்!

நீதான் தவராக நினைத்துக்கொண்டிருக்கிறீர்! உண்மையைச் சொல்லலப்போனால் நம்முடைய தலைவர்கள் பொதுஜனத் தலைவர்களே அல்ல- ஏன் தெரியுமா? அவர்களில் பெரும்பாலோர் பிறவித் தலைவர்கள். பரம்பரை பரம்பரையாகப் பணத்திலே ஊறித் திலைத்தவர்கள்; சுகபோகத்தின் எல்லையையும் இறுதியையும் கண்டவர்கள்; அவர்களுக்கும் ஜனங்களுக்கும் எந்தவிதமான சம்பந்தமும் கிடையாது-கை தட்டுவதைத் தவிர!

✸

காந்தி, ஏசு, புத்தர் கண்ட வெற்றிகள்!

அகிம்சை வெற்றியடைய முடியாது என்று நீங்கள் நினைக்கிறீர்களா? நம் கண்ணுக்கு முன்னாலேயே அது எத்தனையோ வெற்றிகளை அடைந்திருக்கிறதே!

ஆமாம், மகாத்மா காந்திக்கு முன்னால் இயேசுவும் புத்தரும் கூட அகிம்சையில் வெற்றியடைந்திருக்கிறார்கள். ஆனால் அவர்களுடைய வெற்றியெல்லாம் ஆரம்பகால வெற்றியாகத்தான் இருக்கிறது என்பதை மறந்துவிடக் கூடாது.

✸

மிருகத்தை மனிதனாக்கும்!

ஆம். உலகத்தாருக்கு முன்னால் பணம் அறிவு இல்லாதவனை அறிவுள்ளவனாகக் காட்டுகிறது; ஒழுக்க மில்லாதவனை ஒழுக்கமுள்ளவனாகக் காட்டுகிறது. நாணயமில்லாதவனை நாணயமுள்ளவனாகக் காட்டுகிறது; யோக்கியதை இல்லாதவனை யோக்கியமுள்ளவனாகக் காட்டுகிறது; இதன் காரணமாக அறியும் ஒழுக்கமும உள்ளவர்கள் நாணயமும் யோக்கியதையும் மிக்கவர்கள் தங்கள் காலமெல்லாம் வருந்தி வருந்தி அணுஅணுவாகக் சாக வேண்டியிருக்கிறது!

★

நடுத்தர வர்க்கம்

இவர்கள் அனைவரும் நடுத்தர வகுப்பைச் சேர்ந்த வர்கள். இத்தகையவர்களுக்குப் பத்திரிகையே உலகம்; உலகமே பத்திரிகை; தனிமனிதனுடைய யோக்கியதை, ஒழுக்கம் இவற்றைப் பற்றி இவர்களுக்கு அக்கறையே கிடையாது. பத்திரிகையில் என்ன வருகிறதோ அதுதான் வேதவாக்கு. வேத வாக்கில் எப்படி உண்மை கிடையாதோ அப்படியே இன்றையப் பத்திரிகை உலகிலும் உண்மை சிடையாது என்பதை இவர்களைப் போன்றவர்களை உணர்வதேயில்லை. அப்படி உணர்ந்தால் உலகமும் உருப்படும்; இவர்களும் உருப்பட்டுவிடுவார்களே!

★

மு. பரமசிவம்

மறந்துவிடு மனசாட்சியை!

உண்மைதான்; ஆனால் என்னுடைய வாழ்க்கையை மேலும் மேலும் உயர்த்திக்கொள்ள இன்னும் எத்தனை தவறுகள் வேண்டுமானாலும் செய்ய நான் தயாராயிருக்கிறேன். பார்க்கப்போனால் உலகத்தில் எது சரியான காரியம். எது தவறான காரியம் என்று தீர்மானிப்பது கடினம். உமக்குத் தவறாகத் தோற்றுவது எனக்குச் சரியாகத் தோன்றலாம்; எனக்குச் சரியாக தோன்றுவது உமக்குத் தவறானதாகத் தோன்றலாம் இல்லையா?

சொல்லுங்கள், சொல்லுங்கள். எதைச் சொன்னாலும் இப்போது நான் கேட்கத் தயாராயிருக்கிறேன் சொல்லுங்கள். சொல்லுங்கள்.

சொல்லுகிறேன் அவசியம் சொல்லுகிறேன். உம்மை போன்றவர்கள் எதிலும் நியாயத்தைக் கடைப்பிடிக்க வேண்டுமென்று விரும்புகிறீர்கள். அதனால் அவர்கள் வெகு சீக்கிரத்தில் சாவை நெருங்கிவிடுகிறார்கள். வாழ விரும்புபவன் எவனாயிருந்தாலும் சரி எதிலும் பட்டும் படாமல் இருக்க வேண்டும். மனச்சாட்சிக்கு அவன் மறந்தும் இடம் கொடுத்துவிடககூடாது.

✶

கண் திறக்குமா நாவலிலிருந்து
'பாலும் பாவையும்' நாவலிலிருந்து
பதிப்பாளர் பண்பாடு!

என்றும் சாகாத நூல் ஒன்று இயற்யியிருக்கிறேன்; இதைப் புத்தகமாக வெளியிட வேண்டும். வந்தவர் தாம் சொல்ல வந்ததைக முடிக்கு முன்பே,

''அதிருக்கட்டும். ஆசிரியர் செத்துவிட்டாரா. இல்லையா?'' என்று கேட்டான் கனகலிங்கம்.

வந்தவருக்கு தூக்கிவாரிப்போட்டது! ''ஏன்?'' என்று நாக்குழறக் கேட்டார்.

''இங்கே செத்துப்போன ஆசிரியர்களின் நூல்களைத் தான் வெளியிடுவது வழக்கம்.''

''அப்பொழுதுதான் அந்த நூலுக்கு ஒரு தனி மகத்துவம் இருக்குமென்றா?''

''அதெல்லாம் ஒன்றுமில்லை; எங்களுக்கு வேண்டுவது எங்களிடம் இல்லாத மூளை! அதைத் தவிர வேறொன்றும் செலவழிக்காத ஆசிரியருக்கு நாங்கள் அனாவசியமாகப் பணம் கொடுக்க விரும்புவதில்லை.''

''அப்படியானால் நீங்கள் செத்துப்போனவனிட மிருந்தா காகிதம் வாங்குகிறீர்கள்?'' என்று ஆசிரியர் எரிச்சலுடன் கேட்டார்.

''கொடுக்கத் தயாராயிருந்தால் வாங்கத் தயாராயிருக் கிறோம்'' என்றான் கனகலிங்கம்.

"மிகவும் சரி உங்களுக்கு என் நூல் கிடைக்காது. சாம்பல் தான் கிடைக்கும். என்று சொல்லிவிட்டு எழுத்தாளர் துப்பாக்கியிலிருந்து கிளம்பும் ரவைபோல கிளம்பினார்.

"முடிந்தால் அதையும் பணமாக்குவோம்" என்றான் கனகலிங்கம்.

★

என்றும் புகழோடு இருப்பவர்!

எனக்கு ஒன்றும் தோன்றவில்லை. அகத்தியனுக்கு இனி யாரும் பேரும் புகழும் தேடி வைக்க வேண்டாம். அவன் ஒருவேளை உயிரோடிருந்து அன்ன விசாரத்தால் ஆட்கொள்ளப்பட்டிருந்தாலும் யாராவது அவனுக்கு நீதி திரட்டிக் கொடுக்கலாம். அதற்கும் இப்பொழுது அவசிய மில்லை. அகத்தியனையும் பணத்தையும் துணையாக் கொண்டு பேரும் புகழும் அடைய விரும்பும் சில பிரகிருதிகள் அவனுக்கு விழா நடத்தப்போகிறார்கள் பொழுது போக்குக்குக் காசு செலவழிக்க வழியில்லாதவர்கள் அங்கே வந்து கூடப்போகிறார்கள். அப்படிப்பட்ட இடத்தில் புத்தக வியாபாரம் எப்படி நடக்கும்? பொரி கடலை வியாபாரம் வேண்டுமானால் நடக்கும். ஆடல் பாடலுக்குப் பத்துப் பதினைந்து ரூபாய் அனாயாசமாக விட்டெறிபவர்களும் அரை நிர்வாணக் காட்சியை சினிமாவில் அலுக்காமல் பார்ப்பதற்காக மூன்று நாட்களுக்கு முன்னரே இரண்டரை ரூபாய் டிக்கெட்டை முண்டியடித்துக்கொண்டு வாங்குபவர்களும் நிறைந்த இந்தப் பட்டணத்திலேயே புத்தகம் என்றால் இரவல் தருகிறாயா? என்று கொஞ்சங்கூடக் கூச்சமின்றிக் கேட்கிறார்கள். அப்படியிருக்கும்போது-

★

ஆபத்தான அழகு!

அந்த அழகு ஏழ்மையின் இரங்கத்தக்க அழகு அல்ல; செல்வத்தின் செருக்கு மிக்க அழகு; மந்திரவாதியைப்போல் நிலைத்த கண் நிலைத்தபடி பார்க்கச் செய்யும் நீள்விழிகளும் கண்டவுடன் ஆசைகொண்டு கிள்ளத் தோன்றும் குழந்தைக் கன்னங்களும் எந்த நேரமும் இன்பகாணத்துக்கும் உதிராத இதழ்களும் கவலையென்பதையே இன்னதென்று அறியாமல் வளர்ந்த கட்டழகி என்பதை எடுத்துக் காட்டின.

✲

விளைவுகள் பற்றி...

பாண்டியனுக்காக மதுரை மாநகரைக் கொளுத்திய போது கண்ணகி மற்றவர்களுக்காகக் கவலைப்பட்டாளா? இராவணனுக்காக இலங்கையைக் கொளுத்தும்போது அனுமார் சீதாதேவிக்காகக் கவலைப்பட்டாரா அப்படியிருக்க நான் மட்டும் ஏன் மற்றவர்களைப் பற்றிக் கவலைப் படவேண்டும்?

✲

வில்லனா, கதாநாயகனா?

வந்தான்; ஆனால் அவன் மகா சாது; பெயர் தசரதகுமாரன். சாட்சாத் தசரத குமாரனோ சீதாதேவிக்காக சிவதனுசை முடித்தான்? மாரீசனை வதைத்தான்; இராவணனுடன் போரும் தொடுத்தான். எங்கள் தசரதகுமாரனோ ஒரு முறை என்னுடன் வந்து மாட்டினிசோ பார்க்கக்கூட விரும்பவில்லை. அவ்வளவு பயம்! என்னைப் பார்த்து பெருமூச்சு விடுவதோடு தன் காதலை நிறுத்திக்கொண்டான். இளமையின் இதயத் துடிப்பை அறியாத அவனுடைய நடத்தை எனக்குக் கொஞ்சம்கூடப் பிடிக்கவில்லை...

✲

வாழ்க்கைக்கு உதவாது!

சில சமயம் என்ன? எந்த சமயத்திலும் எனக்கு அப்படித்தான் தோன்றுகிறது. வாழ்க்கையில் காதலை எதிர்பார்த்து ஏமாந்த சில சோணகிரிகளின் கட்டுக்கதை காதல்; அறிஞர் இனிய கனவு; அற்புதக் கற்பனை; கதைகளுக்கும் காவியங்களுக்கும் உயிர்நாடி போன்றது. ஆனால் அதைப் படித்து அனுபவிப்பதோடு நிறுத்திக் கொள்ள வேண்டும். வாழ்க்கைக்கு...

✸

புத்திசாலிகள்!

நம்பி வந்தவளைக் கொண்டுதான் வாழ முடியுமா என்று முதலில் பார்ப்பது; முடியாது என்று தோன்றினால் அவளைக் கைவிடுவது. இதுதான் இன்றைய உலகம் தெரிந்தவனின் இலட்சணம். அதாவது தான் பிறருக்கு உபயோகமாயிருக்கக் கூடாது. பிறர் தனக்கு உபயோகமா யிருக்க வேண்டும் என்று எவன் நினைக்கிறானோ அவன்தான் இந்தக் காலத்தில் புத்திசாலி என்று போற்றப்படு கிறான்; மேதை என்று மதிக்கப்படுகிறான். அவனால்தான் இந்த உலகத்தில் விரும்பியபடியெல்லாம் வாழவும் முடிகிறது!

✸

சம உரிமை!

அய்யோ பாவம்! உலகம் தெரியாத அபலை அவள்! காதலை உண்மை என்று நம்பினாள். அந்தக் காதலுக்காகத் தன்னை ஒருவனுக்கு அர்ப்பணித்தாள். அவன் அவளை கைவிட்டான். அதற்காக அவள் செத்துப்போக விரும்ப வில்லை. வாழவிரும்பினாள். ஆண்களுக்கு மட்டும் அந்த உரிமையை அளிக்கம் சமூகம்... பெண்களுக்கு அளிக்க மறுப்பது ஏன்?

✸

மாபாவிகள்!

பார்க்கப்போனால் கடவுளைத் துணைக்கு அழைப்பவர்களெல்லாம் யார் என்று நினைக்கிறீர்கள்? அவர்களில் பெரும்பாலோர் உண்ட வீட்டுக்கு இரண்டகம் நினைப்பவர்கள்; தோல் இருக்கச் சுளை விழுங்கிகள். கன்னக்கோல் திருடர்கள். தூங்கும்போது கழுத்தை அறுப்பவர்கள். படுமோசக்காரர்கள். பாவிகள் நயவஞ்சகர்கள். எப்பொழுதும் மடியில் கனமில்லாத வனுக்கு வழியில் பயம் இருப்பதில்லையல்லவா?

★

ஆசை எதன்மேல்?

சீ! என்ன கேவலம், என்ன கேவலம்! நினைக்கும் போதே நெஞ்சம் பதறுகிறதே? இந்த நிலையில் நான் இன்னும் உயிர் வாழ்ந்துகொண்டிருப்பதற்குக் காரணம் என்னவாக இருக்கும்? உயிரின் மீதுள்ள ஆசையால் ஆம், உயிரின் மேல் உள்ள ஆசைதான்! ஆனால் அந்த உயிர் மிகமிக அற்பமானதன்றும் உலகத்திலுள்ள ஆண்-பெண்கள் மனம் வைத்தால் சுலபமாக உற்பத்தி செய்யக்கூடியதென்றும் சில மேதாவிகள் சொல்கிறார்களே. அது உண்மையில்லையா? உண்மையாயிருந்தால் அப்படிச் சொல்பவர்கள் ஏன் இன்னும் இந்த உலகத்தில் உயிர் வாழ்ந்து கொண்டிருக் கிறார்கள்? மேல் உலகத்துக்குப் போயிருக்கலாமே....

★

அன்னிய பண்பாடு!

ஆமாம், ஆமாம் வெள்ளைக்காரர்களிடமிருந்து சூட் அணிவது, 'சிகரெட்' குடிப்பது 'லவ்' பண்ணுவது 'டைவர்ஸ்' செய்வது. இங்கிலீஷ் படித்துவிட்டு தமிழைப் படிப்பது ஷேக்ஸ்பியரையும், மில்டனையும் கண்டவன் போல் கதையளப்பது; கம்பனையும் வள்ளுவனையும் காணதாதவன்போல் நடிப்பது இப்படி அவர்களிடமிருந்து கற்றுக்கொள்ளவேண்டிய 'நல்ல பழக்கங்கள்' எத்தனையோ இருக்க போயும் போயும் கதவைத் தட்டிவிட்டு உள்ளே வரும் கெட்டப் பழக்கத்தை நீங்கள் கற்றுக்கொண்டிருக் கிறீர்களே?

★

பாரதியார் பாடல்!

அன்று காலை மணி எட்டு இருக்கும். அகத்தியர் விழா கோழையை வீரனாக்கும், மிருகத்தை மனிதனாக்கும், மனிதனை அமரனாக்கும் பாரதியார் பாடல்கள் தொடங்கியது. தமிழை மறுபடியும் தனி உடைமையாக்கப் பார்க்கும் தனித்தமிழ்ப் பண்டிதர்களும் இலக்கியச் சனாதணகளும் அந்தப் பாடலைப்பாடி முடிக்கும் வரை தங்கள் காதுகளைப் பொத்துக்கொண்டிருந்தனர் கேட்டால் புரிந்துதுவிடுமோ உள்ளத்தத் தொட்டு உலுக்கி விடுமோ உணர்ச்சி வெள்ளத்தைப் பெருக்கி அகத்தில் உள்ள அழுக்கை அகற்றி விடுமோ என்று அவர்களுக்குப் பயம்!

★

அப்பாவுக்குப் பிள்ளை...

நல்ல வேளை பீஷ்மாச்சாரியாரையும் அவருடைய தகப்பனாரையும் உலகில் எல்லோருமே பின்பற்றிவிட வில்லை. அப்படிப் பின்பற்றியிருந்தால் உலகம் என்ன ஆகியிருக்கும்? ஒரே சூன்யமாய்ப் போயிருக்காதா? என்ன இருந்தாலும் உங்கள் அப்பாதான் நல்லவராயிருந்திருப்பார் போலிருக்கிறது. அதனால்தான் நீங்களும் மிகமிக நல்லவரா யிருக்கிறீர்கள். என்றாள் அகல்யா.

✸

'பெரிய' மனிதர்!

அவனுக்கு எதிரே தொந்தி பெருத்த மனிதர் ஒருவர் நின்று கொண்டிருந்தார். அவரைப் பார்த்தால் குறைந்த பட்சம் ஒரு நூறு பேருடைய உழைப்பையாவது அவர் களுக்குத் தெரியாமல் தொடர்ந்து திருடிக்கொண்டிருப்பவர் போல் தோன்றியது. அடியில் தும்பைப் பூவை நிகர்த்த 'கிளாஸ்கோ' வேட்டி; மேலே சிலுசிலுக்கும் பட்டுச் சட்டை; கழுத்திலிருந்து கால் வரை நீண்டு தொங்கிப் பளபளக்கும் சரிகை மேலாடை; சண்டைக்குச் சிண்டைக் கொடுக்காமலிருப்பதற்காக வெட்டிக் கொண்டிருந்த 'சம்மர்' கிராப். காதில் வைரக் கடுக்கன்கள். கொடுக்கு மீசை ஆகியவையெல்லாம் சேர்ந்து அவரைத் 'திடீர்ப் பிரமுகர்' என்று எடுத்துக்காட்டின. அவற்றுடன் அவருடைய கைவிரல்களில் மின்னிக்கொண்டிருந்த வைர மோதிரங் களுக்கிடையே பழைய ஆங்கிலப் பத்திரிகையொன்று பரிதாபமாக விழித்துக்கொண்டிருந்தது!

✸

பஞ்சாங்கத்துக்கு மதிப்பு

அன்றிரவு ஓட்டலுக்குத் திரும்பும்போது கனகலிங்கம் கொஞ்சம் உற்சாகமாகவே திரும்பினான். காரணம் வேறொன்றுமில்லை அன்று பஞ்சாகத்தில் அறுநூறு பிரதிகளும் தொடுகுறி சாஸ்திரத்தில் அறுபது பிரதிகளும் விற்றிருந்ததோடு திருக்குறளிலும்கூட ஒரு பிரதி விற்றிருந்ததுதான்!

✱

அரண்மனைக் காதல்

இந்த நம்பிக்கையைப் பருவக் காலக் கோளாறு என்று சொல்வதற்கில்லை. நவீன கால இலக்கியங்களைப் படிப்பதின் காரணமாக உண்டாகும் கோளாறு என்று வேண்டுமானால் சொல்லலாம். இல்லையென்றால் ராஜாக்களிடத்திலும் ராணிகளிடத்திலும் அரண்மனைகளிலும் அந்தப்புரங்களிலும் மாடமாளிகைகளிலும் கூடகோபுரங்களிலும் வளர வேண்டிய காதலை இந்த அப்பாவிப் பெண்கள் இப்படிக் கட்டிக்கொண்டு அழுகிறார்கள்...!

அட, கஷ்டமே! இன்று ராஜாக்களைக் கானோம் ராணிகளைக் கானோம்; அரண்மனைகளைக் கானோம். அந்தப்புரங்களைக் கானோம். மாட மாளிகைகளைக் கானோம். கூடகோபுரங்களைக் கானோம். அப்படியிருந்தும் பாழாய்ப்போன காதல் மட்டும் ஏன் இன்னும் உயிரை வைத்துக்கொண்டிருக்கிறது? ஏதும் அறியாத அபலைகளை ஏன் இப்படிப் பிடித்து வாட்டிக்கொண்டிருக்கிறது?

✱

மதிப்பு விலையற்றது!

இது என்ன வேடிக்கை! இத்தனை நாட்களும் விரும்பாத மதிப்பை இன்று ஏன் நான் விரும்ப வேண்டும்? வேண்டாம் மதிப்பை விலைகொடுத்து வாங்க வேண்டாம். தனக்கென்று இருக்கும் மதிப்பு தனக்கு என்றும் இருந்தால் போதும்!

★

சாதிகள் இல்லையடி பாப்பா!

ஓ, அதுவா? இருக்கிற சாதிகள் போதாதென்று 'கூலி' என்றொரு தனி சாதியை உனக்காக நான் எப்பொழுதுமே விரும்புவதில்லை. அதுதான் விஷயம்.

ரொம்ப அழகுதான்! அப்படியானால் அந்தக் கூலிகள் எப்படிப் பிழைப்பதாம்?

பாம்புகள் தங்கள் விழுங்கிவிட வேண்டுமே என்பதற்காகத் தவளைகள் பிழைத்திருக்க வேண்டுமா என்ன?

என்ன இருந்தாலும் நம்மைப் போன்றவர்களுக்கு மரியாதை என்று ஒன்று இருக்கிறதே என்று சொல்லிவிட்டு அகல்யா அவன் முகத்தை ஊடுருவிப் பார்த்தாள்.

மரியாதை தகுதியைப் பொறுத்தது. அது நம்மைத் தேடிக் கொண்டு வர வேண்டுமே தவிர நாம அதைத் தேடிக் கொண்டு செல்லக் கூடாது. அப்படித் தேடிச் சென்று அடையும் மரியாதை நிலைக்கவும் நிலைக்காது!

★

காந்திய தத்துவம்

காந்தியடிகளின் தத்துவத்தில் உங்களுக்கு நம்பிக்கை உண்டா?

உண்டு.

வகுப்பு வெறியின் காரணமாகக் கற்பழிக்கப்பட்ட பெண்களை அவர்களுடைய கணவன்மார்கள் மீண்டும் ஏற்றுக்கொள்ள வேண்டுமென்று அவர் சொல்லவில்லையா?

சொன்னார்.

அதே மாதிரி நானும் ஏதோ ஒரு வெறியில் கற்பழிக்கப் பட்டவள்தானே? என்னை நீங்கள் ஏன் ஏற்றுக்கொள்ளக் கூடாது?

★

ஒரே மனிதன்!

யோசியுங்கள்; நன்றாக யோசியுங்கள்! காதலிப்பதற்குக் கூட யோசிக்கும் ஒரே புண்ணியாத்மா இதுவரை நான் கண்டதில்லை; கேட்டதுமில்லை, எனக்குத் தெரிந்தவரை உலகத்திலேயே நீங்கள்தான் முதன் முதலாகக் காதலிப்பதற்கு யோசிக்கிறீர்கள் என்று நினைக்கிறேன். யோசியுங்கள்; நன்றாக யோசியுங்கள்! யோசித்துக் கூடிய சீக்கிரத்திலேயே தயவுசெய்து உங்களுடைய முடிவை எனக்குத் தெரிவித்துவிடுங்கள்!

★

ஒட்டிக்கொண்டது

சொல்கிறேன் கேள்: மாலை நேரத்தில் பொழுது போகவில்லை கார்ப்பரேசன்காரார்கள் கடனுக்காக வைத்திருக்கும் ஒரு பூங்காவுக்குப் போய் நான் புல்தரையில் உட்கார்ந்துகொண்டிருககிறேன். காலில் ஏதோ அரிப்பது போலிருந்தது எழுந்து பார்க்கிறேன் கம்பளிப்பூச்சியொன்று என் வேட்டியில் ஒட்டிக்கொண்டிருந்தது. கீழே விழுந்து தொலையட்டுமென்று என்னால் ஆனமட்டும் நான் வேட்டியை உதறி உதறிப் பார்;த்தேன். கூகூம் அது விழவில்லை. அப்புறம் என்ன செய்வது அதைக் கையால் தொடுவதற்கும் அருவருப்பாகயிருக்கிறது. அங்கிருந்த ஒரு குச்சியை எடுத்து அதைத் தள்ளிப் பார்க்கிறேன். அப்பொழுதும் விழவில்லை. குச்சியில் ஒட்டிக்கொண்டு விடுகிறது!

★

போராட்டம்

மனிதன் மனிதனாக வாழ வேண்டுமானால் அவன் தன் உணர்ச்சியுடன் வாழ்நாள் முழுவதும் போராட வேண்டி யிருக்கிறது. அந்த மாதிரிப் போராட்டத்தில் இப்போது நான் ஈடுபட்டிருக்கிறேன். இருந்தாலும் சில சமயம் என்னிடமே எனக்கு நம்பிக்கை இருப்பதில்லை. அதற்காகத்தான் உன்னுடைய உதவியை நாடுகிறேன்.

★

திருவிளையாடல்

பொழுது விடியப்போகும் தருணத்தில் தொம் தொம் தொம் தொம் என்று மங்கள முரசொலி கீழேயிருந்து வந்து கனகலிங்கத்தின் சிந்தனையைக் கலைத்தது. அதைத் தொடர்ந்து பலர் ஒரே ஆரவாரம் செய்து கொண்டு ஓடும் சத்தமும் அவன் காதில் விழுந்தது. என்ன விசேஷமாயிருக்கும் என்று ஒன்றும் புரியாமல் அவன் எழுந்து போய்த் தெருவைப் பார்த்தான். அப்பொழுது திருவிழாக் காலமாதலால் அம்மனுக்குத் தெரியாமல் சுவாமி தாசி வீட்டுக்குச் சென்று திரும்பிக்கொணடிருந்தார். எனவே மற்ற வாத்தியங்களெல்லாம் நிறுத்தப்பட்டு முரசு மட்டும் ஒலித்துக்கொண்டிருந்தது. பக்தர்கள் சுவாமியின் மானத்தைக் காப்பதற்காக இருபுறங்களிலும் ஒளிவீசிக் கொண்டிருந்த விளக்குகளை அனைத்ததோடு சுவாமியின் தலையில் முக்காடு போட்டிருந்தனர்.

✸

மதிப்பு

உண்மைதான்; பொன்னுக்கும் பொருளுக்கும் உள்ள மதிப்பு இந்தக் காலத்தில் பெண்ணுக்கம் ஏன் அவளுடைய கற்புக்குக்கூட இல்லைதான்.

✸

சிதம்பர ரகசியம்!

எது ஐதீகம்? இன்னும் கொஞ்சம் நாட்கள் போனால் சுவாமி தாசி வீட்டுக்குச் செல்வது கைதீகம் என்று சொல்லி விடுவாய்போலிருக்கிறதே? மிக அழகாய்த்தான் இருக்கிறது. இந்த லட்சணத்தில் நீங்கள் என்னடாவென்றால் 'கற்பு, கற்பு' என்று கதைக்கிறீர்கள் உங்களுக்கு வெட்கமாயில்லை.

✸

ஒரே வழி

அது எப்படி முடியும்? காதல் கவிதைகளும் காவியங் களும் ஓலமிடுகின்ற நீ பிழைக்க வேண்டுமானால் உன்னுடைய காதல் செத்துத்தான் தீரவேண்டும். உன் னுடைய காதல் பிழைக்க வேண்டுமானால் நீ செத்துத்தான் தீர வேண்டும். இதைத் தவிர இப்பொழுதுள்ள நிலையில் உனக்கு வேறு வழியே கிடையாது!

✸

தர்மகர்தா!

அவ்வளவு சுலபத்தில் வேலை கிடைப்பதாயிருந்தால் தங்களைத் 'தர்மகர்த்தா'க்களாக நினைத்துக்கொண் டிருக்கும் முதலாளிகள் தொழிலாளிகளை ஏன் 'மிரட்டு மிரட்டு' என்று மிரட்டப்போகிறார்கள்?

✸

பாரதியின் கனவு

இயற்கையின் விந்தையே விந்தை! ஒரு பெண்ணுக்கு என்னதான் நல்ல மனத்தோடு ஓர் ஆண் மகன் உதவி செய்தாலும் அதை விபரீதமாக உலகம் எடுத்துக்கொண்டு விடுவதற்குப் பாழும் இயற்கை சுலபமாக இடம் கொடுத்து விடுகிறது. இந்த இலட்சணத்தில் ஆண்களோடு பெண்களும் சரிநிகர் சமானமாக வாழவேண்டுமென்று பாரதியார் கனவு கண்டிருக்கிறார். அவரது கனவு என்றுதான் நனவாகப் போகிறதோ?

★

கோழைகள் நிறைந்த சமூகம்

சமூகம் அப்படி ஒன்று தனியாக இருக்கிறதா என்ன? உன்னைப் போன்ற கோழைகள் பலர் சேர்ந்ததுதானே சமூகம்? உங்களுடைய சுயநலத்தின் காரணமாக நீங்கள் எத்தனையோ இளம் பெண்களைக் கற்பின் பெயரால் சமூகத்துக்குப் பலி கொடுத்து விட்டீர்கள்; அந்த மாதிரி அவளும் பலிகை வேண்டுமென்று நீ விரும்புகிறாய் அதை மறைப்பதற்காகக் கடவுள் பேரிலும் வறுமையின்பேரிலும் பழியைப்போடுகிறாய்!

★

நம்பாதே!

யாரை யார் நம்புவது? ஆண்களை ஆண்கள் நம்பலாம்; பெண்களைப் பெண்கள் நம்பலாம். அதனால் குடிமுழுகிப் போய்விடாது. ஆனால் பெண்களை ஆண்கள் நம்பும் போதும்; ஆண்களைப் பெண்கள் நம்பும்போதும் எச்சரிக்கை யுடன் இருக்க வேண்டும்...

★

மோட்சத்துக்கு வழிகாட்டுபவர்கள்!

அப்படியானால் ஊரிலுள்ள சாமியார்களெல்லாம் சோம்பேறிப்பயல்கள் என்றா நீ நினைக்கிறாய். அட பாவமே! அவர்களெல்லாம் மோட்சத்துக்கு வழிகாட்டுபவர் களாயிற்றே!

மோட்சத்துக்கு யாராவது வழிகாட்ட வேண்டுமா என்ன? ஒரு முழக்கயிறோ அல்லது ஒரு பாழுங் கிணறோ அதுவுமில்லையென்றால் ஒரு சிறு துளி நஞ்சு இருந்தால் போதாதா?

எதற்கு?

மோட்சமடைவதற்குத்தான்!

உனக்கு விஷயம் புரியவில்லை. மோட்சமடைவ தென்றால் செத்துப்போவதில்லையடி செத்துப் போவதில்லை.

பின் என்னவாம்?

மறுபிறவி எடுக்காமல் கடவுளோடு கடவுளாக ஐக்கிய மாகிவிடுவது.

அதைத்தான் நானும் சொல்கிறேன். உயிரோடிருந்தால் கடவுளோடு கடவுளாக ஐக்கியமாக முடியாது. செத்துப் போனால் ஐக்கியமாக முடியும் என்று அவர்கள் சொல்லு கிறார்கள். அதைப் பச்சையாகச் சொன்னால் அந்தப் புண்ணியாத்மாக்களுக்கு இந்த உலகத்தில் மதிப்பும் இருக்காது மரியாதையும் இருக்காது. அதற்காக அவர்கள் வாழ்வை மாயம் என்கிறார்கள் சாவை மோட்சம் என்கிறார்கள்.

✱

மதிப்பு ஏன்?

சமூகத்தில் சில பெரிய மனிதர்கள் நாங்கள் எதற்காக மதிக்கிறோம் தெரியுமா? சிபாரிசுக்காகத்தான். இல்லை யென்றால் எங்களுக்கும் அவர்களுக்கும் சம்பந்தமே இருக்காது. ஒருவேளை அதற்காக எடுத்ததற்கெல்லாம் சிபாரிசு வேண்டுமென்று அவர்கள் நினைக்கிறார்களோ என்னவோ!

★

சட்டத்தின் துணையுடன்

பணக்காரர்கள் சட்டத்தின் அனுமதியுடன் திருடினால் ஏழைகள் சட்டத்தின் அனுமதி இல்லாமல் திருடுகிறார்கள். இவ்வளவுதானே அவர்களுக்கும் இவர்களுக்கும் உள்ள வித்தியாசம்?

★

பயனுள்ள சாதனம்!

கீழே ஏதோ ஒரு கார் வாயு வேகத்தில் சீறிக்கொண்டு செல்லும் சத்தம் கேட்டது. மனிதனின் அமைதியான வாழ்க்கையைக் குலைக்கும் சாதனங்களில் இதுவும் ஒன்று. மடையனுக்குக்கூட நாலுபேருக்கு முன்னால் மதிப்பைச் சம்பாதித்துக்கொடுத்துவிடும். அபூர்வ சக்தி இதனிடம் இருக்கிறது. அதுமட்டுமல்ல; மூடர்கள் உலகத்தை ஏமாற்று வதற்கு இதை ஒரு கருவியாக உபயோகித்துக்கொள் கிறார்கள்!

★

எல்லாமே பழசுதான்!

வாழ்க்கையே பழைய வாழ்க்கையாயிருக்கும்போது, அதை அடிப்படையாகக்கொண்ட கதை மட்டும் எப்படி புதிய கதையாயிருக்கும்.

✱

நீதியில் வித்தியாசம்

ஐயோ! ஆண்களுக்கு ஒரு நீதி; பெண்களுக்கு இன்னொரு நீதியா? இந்த அக்கிரமத்துக்கு இன்னும் என்னைப்போல் எத்தனை பெண்கள் பலியாக வேண்டுமோ? தெரியவில்லையே! உங்களுடைய இதயத்தில் ஈரம் இல்லையா? அந்த ஈரமற்ற இதயத்தை எங்களுடைய கண்ணீராவது நனைக்கவில்லையா? சீர்திருத்தம் சீர்திருத்தம் என்று வாய் ஓயாமல் அடித்துக்கொள்ளும் இளைஞர் உலகம் இன்னும் எத்தனை நாட்களுக்கு சகித்துக்கொண்டிருக்கப் போகிறது?

✱

பாலும் பாவையும்

பாலும் பாவையும் ஒன்றென்று எண்ணியா என்னை நீ படைத்தாய்? பால் பாவையாகிவிடுமா? பாவைதான் பாலாகி விடுவாளா?

நல்லவர்கள் வாழ்வதில்லை
நானிலத்தின் தீர்ப்பு.

✱

அன்பு அலறுகிறது–நாவலிலிருந்து...

உலகம்!

கொலைகாரன் வாழத் துடிக்கிறான்; அவனுக்குக் குறுக்கே உலகம் நிற்காமல் இருக்க முடியுமா? திருடன் வாழத் துடிக்கிறான்; அவனுக்குக் குறுக்கே உலகம் நிற்காமல் இருக்க முடியுமா? விடபுருஷன் வாழத் துடிக்கிறான் அவனுக்குக் குறுக்கே உலகம் நிற்காமல் இருக்க முடியுமா? விபசாரி வாழத் துடிக்கிறாள்; அவளுக்குக் குறுக்கே உலகம் நிற்காமல் இருக்க முடியுமா?

★

புரட்சி!

அடிசக்கை, காதலில் புதுமையும் புரட்சியும் வேண்டுமானால் இன்னொருடைய மனைவியைத்தான் காதலிக்க வேண்டும் என்று அந்த எழுத்தர்ளர் தீர்மானித்து விட்டார் போலிருக்கிறது!

★

ஆண்மை இழந்தவர்கள்

நீங்களே சொல்லுங்கள்; ஆண் கழுதை ஆண்மை இழந்தால் பெண் கழுதை இன்னொரு ஆண் கழுதையைத் தேடலாம்; ஆண் நாய் ஆண்மை இழந்தால் பெண் நாய் இன்னொரு ஆண் நாயைத் தேடலாம்; ஆண் பன்றி ஆண்மை இழந்தால் பெண் பன்றி இன்னொரு ஆண் பன்றியைத் தேடலாம்; ஆண் மகன் ஆண்மை இழந்தால் பெண் மகள் அதிலும், தமிழ்நாட்டுப் பெண்கள் இன்னொரு ஆண் மகனைத் தேடலாமா?

★

பெண்களுக்கு வேலி!

அந்தத் தாலியைச் சிலர் சீர்திருத்தவாதிகள் சொல்வது போல் நான் தூக்குக் கயிறாகவோ அடிமையின் சின்னமாகவோ மதிக்கவில்லை; காமுககரிடமிருந்து என்னைக் காக்கும் சாட்டையாகவும் ஆணும் பெண்ணும் கலந்த அன்பின் சின்னமாகவுமே மதித்தேன்.

★

வறுமை

இவ்வளவு பெரிய உலகத்தில் வறுமை ஒன்றைத் தவிர வேறெதுவும் தன்னிடம் அன்பு செலுத்தாத போது தான் மட்டும் ஏன் பிறரிடம் அன்பு செலுத்த வேண்டும்? அத்தகைய அன்பைப் பிறர் மதிக்காதபோது மதித்து வரவேற்காதபோது தான் மட்டும் அதை ஏன் மதிக்க வேண்டும்; மதித்து வரவேற்க வேண்டும்?

★

உறவுகள்

நல்ல வேளையாக யாரோ ஒரு புண்ணியாத்மா அம்மா வென்றும் அக்காவென்றும் மாமியென்றும் மைத்துணி யென்றும் தாரமென்றும் தங்கையென்றும் மகளென்றும் மருமகளென்றும் உறவு முறை கொண்டாடிப் பெண்களில் சிலரை ஆண்களின் கழுகுப் பார்வையிலிருந்து காப்பாற்றி வைத்தான். இல்லாவிட்டால் அந்தப் பெண்ணைத்தான் காதலிக்காமல் விடுவார்கள் இந்த ஆண்கள்!

★

'மார்க்' போடும் மாணவர்கள்!

'கலர்' என்றால் இவர்களுடைய 'பண்'பாட்டில் என்னவாம் தெரியுமா? பெண்களாம். இந்தப் பெண்களுக்கு 'மார்க்' கொடுப்பதில்தான் இவர்கள் கைகாரர்களாக இருக்கிறார்களே தவிர பரீட்சையில் 'மார்க்' வாங்குவதில் கைகாரர்களாயில்லை. இந்த லட்சணத்தில் தலைக்குத் தலை யாராவது ஒருத்தியைப் பார்த்து இவளுக்கு இருபத்தைந்து மார்க்குகள் கொடுக்கலாம். இவளுக்கு ஐம்பது மார்க்குகள் கொடுக்கலாம் இவளுக்கு நூறு மார்க்குகள் கொடுக்கலாம் என்று அவளுடைய அழகை மதிப்பிடும்போது எனக்கு எப்படித்தான் இருக்கும் தெரியுமா? இவர்களுடைய மூளையை மதிப்பிடத் தோன்றும்!

✸

எந்நாளோ!

ஆஹா இந்தப் பாதசாரிகள்! இன்னுமா இவர்கள் நடக்க வேண்டும்? நாடு விடுதலை அடைந்த பிறகுமா இவர்கள் நடக்க வேண்டும்?

குறைந்தபட்சம் தனக்கென்று ஒரு வீடு, தனக்கென்று ஒரு தோட்டம், தனக்கென்று ஒரு கார், தனக்கென்று ஒரு ரேடியோ, தனக்கென்று ஒரு நூல் நிலையம் ஆகியவற்றை இவர்கள் எப்போது அடையப்போகிறார்கள்?

✸

உழையுங்கள் உழையுங்கள்

உழைப்பே செல்வம், உழையுங்கள்! உழைப்பே செல்வம் உழையுங்கள்! என்று என்றோ ஒருநாள் மயானத்தில் கிடைக்கப்போகும் பொதுவுடைமை மண்ணான ஆறடி மண்ணைத் தவிர வேறொரு மண்ணும் இல்லாத இந்த மக்களை ஓயாமல் ஒழியாமல் அடித்துக் கொள்கிறார்களே மேற்கூறிய வசதிகள் அத்தனையையும் வழி வழியாகப் பெற்று வரும் மேன் மக்கள் இந்தக் கீழ்மக்களைவிடவா உழைத்துக் கிழித்துவிடுகிறார்கள்?

✯

கொள்ளைக்காரன்

அன்றுதான் நாட்டின் செல்வத்தையெல்லாம் வெள்ளைக்காரன் கொள்ளைகொண்டு போனான்; இன்று யார் கொள்ளை கொண்டு போகிறார்கள்? அப்படியே கொள்ளைகொண்டு போனாலும் அன்றுதான் தடுத்து நிறுத்த முடியவில்லை. இன்றுகூடவா தடுத்து நிறுத்த முடியவில்லை?

✯

போதும் என்னும் மனம்!

போதுமென்னும் மனம் பொன் செய்யும் மருந்தாக எங்களைப் போன்றவர்களுக்கே இல்லாதபோது இவர்களுக்கு மட்டும் எப்படி இருக்குமாம்?

இந்த நிலையில் இவர்களை விட்டுவிட்டு, சகோதரர்களே! எங்களைப் பார்த்துப் பொறாமைப் படாதீர்கள்! என்று 'தர்மோபதேசம்' செய்கிறார்களே சில புண்ணியாத்மாக்கள் அவர்களைக் கொண்டு வந்து இவர்களுடன் நடக்க வைத்தால், எங்களைக்கண்டு பொறாமைப் படாமல் பெருமைப்படுவார்கள்.

✯

அன்பில் கடவுளைக் காணாமல்...

பண்பைப் பற்றிப் பேசி அன்பைக் கொல்லும் பாவிகள் என்னைப் பண்பில்லாதவள் என்று பழிப்பார்களே என்று பயமாகவும் இருக்கிறது. இருந்தாலும் அவர்கள் என்னைச் சொல்ல வைத்துவிட்டார்கள். அதற்காகச் சொல்லுகிறேன்; காது கொடுத்துக் கேளுங்கள் அய்யா. கொஞ்சம் காது கொடுத்து கேளுங்கள் அன்பில் 'கடவுளைக் காணாமல் ஆண் குறியையும் பெண் குறியையும் காண்கிறார்கள் அவற்றின் கலப்பே அன்பென்றும் அதில்லாமல் அன்பு ஒருநாளும் வாழ முடியாதென்றும் சாதிக்கிறார்கள்.

★

கடவுள் உறங்கவில்லை!

கோயில்; ஊருக்கு நடுவே இல்லாமல் கொஞ்சம் ஒதுங்கியிருந்த கோயில். பக்தர்களைக் கவனிக்காமல் பகவான் எங்கே தூங்கிவிடப்போகிறாரோ என்று பயந்தவர்களாய் வீடு வாசலற்ற அடியார்கள் பலர் அங்கே பலத்த குறட்டைவிட்டுப் பகவானைத் தூங்கவிடாமல் தாங்கள் மட்டும் தூங்கிக்கொண்டிருந்தனர்.

★

பெண் பாவம்

ஏதோ ஒரு புத்தகத்தில் எப்பொழுதோ படித்ததாக ஞாபகம். ஆண்கள் பாவம் செய்வதற்கென்றே பெண்கள் பூலோகத்தில் படைக்கப்பட்டிருக்கிறார்கள் என்று என்னுடைய வாழ்க்கையில் அதை உண்மையாக்கிவிடக் கூடாதே என்பதற்காக நான் எவ்வளவோ முயன்றேன் முடியவில்லை!

★

இளமை வேண்டும்!

ஒரு மனிதன்- ஒருத்திக்குக் கணவனாக இருப்பவன் கிழவனாக இருக்கக் கூடாது என்று ஏதாவதுது நியதி உண்டா? இல்லை; இல்லவே இல்லை. அவன் கிழவனாக இருக்கலாம்; அவனுடைய நெஞ்சில் கிழட்டுத்தனம் இருக்கக் கூடாது. அப்படி இருந்தால் அவன் இளைஞனே யானாலும் கிழவன்தான்; இளமை இழந்த கிழவன்தான்!

★

சாட்டை

இல்லை, இல்லை; கயிறு! தூக்குக் கயிறு அல்ல அல்ல; தாலி!

ஆண்டாள் ஒருவன் தன் அடிமைக்குக் கட்டும் பட்டா அது! அல்ல அல்லவே அல்ல ஆண் ஒருவன் தன் இனமில்லாத தன்னிலிருந்து வேறுமில்லாத ஓர் உயிருக்கு பிரிவு காட்டிப் பிரிந்த இயந்கை பரிவு காட்டச் சேர்க்கும் நியதிக்குப் பணிந்து சூட்டும் அன்புச் சின்னம் அது பண்புச் சின்னம் அது!

பெண் என்பவள் மலர் என்றும் ஆண் என்பவன் வண்டு என்றும் எண்ணித் திரியும் பெண் பித்தர்களுக்குப் புத்தி கற்பிக்கும் பயந்து மரியாதையோடு ஒதுங்கிச் செல்லச் செய்யும் எச்சரிக்கை அது.

ஆம் காமுகரிடமிருந்து பெண்ணைக் காக்கும் சாட்டை அது.

★

மு. பரமசிவம்

உண்மை அதுவல்ல!

கோழைகள்தான் தற்கொலை செய்துகொள்வார்கள் என்று சில தைரியசாலிகள் சொல்வதுண்டு. ஆனால் உண்மை அதுவல்ல. தன்னை உயர்ந்தோனாக ஒளிபடைத்த கண்ணனாக ஊறுதிகொண்ட நெஞ்சனாக சிறுமைகண்டு சீறும் பொய்மைகண்டு பொங்கும் ஒழுக்கமில்லாதவனாகத் தன்னை வாழவைக்காத வறுமைக்காக அந்த வறுமையை வர்க்க ரீதியாக வாழவைக்கும் உலகத்துக்காகத் தன்னை தானே தனக்காகத் தியாகம் செய்துகொள்ளத் தைரியம் வேண்டும்!

✹

மனிதன் மாறவில்லை – நாவலிலிருந்து

நீங்கள் நம்புகிறீர்களா?

ஒன்று வேண்டுமானால் செய்யுங்கள்-போலீஸ்காரன் திருடமாட்டான். இன்ஸ்பெக்டர் எந்த ஆதாயத்தை முன்னிட்டும் அதை மறைக்க மாட்டார் வக்கீல் பொய் சொல்ல மாட்டார் நீதிபதி அந்தப் பொய்யை ஒன்று நிரபராதியைத் தண்டிக்க மாட்டார் தமிழ்ப் பேராசிரியர் தமிழ்ப் பேராசிரியையைக் காதலிக்க மாட்டார். அப்படியே காதலித்தாலும் அவளைத் தவிர வேறொருத்தியைக் கண்ணெடுத்தும் பார்க்க மாட்டார் என்பனவற்றை யெல்லாம் நீங்கள் நம்புவதாயிருந்தால் இந்தக் கதையைப் படிக்க வேண்டாம்; தயவு செய்து படிக்க வேண்டாம்!

★

நம்பிக்கை

பொய்! அதைப்போன்ற ஓர் உத்தமர் தோழன் மனிதனுக்கு வேறு யாராவதுது உண்டா? அது அவனை எத்தனை விதமான தர்ம சங்கடங்களிலிருந்தெல்லாம் காப்பாற்றுகிறது?

உண்மைக்கு ஒரு கதை அரிச்சந்திரன் கதையா யிருக்கலாம். ஆனால் கடைசிக் கட்டத்தில் பரமசிவன் வந்து கைகொடுப்பார் என்ற நம்பிக்கை இந்தக் காலத்தில் நாஸ்திகர்களுக்கு மட்டுமல்ல; ஆஸ்திகர்களுக்குத்தான் எங்கே இருக்கிறது?

★

மனிதன் மாறவில்லை!

வானம் மாறிவிட்டது என்கிறது விஞ்ஞானம்; வான் மதியும் மீன்களும் மாறிவிட்டன மாறிக்கொண்டே வருகின்றன என்கிறது விஞ்ஞானம்; கடலும் காற்றும்கூட, மலரும் மண்ணுங்கூட, கொடியும் சோலையும்கூட, மலையும் நதியும்கூட மாறிவிட்டன. மாறிக்கொண்டே வருகின்றன என்கிறது விஞ்ஞானம். ஆனால் மனிதன்-

மனிதன் மாறமாட்டானா? எதில் மாறினாலும் குணத்தில் மாறவே மாட்டானா?

★

முரட்டுக்கார்கள்

நீயோ நானோ உணர்ச்சிக்கு இடம் கொடுப்பதில் தவறில்லை; தம்பி! உணர்ச்சிக்கு இடம் கொடுக்காவிட்டால் இந்த உலகத்தில் நமக்கு இன்பமும் இல்லை. ஆனால் அதே உணர்ச்சிக்கு இடம் கொடுக்குமாறு மக்களை மட்டும நாம் தூண்டிவிட்டு விடக் கூடாது. அவ்வாறு தூண்டி விடுவதை யாராவது கடமையாகக் கொண்டாலும் அந்தக் கடமையை நாம் கயமை என்று சொல்லி முறியடிக்க வேண்டும. இல்லா விட்டால் நம்மை போன்றவர்கள் தட்டி ஒட்டும் வழியில் செல்லும் லாடமடித்த மாடுகளாக மக்கள் இருக்க மாட்டார்கள். எடுத்ததற்கெல்லாம் முட்டவரும் மாடுகளாக இருப்பார்கள்.

★

மாணவர் உலகம்

எல்லாம் அந்த குருசேவால் வந்த வினை! செத்த பிறகும் தன்னுடைய செல்வாக்குக்குத் தடையாயிருந்த ஸ்டாலினின் புகழை மறைப்பதற்காக தனி நபர் வழிபாடு கூடாது என்று அவன் ஒரு புதிய இயக்கத்தைத் தொடங்கி வைத்தாலும் தொடங்கி வைத்தான். மாணவர் உலகம் இப்போதெல்லாம் யார் எதைச் சொன்னாலும் எடைபோட்டுப் பார்க்கவும் எதிர் கேள்வி கேட்கவும் தொடங்கிவிட்டது!

★

படைப்புகள் அற்புதம்!

இந்த மனிதன் இருக்கிறானே, இவன் எதைச் செய்தாலும் நாலு கால்கள் வைத்து செய்கிறான். எதை ஓட்டினாலும் நாலு சக்கரங்கள் வைத்து ஓட்டுகிறான். தப்பித் தவறி இரண்டு சக்கரங்கள் வைத்து விட்டால் மாட்டையோ மனிதனையோ துணைக்கு அழைத்துக் கொண்டுவிடுகிறான், ஓட்ட! ஆனால் கடவுள்?

இரண்டே இரண்டு கால்களை வைத்து விட்டு மனிதனை நடக்க வைக்கிறார், ஓட வைக்கிறார், குதிக்க வைக்கிறார். தாண்டக்கூட வைக்கிறார். என்ன அற்புதமான வேலைப்பாடு, என்ன அற்புதமான வேலைப்பாடு!

★

இயற்கையின் அற்புதம்!

ஒரு வீட்டை வெளிச்சமாக்க எத்தனையோ விளக்குகள், ஒரு தெருவை வெளிச்சமாக்க எத்தனையோ விளக்குகள். ஓர் ஊரை வெளிச்சமாக்க எத்தனை எத்தனை எத்தனையோ விளக்குகள். ஆனால் கடவுள் ஒரே ஒரு விளக்கைக் கொண்டு இந்த உலகத்தையே வெளிச்சமாக்கி விடுகிறார் என்றான் கிழவன். வானத்தில் பவனி வரும் வான்மதியை நோக்கி வியந்தவனாய்.

✤

கடவுளின் பெயரைச் சொல்லி

ஐயோ, கடவுளையே மூலதனமாக வைத்தல்லவா அவர்கள் தங்களுடைய வியாபாரத்தை நடத்திக் கொண் டிருக்கிறார்கள்? பாம் அம்மா, மகா பாவம்! அது மட்டுமா? லட்சார்ச்சனையாம், கோடி அர்ச்சனையாம்! இதற்கெல்லாம் என்னம்மா அர்த்தம்? காக்கையாரே காக்கையாரே! நீர் இவ்வளவு அழகாயிருக்கிறீரே? உம்முடைய அழகான வாயைத் திறந்து ஓர் அருமையான பாட்டுப் பாடுமே என்று நரி கேட்ட கதையாக இல்லையா இது? மோசம் அம்மா மோசம்! கடவுளை மனிதன் இவ்வளவு கேவலமாக மதிப்பது மகாமோசம்.

✤

தலைப்பில் புரட்சி!

சென்னை மவுண்ட் ரோடில் கார் ஒன்று வேகமாக வந்து கொண்டிருக்கிறது; வாலிபர் ஒருவர் அதை ஓட்டிக் கொண்டு வருகிறார். அப்போது ரோடுக்குக் குறுக்கே வந்த யுவதி ஒருத்தியின் மேல் கார் மோதிவிடுகிறது. காரில் அடிபட்டு அவள் கீழே விழுந்துவிடுகிறாள்; போலீசார் வந்து அவளை ஆஸ்பத்திரிக்கு அனுப்பிவிட்டு, டிரைவரைக் கைது செய்கிறார்கள். இந்தச் செய்திக்கு நீங்கள் என்ன தலைப்புக் கொடுப்பீர்கள் என்று அந்தப் பத்திராதிபர் என் அண்ணாவைக் கேட்டாராம். அண்ணா மவுண்ட்ரோடில் கார் விபத்து டிரைவர் கைது என்று கொடுப்பேன் என்றானாம். இப்படித் தலைப்புக் கொடுத்தால் அந்தச் செய்தியை யார் படிப்பார்கள்? என்றாராம் பத்திர அதிபர் எப்படிக் கொடுக்க வேண்டும் என்று கேட்டானாம் அண்ணா. "பருவப் பெண்ணின் பாவாடையில் ரத்தம், வாலிபர் கைது" என்று கொடுக்க வேண்டும். என்ன கொடுப்பீர்களா? இம்மாதிரியே ஒவ்வொரு செய்திக்கும் என்றாராம் பத்ராதிபர் அண்ணா எழுந்து முடியாதய்யா! பருவப் பெண்ணின் பாவாடையிலும் அவள் பாவாடையிலும் படும் ரதத்திலுமே கவனம் செலுத்திக் கொண்டிருக்க முடியாதய்யா! என்றாள்.

★

லாப நோக்கு

தமிழ் தமிழ் என்று அவன் முழங்கட்டும்; தமிழன் தமிழன் என்று மார் தட்டட்டும்; தமிழ்நாடு தமிழ்நாடு என்று அவன் தோள் கொட்டட்டும். அதற்காக நான் வருந்தவில்லை; ஆனால், எதைச் செய்தாலும் அதை வாலிப நோக்கத்தோடு செய்வதல்லவா இந்தக் காலத்து வாழ்க்கையில் வெற்றியடைய வழி? அதை அவன் புரிந்து கொள்ளாமலிருந்ததுதான் எனக்கு வருத்தமாயிருந்தது.

★

எங்கு வாழ்கிறார்கள்!

ஏசு, புத்தர், காந்தி போன்றவர்கள் அன்று இந்த உலகத்தில் வாழவிட்டாலும் இன்று எல்லோருடைய உள்ளங்களிலும் வாழ்வதாக நினைக்கிறார்கள்.

இதை நீங்கள் நம்புகிறீர்களா? இல்லை; இதை நான் நம்பவில்லை. பார்க்கப்போனால் அவர்கள் யாருடைய உள்ளங்களிலோ வாழ்கிறார்கள்? அவர்களைக் கொண்டு யாரால் பிழைக்க முடிகிறதோ அவர்களைக் கொண்டு யாரால் இந்த உலகத்தை ஏமாற்ற முடிகிறதோ அந்தப் புண்ணியாத்மாக்களின் உதடுகளிலேதான் அவர்கள் வாழ்கிறார்கள்.

இதற்கும் உதாரணம் வேண்டுமானால் வேறெங்கும் போக வேண்டியதில்லை; என்னுடைய வாழ்க்கையில் பங்கு கொண்ட அந்தப் பேராசிரியரை எடுத்துக்கொண்டாலே போதும்.

★

வள்ளுவனால் வாழ்ந்தவர்!

அடே வள்ளுவா! யார் என்று நினைத்தாய் என்ன? உன்னுடைய தாடியைப் பிய்த்து எறிந்துவிடுவேன் ஜாக்கிரதை! உன்னால் எனக்குப் பொருளும் புகழும் கிடைத்தன? இல்லை இல்லவே இல்லை என்னைப் போன்ற உரையாசிரியர்களால் உனக்குப் பொருள் கிடைக்கவில்லை. புகழாவது கிடைத்தது. கிடைத்து வருகிறது என்பதை நீ நினைவில் வைத்துக்கொள்! இரண்டே வரிகளில் நீ எழுதி விட்டுச்சென்ற குறளுக்குப் பக்கம் பக்கமாக விளக்கம் எழுத நான் என்ன பாடுபட்டிருக்கிறேன் தெரியுமா? இல்லா விட்டால் அன்று ஓரணா இரண்டனாவுக்குக்கூட வாங்குபவர் இல்லாமலிருந்த உன்னுடைய குறள் இன்று ஒரு ரூபாயிலிருந்து பத்து ரூபாய் வரை விலை வைத்து விற்க முடியுமா. அதன் மூலம் ஆயிரக்கணக்கான ரூபாய்களைத் தான் ஆதாயமாக அடைய முடியுமா? இதைப் புரிந்து கொள்ளாமல் என்னுடைய தொண்டை தாக்கியவன் தொடையில் கயிறு திரிக்கும் தொண்டு என்று சொல்ல என்னத் துணிச்சல் உனக்கு? மாட்டேன் ஒரு காசுகூட உனக்கு நான் கொடுக்க மாட்டேன் என்று கையை இறுக மூடி இரண்டு கால்களுக்கும் இடையிலிருந்த இடுக்கிலே வைத்துக் கொண்டு கத்தினார் சிறு கத்தனத்துடன்!

★

திருக்குறள் ஒன்றே போதும்!

தமிழில் அறிவியல் நூல்களே வரக் கூடாது என்று சொல்லவில்லை; வரவேண்டும், நிறைய வரவேண்டும். ஆனால் எத்தகைய அறிவியல் நூல்கள் தமிழில் வர வேண்டும்? சகோதரிக்கு சகோதரனுக்கு அப்பாவுக்கு அம்மாவுக்கு ஆட்டுக்குட்டிக்கு பூனைக்குட்டிக்கு என்பது போன்ற மனித வாழ்வு பற்றிய அறிவியல் நூல்களும்

அவற்றுக்கான பஞ்சம் தமிழ்நாட்டில் பஞ்சம்? அவைதான் ஆயிரமாயிரம் ஆண்டுகளுக்கு முன்னரே தமிழில் வேண்டிய மட்டும் வந்துவிட்டனவே! உதாரணத்துக்குச் சொல்லப் போனால் திருக்குறள் ஒன்று போதாதா? வாழ்வு பற்றிய அறிவியலுக்கு? போதும் என்றே நாம் நினைக்கிறோம்.

★

ஆணும் பெண்ணும்

எதிர் காலத்தில் திருமணம் போன்ற சடங்குகள் மறைந்து ஆணும் பெண்ணும் ஒருவர் மேல் ஒருவர் கொண்ட நட்பை வைத்துக் கொண்டே சேர்ந்து வாழ ஆரம்பித்து விடுவார்கள் என்று எப்படி ஆராய்ச்சி? தாயென்றும் சேயென்றும் பாராமல் தங்கையென்றும் தமக்கையென்றும் பாராமல் கூடிவாழ்ந்த அந்தக் காட்டு மிராண்டிக் காலத்தை நோக்கித் தமிழ் மக்கள் திரும்ப வேண்டுமென்று நினைக்கிறாரா இவர்? வருந்துகிறோம். ஒரு கல்லூரிக்குப் பேராசிரியராயிருக்கும் இந்நூலாசிரியர் இப்படியெல்லாம் எழுதுவதற்காக வருந்துகிறோம்.

★

வரலாறு

வரலாறு என்ற பேரால் இறந்த காலத்தைத் திரும்பிப் பார்த்து செத்துப்புதைத்த பிணத்தை மீண்டும் தோண்டி எடுத்து ஆகா! இதன் பெருமையே பெருமை! அருமையே அருமை! என்று காட்டும் வெட்டியான் வேலையில் இவர் இறங்கிவிடாமல் இருப்பாராக!

★

எல்லோருக்கும் நல்லவர்!

உதாரணமாக ஒருவன் திருடுகிறான்; இன்னொருவன் திருடப்படுகிறான். இவர்கள் இருவரையும் பற்றி எல்லோருக்கும் நல்லவராக வாழ விரும்பபுகிறவர் என்ன சொல்கிறார்? திருடுவது திருடுபவனின் குற்றமல்ல; அவனைத் திருடக் கூடிய நிலையில் வைத்திருக்கும் அரசாங்கத்தின் குற்றம் என்கிறார். இதனால் திருடனின் ஆதரவு அவருக்குக் கிடைக்கிறது. அடுத்தாற்போல் திருடப்படுபவனைப் பற்றி அவர் என்ன சொல்கிறார்? அரசாங்கத்தின் கையாலாகாத்தனம் இது; அது திருடுபவனிடமிருந்து திருடப்படுபவனைக் காக்கத் தவறிவிட்டது என்கிறார். இதனால் திருடப்படுபவனின் ஆதரவும் அவருக்குக் கிடைக்கிறது. இந்த ஆதரவைக் கொண்டு ஒன்றைக்கு இரட்டையாக ஆதாயம் அடைபவர் யார் என்கிறார்கள். திருடனா, திருடப்படுபவனா இருவரும் இல்லை, எல்லோருக்கும் நல்லவர்தான்!

★

ஊருக்கு உபதேசம்!

ஒருவன் எனக்குத் திருடாதே! என்று உபதேசம் செய்ய முன்வந்தால் முதலில் அவன் திருடாமல் இருக்கிறானா என்று கவனிக்க எனக்கு உரிமையுண்டு; ஒருவன் எனக்குப் பொய்சொல்லாதே என்று உபதேசம் செய்ய முன்வந்தால் முதலில் அவன் பொய் சொல்லாமல் இருக்கிறானா என்று கவனிக்க எனக்கு உரிமையுண்டு. பண்புக்குறைவு என்ற பேரால் அந்த உரிமையைப் பற்றி யாராவது முயன்றால் அதற்கு நான் ஒரு நாளும் இடம் கொடுக்க மாட்டேன்!

★

கற்பு

கற்பு! அதெல்லாம் வெறும் கட்டுக்கதை; செயற்கை வாழ்வில் மனிதன் கொண்ட சிறு நோக்கு! நீ வேண்டுமானால் பார்த்துக் கொண்டே இரு. இன்னும் கொஞ்ச நாட்களில் மாப்பிள்ளை தேடும் படலம், பெண் தேடும் படலம் எல்லாம் மறைந்து திருமணம் மணவினை போன்ற சடங்குகளெல்லாம் ஒழிந்து, ஆணும் பெண்ணும் ஒருவரையொருவர் விரும்பியவுடனே கூடி வாழும் இயற்கை வாழ்வை மேற்கொள்ளப்போகிறார்கள். அந்த இயற்கை வாழ்விலே மனிதன் நோக்கும் பெருநோக்காயிருக்கப்போகிறது!

★

காதலும் கல்யாணமும் நாவலிலிருந்து...

எது நாகரிகம்?

எது நாகரிக யுகம்? இதுவா நாகரிக யுகம்? ஒரு நாளும் இல்லை. இது நாகரிக யுகமாயிருந்தால் போலீஸ் ஸ்டேஷன் என்னத்துக்கு இருக்கிறது? போலீஸ்காரர்கள் ஏன் இருக்கிறார்கள்? சிறைச்சாலை என்னத்துக்கு இருக்கிறது? சிறைக் காவலர்கள் ஏன் இருக்கிறார்கள்? நாங்கள் அப்படி யொன்றும் நாகரிகமானவர்களல்ல. அநாகரிகமானவர்கள் தான் என்பதைச் சொல்லாமல் சொல்லத்தானே!

★

அங்கு அப்படித்தான்!

காதல் விவகாரம் எவாயிருந்தாலும் மேல்நாடுகளில் அதைப்பற்றிப் பகிரங்கமாகவே விவாதிக்கிறார்கள். பகிரங்கமாகவே தீர்வும் காண்கிறார்கள். அதற்குக் குறுக்கே பெண்ணைப் பெற்றவர்களோ பிள்ளையைப் பெற்றவர்களோ நிற்பதில்லை. அவர்களைச் சுற்றியிருக்கும் சமூகமும் அதை அவமானத்துக்கு உரிய ஒரு பெரிய பிரச்னையாக எடுத்துக்கொண்டு அவதிப்படுவதில்லை. இதனால் பல காதல்கள் அங்கு வெற்றி பெறுகின்றன; காதலர்களும் வெற்றி பெறுகிறார்கள். அத்துடன் கல்யாணத்துக்கு முன்பே காதலன் காதலியைக் கைவிட்டுவிட்டு ஓடிப்போவதோ அங்கே குறைவு. அதைவிடக் குறைவு காதலிக்காத காதலன் தற்கொலை செய்து காதலனுக்காக காதலி தற்கொலி செய்துகொள்வதும. இருவரும் சேர்ந்தாற் தற்கொலை செய்துகொள்வதும் இந்தியாவைத் தவிர வேறு எங்கும் இல்லை என்று கூடச் சொல்லலாம்.

★

நாலு சுவருக்குள்ளே பார்!

உண்மையான மனிதனை வெளியே பார்க்காதே! நாலு சுவர்களுக்கு நடுவே பார்! என்று யாரோ ஒரு அனுபவசாலி சொல்லியிருக்கானே அவன் சொன்ன மனிதனை நேருக்கு நேராக பார்த்துக்கொண்டும் இருக்கிறேன்!

✸

எது அனாச்சாரம்?

எது அனாச்சாரம் எது கலாச்சாரம் என்று தெரியாமல் பேசுகிறாய் நீ! அன்று தன் மேல் காதல் கொண்ட துஷ்யந்தன் தன்னை நெருங்கியபோது எந்த விதமானத் தடையும் சொல்லாமல் தன்னை அப்படியே அவனிடம் ஒப்படைத்து விட்டாளே ஒரு பெண் அதுதான் கலாச்சரம் இன்று உன்மேல் காதல் கொண்ட சுந்தர் உன்னை நெருங்கிய போது மூன்றாவது மனிதன் ஒருவன் முண்டியடித்துக் கொண்டு வரும்வரை நீ அவனை படாதபாடுபடுத்தி வைத்தாயே அதுதான் அனாச்சாரம் என்றான் அவன் அமைதியுடன்.

✸

எது புண்ணியம்?

கொடுங்கள் கொடுங்கள் தாராளமாகக் கொடுங்கள். ஆனால் தாகத்துக்குத் தண்ணீர் கொடுப்பதில் புண்ணியம் இருக்கலாம். ஒரு பெண் தன் கற்பை இழப்பற்கு வசதி செய்துக் கொடுப்பதில் கூடவாப் புண்ணியம் இருக்கிறது? இதைப் பற்றிப் பெரியவர்கள் என்ன சொல்கிறார்கள். அதை நானும் தெரிந்துக்கொள்ளலாமோ இல்லையோ!

✸

அது துஷ்யந்தன் காலம்!

அட என் துஷ்யந்த ராஜாவே இன்று நான் எந்தவிதமான தடையும் சொல்லாமல் என்னை அப்படியே உன்னிடம் ஒப்படைத்துவிட வேண்டும்; நாளை நான் கையில் குழந்தையுடன் வந்து உனக்கு முன்னால் நிற்க வேண்டும். நீ என்னைப் பார்த்து யார் நீ? என்று கேட்க வேண்டும்; நான் உன்னைப் பார்த்து அடப்பாவி என்னையா தெரியவில்லை உனக்கு என்று கதற வேண்டும். இதுதானே நீங்கள் சொல்லும் கலாச்சாரம். வேண்டாம் அய்யா. என்னுடைய அனாச்சாரம் என்னோடு இருக்கட்டும். நான் வருகிறேன்!

✸

படிக்காதவன் பண்பாடு

படிக்காதவன் எதையும் திட்டமிடாமல் செய்தால் படித்தவர்கள் எதையும் திட்டமிட்டுத்தான் செய்வார்கள் போலிருக்கிறது. இல்லாவிட்டால் அவர்கள் அகப்பட்டுக் கொள்வதைப்போல இவர்களும் அகப்பட்டுக் கொள்வார்கள்.

அதிலும் இவன் சட்டம் படிப்பவன் நாளைக்கு யோக்கியனை அயோக்கியன் என்றும் அயோக்கியனை யோக்கியன் என்றும் நிரூபிக்க வேண்டி என்னைப் போன்ற அபலைகளை ஏமாற்றுவதன் மூலம் இப்போதே தன்னைத் தயார்செய்துகொள்கிறான் போலிருக்கிறது!

✸

மனிதனைத் தேடுங்கள்!

இவன் மனிதனாம் தவறு செய்பவர்கள் எல்லாம் மனிதர்கள் ஆகிவிட்டால் தவறு செய்யாதவர்கள் எல்லாம் தெய்வமா என்ன? இவர்கள் சொல்வதைப் பார்த்தால், யாரோ ஒரு ஞானி பட்டப்பகலில் விளக்கை ஏற்றிக் கொண்டு தேடினானாமே மனிதனை. அந்த ஞானி இப்போது இருந்தால் கண்ணை மூடிக்கொண்டு மனிதனைக் கண்டுபிடித்து விடலாம் போலிருக்கிறதே!

✱

சிரிப்பும் அழுகையும்

போகட்டும; ஆனால் ஒன்றை மட்டும் நீ எப்போதும் உன்னுடைய நினைவில் வைத்துகொள் இந்த உலகத்தில் நீ சிரிக்கும் போது உன்னுடன் சேர்ந்து சிரிக்க எத்தனைபேர் வேண்டுமானாலும் தயாராயிருப்பார்கள்; அழும்போது உன்னுடன் சேர்ந்து அழ ஒருவரும் தயாராயிருக்க மாட்டார்கள் என்பதுதான் அது.

✱

நிழலைக் கண்டு பயப்படுகிறான்!

மனிதன் குற்றம் செய்யாதவரை அப்படியே செய்தாலும் அது பிறருக்கு தெரியாதவரை யாரைக் கண்டும் அவன் பயப்படுவதில்லை. செய்துவிட்டாலோ செய்த குற்றம் பிறருக்கு தெரிந்துவிட்டாலோ மற்றவரைக் கண்டு மட்டும் பயப்படுவதில்லை; தன்னைத்தானே கண்டும் பயப்படு கிறான். ஏன் தன்னுடைய நிழலைக் கண்டும் பயப்படு கிறான்.

✱

சிற்பியும் கவிஞனும்

கடவுளுக்கு உருவம் கொடுத்தான் சிற்பி; காதலுக்கு உருவம் கொடுத்தான் கவிஞன், இருவர் கொடுத்த உருவங்களும் கற்பனைதான் என்றாலும் இன்று அவை வாழ்க்கையின் இருபெரும் உண்மையாகிவிட்டன. ஒன்று பரலோக வாழ்க்கைக்கு வழிகாட்டுகிறது; இன்னொன்றோ இகலோக வாழ்க்கைக்கு வழிகாட்டுகிறது; இரண்டையும் ஒன்றாகப் பார்த்து அனுபவிக்கக் கூடிய ஒரே இடம் மகாபலிபுரம்; அந்த மகாபலிபுரத்துக்குத்தான் நாம் நாளை போகப்போகிறோம்.

✸

சமூக முன்னேற்றம்!

சமூகம் சமூகம் என்கிறீர்களே, சமூகம் என்று தனியாக இருக்கிறதா? என்ன ,நீங்களும் நானும் சேர்ந்ததுதான் சமூகம்? அந்தச் சமூகத்தோடு ஒட்டாமல் நாம் எடுத்ததற்கெல்லாம் பிரிந்து நின்று அது இன்னும் அந்த அளவுக்கு முன்னேறவில்லை அது இன்னும் அந்த அளவுக்கு முன்னேறவில்லை என்று சொல்லிக்கொண்டிருந்தால் அது என்றுதான் அந்த அளவுக்கு முன்னேறுவது?

✸

ஊறுக்கு ஒரு குடும்பம்

ஏற்றுமதி இறக்குமதி வியாபாரிகளில் குரிப்பிடத்தக்க ஒருவராக இருந்து வந்த அவருக்கு சென்னை மாநகரில் மட்டும் நாலைந்து குடும்பங்கள் இருந்தன. நாலைந்து குடும்பங்கள் என்றால் நாலைந்து துணைவிமார்கள் என்று அர்த்தம்.

இந்தத் துணைவிமார்களைத் தவிர மனைவி என்று ஒருத்தியும் அவருக்கு உண்டு. சாத்திரத்துக்காகவும் சம்பிரதாயத்துக்காகவும் இவர்களைத் தவிர கல்கத்தா, பம்பாய், டெல்லி போன்ற நகரங்களிலும் அவருக்க ஆசை நாயகிகள் பலர் இருப்பதாகக் கேள்வி!

போதும் போதாதற்கு அவற்றிலும் ஒரு மாறுதல் வேண்டும் என்று தோன்றும்போதெல்லாம் அவர் அதற் கென்றே அயல்நாடுகளுக்கு போய்விடுவாராம். அங்கெல்லாம் அவருக்கு வியாபாரத் தொடர்பு உண்டோ இல்லையோ அந்தத் தொடர்பு மட்டும் உண்டு என்று அவருடன் நெருங்கிப் பழகும் அவரைப்போன்ற பெரிய மனிதர்கள் சொல்கிறார்கள்.

★

ஒருத்திக்கு ஒருவன்

காதல் என்றால் ஒருவன் ஒருத்தியைத்தான் காதலிக்க வேண்டும். ஒருத்தி ஒருவனைத்தான் காதலிக்க வேண்டும் என்று சிலர் சொல்லலாம். இருக்கட்டுமே, அதனாலென்ன பகிரங்கமாகக் காதலிப்பதுதானே பண்புக்குக் குறைவு.

★

சுழலும் உலகம்!

உலகம் வினாடிக்கு வினாடி மாறிக் கொண்டே இருக்கிறது. வளர்ந்து வரும் நாகரிகத்துக்கு முன்னால் பழைய சட்டதிட்டங்களெல்லாம் தவிடுபொடியாகிக் கொண்டு வருகின்றன. நேற்று ஒருத்தி ஒருவனை சாரும்வரை பிரிய முடியாது சட்ட ரீதியாக. இன்று நினைத்தால் பிரிந்து விடலாம். பிரிந்தவள் இன்னொருவனைத் திருமணம் செய்துகொண்டுவிடலாம். செய்துகொண்டும் விடு கிறார்கள். அப்போது எங்கே போகிறது கற்பு?

★

கற்புக்கும் காதலுக்கும் விடுதலை!

அந்தக் காலத்தில் காதலுக்கும் கற்புக்கும் தவறிக்வடப் பங்கம் நேர்ந்துவிடக்கூடாது என்பதற்காக இறந்த கணவனோடு இறக்காத மனைவியையும் சேர்த்து வைத்துக் கொளுத்தினார்கள். இந்தக் காலத்தில் அப்படியாக் கொளுத்துகிறார்கள்? ஒருவன் போனால் இன்னொருவன் என்று மறுமணம் அல்லவா செய்துக்கொள்ளச் சொல்கிறார்கள்.

இதெல்லாம் எதைக் காட்டுகிறது காதலுக்கும் கற்புக்கும் விடுதலை வேண்டும் என்பதைத்தானே காட்டு கிறது? அந்த விடுதலைதான் எனக்கும் வேண்டும் இவர் களுக்கும் வேண்டும் என்கிறேன் நான். அதைத் தடுக்க இவன் யார்?

★

ருசி கண்ட பூனை

உலகத்தில் ஏமாறுபவர்கள் இருக்கும் வரை ஏமாற்றுப வர்களும் இருக்கத்தான் இருபபார்கள்; ருசிகண்ட பூனை உறியை உறியைத்தாவிக் கொண்டுதான் இருக்கும்; சூடு காணும் வரை அடுப்பில் காயும் பாலைக்கூட அது நக்கி நக்கிக் குடிக்க முயன்று கொண்டுதான் இருக்கும்.

இந்த விஷயத்தில் சாஸ்திர சம்பிரதாயங்கள் மட்டுமல்ல தார்மீக ஆன்மீகத் தத்துவங்கள் மட்டுமல்ல; தீராத வியாதி வெக்கைகள் மட்டுமல்ல; சட்டம், நீதிமன்றம் சிறைச்சாலை ஆகியவையெல்லாம்கூட அன்றும் தோல்வியைக் கண்டன. இன்றும் தோல்வியைக்கண்டு வருகின்றன!

★

பண்டிச்சேரி சொர்க்க பூமி

பாண்டிச்சேரிக்கப் புறப்பட்டுவிட வேண்டும்; இன்றைய இரவையாவது எந்தவிதமான ஏமாற்றமும் இல்லாமல் இன்பமுடன் கழிக்க!

அங்கேதான் மனிதனுக்குப் பூரண சுதந்திரம் இருக்கிறது; அங்கேதான் உலகப் பெருங்கவிஞன் உமர்கய்யாம் வாழ்ந்துக்காட்டிய வாழ்க்கை நெறி அப்படியே கடைப்பிடிக்கப்படுகிறது அதாவத, மதுவும் மங்கையுமே வாழ்க்கை; மனினுக்கு அதை விட்டால் வேறு வாழ்க்கையும் இல்லை; இன்பமும் இல்லை.

என்ன அற்புதமான தத்துவம் என்ன அற்புதமான தத்துவம்! இல்லாதவன் அதை வெறுக்கலாம்! இருபபவன் அதை ஏன் வெறுக்க வேண்டும்? எல்லாம் விதிவிட்ட வழி; ஆம், எனக்குப் பக்கத்தில் இப்போது உட்கார்ந்துகொண்டு இருக்கும் இந்தப் பயல் சாலையிலிருந்து என் கழுத்தை அறுத்துக்கொண்டு இருக்கிறானே அதுகூட விதிவிட்ட வழிதான்!

பெண்ணே! நீ இந்த மதுக்கிண்ணத்தை நிரப்பு நிரப்பிக் கொண்டே இரு! அச்சமின்றி இப்படிக் கேட்க இப்போதும் ஓர் இடம் இருக்கிறதென்றால் அதுதான் பாண்டிச்சேரி சலோ பாண்டிச்சேரி!

★

பெரிய மனிதத்தனம்!

இம்மாதிரி கண்ணடிக்கும் வழககமெல்லாம் சோதாப் பயல்களிடம்தானே உண்டு! ஆனால் ஒரு வித்தியாசம் சோதாப்பயல்கள் அடித்தால் அது சோதாத்தனம்; பெரிய மனிதர்கள் அடித்தால் அது பெரிய மனிதத்தனம்!

★

இன்றும் மறையவில்லை!

எத்தனையோ அவதார புருஷர்கள் இந்த நாட்டில் தோன்றினார்கள். மறைந்தார்கள் எத்தனையோ உபதேசங்கள் அவர்களால் செய்யப்பட்டன சொல்லப் பட்டன. ஆனால் மனிதன் தனக்குத் தானே தேடிக் கொள்ளும் தீமைகள் மட்டும் அன்றும் மறையவில்லை; இன்றும் மறையவில்லை.

இவற்றையெல்லாம் பார்க்கம்போதுதான் ஒன்றுமே இல்லாதவன். ஆனால் கண்ணிருந்தும் பாராமல் காதிருந்தும் கேளாமல் கையிருந்தும் செயல்படாமல செத்த பிணம் வேண்டுமானால் இருக்கலாம்; உயிருள்ள மனிதன் உணர்ச்சியுள்ள மனிதன் எப்படி இருக்க முடியாது அல்லவா அப்படி இருக்கக்கூடாது அல்லவா அதனால்தான் இவர் களுடைய விஷயத்தில் நான் தலையிட்டேன்!

★

காரும் காதலியும்

கார்களில் ஒன்று கெட்டால் இன்னொன்று இருப்பது சரி. காதலரிகளிலும் ஒருவன் கெட்டால் இன்னொருவன் இருக்கலாமா? ஒருவேளை இதுவும் அவர்களுடைய பெருமைகளில் ஒன்றாயிருக்குமோ இருந்தாலும் இருக்கும்.

★

சமுத்திரமும் சாக்கடையும்

பெரிய இடத்து விவகாரம் அதைப் பற்றிப் பேசக் கூடாது! பேசினால் பண்புக் குறைவு!

அசிங்கத்தை எவ்வளவு அழகாகத் திரையிட்டு மறைக்கிறார்கள் இவர்கள்!

இவர்கள் நேசிப்பது பண்பையா, பணத்தையா?

இப்படி பேசும் இவர்கள் எங்கே போய்க் கொண்டிருக் கிறார்கள்? இல்லை, தாங்கள் அங்கு வசிக்கும் சமூகத்தைத் தான் எங்கேத் தள்ளிக்கொண்டிருக்கிறார்கள்? சமுத்திரத்திலா சாக்கடையிலா?

✸

குட்டி நகரம்

பெரிய இடமாம் பெரிய இடம்! இருக்க ஒரு குடிசைக்கூட இல்லாமல் இந்த உலகத்தில் தவிப்போர் எத்தனையோபேர்! ஆனால் இந்த வீட்டுப் பெரிய மனிதருக்கோ ஒரு வீடல்ல, இரண்டு வீடல்ல எத்தனையோ வீடுகள் இந்தச் சென்னைமாநகரிலே இருககின்றனவாம்.

வீடுகள் என்றால் சாதாரண வீடுகளாகவா இருக்கும்? இருக்காது. ஒவ்வொன்றும் ஒரு குட்டி நகரமாகவே இருக்கும்!

✸

மாநகரம்!

உதாரணத்துக்கு இந்த ஒரு வீடே போதுமே! தெருவிலுள்ள கேட்டுக்கும் பங்களாவை ஒட்டினாற் போலுள்ள 'போர்டிகோ'வுக்கும் கிட்டத்தட்ட ஒரு பர்லாங் தூரமாவது இருக்கும். முன்னால்தான் இப்படியென்றால் பின்னாலோ ஒரு காடே உருவாகியிருக்கிறது. எத்தனை மரங்கள், எத்தனைச் செடிகள், எத்தனைக் கொடிகள்!

ஏன் இந்தக் காடு இங்கே? ஒருவேளை தன் ஆசை நாயகியுடன் ஓடிப்பிடித்து விளையாடுவதற்காக இருக்குமோ? அப்படியே விளையாடினாலும் அவள் அந்த டிரைவருடன் அல்லவா விளையாடுவாள் போலிருக்கிறது!

விசுவாசமுள்ள வேலைக்காரன்! எசமான் இட்ட வேலையை மட்டமல்ல, எசமானி இட்ட வேலையையும் தட்டாமல் செய்யும் விசுவாசமுள்ள வேலைக்காரன். அந்த வேலையில் எந்தவிதமான பேதமும் பார்ப்பதில்லை போலிருக்கிறது அவன்.

வேலையில் இருந்தபோது மட்டுமல்ல இல்லாத போதும் அவன் விசுவாசமுள்ள வேலைக்காரனாகவே இருக்கிறான்போல் இருக்கிறது! ஒருவேளை இந்த வேலைக்கும் அவனுக்கு ஏதாவது கூலி கிடைக்கிறதோ என்னமோ யார் கண்டது!

✱

மு. பரமசிவம்

இவர்களைத் திருத்துவது எப்படி?

ஐநூறு ரூபா ஒரு பொருட்டாகப் படவில்லை அவளுக்கு அது ஒரு குறையாகப் படவில்லை அவருக்கு. அந்த அளவுக்குப் பணத்திமிர் பிடித்த அவருக்குத்தான் பெர்மிட் வேண்டாமாம்; லைசென்ஸ் வேண்டாமாம்; கோட்டா வேண்டாமாம். அவையெல்லாம் இருக்கும் போதே இந்த நிலை என்றால் இல்லாவிட்டால் இன்னும் என்ன நிலையில் இருப்பாரோ?

இப்படிப்பட்ட உத்தமோத்தமர்கள் சட்டதிட்டங்களால் மாற்ற முயல்வது தவறு, தார்மீக ஆன்மீக உபதேசங்களால் மாற்ற முயல வேண்டும் என்று சிலர் சொல்கிறார்களே அவர்களை என்ன செய்தால் தேவலை?

★

மனம் கூசுகிறது!

கால் கூசுகிறது அப்பா, உள்ளே வர! என்றாள் அவள் முகத்தைச் சுளித்து

மனம்தான் கூசும் என்று சொல்வார்கள்; உனக்குக் காலும் கூசுகிறதா? நல்ல பெண்தான், போ! இப்படிப்பட்ட இடங்களுக்கு வந்து உனக்குப் பழக்கமில்லை! அதனால்தான் கூசுகிறது! வாழ்க்கை என்றால் இவர்கள் வாழ்வதுதான் வாழ்க்கை அம்மா. நாமெல்லாம் வாழ்வது ஒரு வாழ்க்கையா? வா, உள்ளே இன்னும் நீ இங்கே தெரிந்து கொள்ள வேண்டியது எவ்வளவோ இருக்கிறது.

★

என்று விடியும்?

அவர்கள் சொல்லும் தார்மீக ஆன்மீக உபதேசங்கள் எல்லாம் இந்தச் 'சத்திய சீலர்'களுக்கு முன்னால் செயலற்றுப் போன பிறகுதானே சட்டதிட்டங்கள் வந்திருக்கின்றன. இவர்களை மாற்ற அவையும் வேண்டாமென்றால் தலைமுறைத் தலைமுறையாக இவர்களால் கசங்கிப் பிழியப்பட்டு வரும் மக்கள் என்னதான் ஆவது? கொடுமை கொடுமையிலும் கொடுமை.

✸

பார்க்க வேண்டியதைப் பார்க்காமல்...

எசமான் இல்லாத வேளையில் மாஜி டிரைவர் எப்படி உள்ளே வரவழைப்பது வந்துவிட்டால் அவனை எப்படி வெளியே அனுப்புவது என்பதையெல்லாம் தெரிந்து கொண்டேன் அப்பா!

விட்டுத்தள்ளு அதை! அவருக்குள்ள எத்தனைபேர் 'ஸ்டெப்னி'களில் அது ஒன்று அந்த 'ஸ்டெப்னி' எக்கேடு கெட்டால் உனக்கு என்ன நீ அவரைப் பார், அவர் காரைப் பார். அவருடைய பங்களாவைப் பார். அந்தப் பங்களாவில் மூலைமுடுக்குகளையெல்லாம் அழகுபடுத்தும் அகில உலக சித்திர விசித்திரங்களையெல்லாம் பார் அம்மா பார்.

✸

வரப்பிரசாதம்

நன்றாகச் சொன்னீர்கள் வேளை வேளைக்கு அது அவனைப் பசியால் துடிக்கவைப்பதேழடு சில சமயம் செய்யத் தகாத காரியங்களையெல்லாம் கூடச் செய்ய வைத்து விடுகிறதே!

ஆனால் ஒன்று அந்தப் பசிதான் நமக்கு வரப்பிரசாதம். இல்லாவிட்டால் அந்தப் பயல்களின் ரத்தத்தை அவர்களுக்குத் தெரியாமல் உறிஞ்சிக் குடிக்க நம்மைப் போன்றவர்களால் முடியும் என்று நீங்கள் நீனைக்கிறீர்களா?

★

வெளிச்சம்

வெளிச்சமென்றால் அது உள்ளேயும் இருக்க வேண்டும் வெளியேயும் இருக்க வேண்டும். அப்பாவைப் போன்ற வர்கள் அன்மைவென்றால் உள்ளே இருள் படர்ந்தாலும் பரவாயில்லை. வெளியே வெளிச்சம் இருக்கட்டும். என்றல்லவா சொல்கிறார்கள்?

அதற்கேற்றார்போல் ஆசையை அடக்கு ஆசையை அடக்கு என்று உபதேசம் செய்துகொண்டிருக்கிறார்களே அந்த மகான்களுக்குக்கூட ஆசை வேண்டியிருக்கிறது வெளிச்சம்போட, பல்லக்கு வேண்டியிருக்கிறது வெளிச்சம் போட பரிவாரமும் வேண்டியிருக்கிறது வெளிச்சம் போட!

★

இருளும் ஒளியும்

அவர்கள்தான் என்ன செய்வார்கள், பாவம்! அத்தனை வெளிச்சத்தோடு வந்து சொன்னால்தான் அவர்கள் சொல்வதை மக்கள் கடைப்பிடிக்காவிட்டாலும் காது கொடுத்தாவது கேட்கிறோம் என்கிறார்கள்!

இதிலிருந்து என்னத் தெரிகிறது! உள்ளே இருட்டா யிருந்தாலும் பரவாயில்லை; வெளியே வெளிச்சம் போடுங்கள், வெளிச்சம் போட்டு எங்களை மயக்குங்கள். அதற்காகும் செலவை நாங்கள் கன்னத்தில் போட்டுக் கொண்டு வேண்டுமானாலும் கொடுக்கிறோம் என்று மக்களே சொல்லாமல் சொல்கிறார்கள் என்றுத் தெரிய வில்லையா? அந்த வெளிச்சத்தைத்தான் அப்பாவும் விரும்புகிறார்; அந்த வெளிச்சத்தைக் கொண்டுதான் அவரும் தனக்கு அக்கம்பக்கத்தில் உள்ளவர்களை மயக்குகிறார்.

✱

சேறும் செந்தாமரையும்

செந்தாமரை வேண்டுமானால் சேற்றிலிருந்து முளைக்கட்டும்; சிவனாரும் அதைச் சிரமேர் கொள்ளட்டும். அதற்காகக் கலை, விபசாரத்திலிருந்தா கிளைப்பது? சமூகம் அதைத் தலைமேற்கொண்டா கூத்தாடுவது?

✱

மு. பரமசிவம்

பிறப்பும் இறப்பும்

பிறப்பு எல்லா உயிர்களுக்கும் ஒன்றாயிருந்தாலும் இறப்பு எல்லா உயிர்க்கும் ஒன்றாயிருக்க முடியாது செய்யும். தொழிலால் என்பது குறளைப் பற்றியும் குறள் ஆசிரியரி பற்றியும் தெரியாமலே அவளுக்குத் தெரிந்திருந்தது அத்துடன் பாம்புக்க விஷத்தை ஏற்றத்தான் தெரியும் இறக்கத் தெரியாது அதே மாதிரி சமூகத்துக்கும் ஏற்றத் தாழ்வைக் கற்பிக்கத்தான் தெரியும்; குறைக்கத் தெரியாது. குறைக்க விரும்பாது என்பதையும் அவள் அறிந்திருந்தாள். ஆகவே தனக்குத் தெரிந்த தொழிலைச் செய்து வாழ அவள் தயங்கவில்லை அந்தத் தொழிலில் இழிவு ஏதும் இருப்பதாகவும் அவளுக்குத் தோன்றவில்லை

✯

பிழைப்பின்றி ஊதியம்!

உழைப்பின்றி ஊதியம் தரும் அந்தத் தொழிலை அவள் இழிவென்று கருதினாலும் சம்பந்தப்பட்டவர்கள் அதை இழிவென்று கருதாதது அவளுக்கு ஆச்சரியமாயிருந்தது. அதையே பின்னால் நாடகம் என்ற பேராலும் சினிமா என்ற பேராலும் அவர்கள் கலையாக்கி சமூகத்தின் பாராட்டுதலை பெற்றபோது அவளுடைய ஆச்சரியம் இரு மடங்கு ஆகியது. ஆயினும் சமூகத்தைப் பிடித்த பைத்தியம் அவளைப் பிடிக்க வில்லை. அதாவது அவர்களை யார் பாராட்டினாலும் அவள் பாராட்டத் தயாராயில்லை.

✯

வாழ்க கலை!

இத்தனைக்கும் அந்தக் கலையையும் கலைச் செல்வங்களையும் கட்டிக்காத்து வளர்க்க வேண்டியதன் அவசியத்தைப் பற்றி பல பிரமுகர்கள் அவ்வப்போது பேசியவையெல்லாம் அவளும் கேட்டுக்கொண்டுதான் இருந்தாள். எனினும் அதைக் கேட்கும் போதெல்லாம் எந்தக் கலையை இவர்கள் வளர்க்கச் சொல்கிறார்கள் என்று அவளுக்குச் சிரிப்புதான் தோன்றுமே தவிர மற்றவர்களைப் போல் கைதட்டத் தோன்றாது.

✸

நான் விரும்பும் காதல்

அந்தக் காதல்தான் எனக்கும் தேவை; இந்த உலகத்துக்கும் தேவை. மற்ற காதல்களெல்லாம் யாரை வாழவைக்க வேண்டுமோ அவர்களை வாழ வைக்கட்டும். என்னை வாழ வைக்க வேண்டாம்; ஏனெனில் பெற்ற தாயைவிட, பேணிக்காத்த தந்தையைவிட என் அக்காவே எனக்குப் பெரியவள்! ஆம்... அவள் எனக்காகத் தன் உயிரைத் தியாகம் செய்திருந்தால்கூட நான் அவளை அவ்வளவு பெரியவளாக மதிக் மாட்டேன். அவள் தியாகம் செய்தது செய்துக் கொண்டிருப்பது தன் உணர்ச்சிகளை யாருக்காக எனக்காக அந்த மகா தியாகத்தை மறந்து நான் வாழ்வதை விட சாவதே மேல்!

✸

சுயநலமும் பேராசையும்

சுயநலம் எங்கே ஆரம்பமாகிறதென்று தெரியுமா? உங்களுக்குக் கல்யாணத்தில்தான் ஆரம்பமாகிறது; பேராசை எப்போது பிறக்கிறதென்று தெரியுமா உங்களுக்கு பிள்ளை பிறக்கும்போதுதான் அதுவும் பிறக்கிறது.

✸

சட்டமும் சன்மார்க்கமும்

என்ன கேவலமான மனிதர்கள் என்ன கேவலமான மனிதர்கள்! இவ்வளவும் எதற்காக? சுலபமாகப் பணம் பண்ணுவதற்காக! இத்தகையவர்களிடம் போய், உலகில் அதர்மம் மறந்து தர்மம் தலைதூக்க வேண்டுமானால் நீங்களும் ஏழைகளைப்போல் மாடமாளிகைகளை மறந்து மண்குடிசை கட்டிக்கொண்டு வாழுங்கள்; நன்செய் தானியங்களை மறந்து புன்செய் தானியங்களைச் சாப்பிடுங்கள்; பட்டாடை நீக்கி பருத்தி ஆடை உடுத்துங்கள்! என்று சொன்னால் கேட்கவாப்போகிறார்கள்? சட்டத்தைக் கொண்டே இவர்களை வழிக்குக் கொண்டுவர முடியவில்லையென்றால், சன்மார்க்கத்தைக் கொண்டா இவர்களையெல்லாம் வழிக்குக் கொண்டு வந்துவிட முடியப்போகிறது? எனக்குத் தோன்றவில்லை; எனக்குத் தோன்றவில்லை!

✸

அல்லாதவர்கள் வாழும் உலகம்!

யோக்கியராவது, அயோக்கியராவது பண மிருந்தால் இந்த உலகத்தில் யாரும் யோக்கியராயிருக்க மாட்டார்கள்; அயோக்கியராய்த்தான் இருபபார்கள். ஏனெனில் சுகம் என்று ஒன்று இருக்கின்றதே, அது யோக்கியருக்குக் கிட்டுவது இல்லை. எட்டுவதுமில்லை அயோக்கியருக்குத் தான் அது கிட்டவும் கிட்டுகிறது; எட்டவும் எட்டுகிறது!

✸

சோசலிசம்!

அதுதான் சோற்றுக்கில்லாத பயல்ககளெல்லாம் ஒன்று சேர்ந்து 'சோசலிசம் சோசலிசம்' என்று சொல்லிக்கொண் டிருக்கிறார்களே அந்தக் கட்சியைச் சேர்ந்தவனா நீ என்று கேட்கிறேன்!

ஆமாம்; ஆனால் சோற்றுக்கு இருக்கும் பயல்கள் கூட இப்போது அதைப் பற்றி பேச ஆரம்பித்துவிட்டார்கள் என்பது உங்களுக்குத் தெரியாதுபோல் இருக்கிறது! ஏனெனில் அவர்களும் புரிந்துகொண்டுவிட்டார்கள். இன்றில்லாவிட்டாலும் என்றாவது ஒருநாள் அது யார் தடுத்தாலும் நிற்காமல் இந்த உலகம் முழுவதும் வந்தே தீரும் என்பதை!

✸

சோசலிசம் இரண்டு விதம்?

உனக்குத் தெரியாது தம்பி! சோற்றுக்கு இல்லாதவன் சோசலிசம் பேசுவதற்கும், சோற்றுக்கு இருப்பவன் சோசலிசம் பேசுவதற்கும் எவ்வளவோ வித்தியாசம் இருக்கிறது. உதாரணமாக சோற்றுக்கு இல்லாதவன் சோசலிசம் பேசுவதோடு நிற்கமாட்டான்; தன்னிடம் இரண்டு சட்டைகள் இருந்தால்கூட அவற்றில் ஒன்றை எடுத்து இல்லாதவனுக்குக் கொடுத்துவிடுவான். சோற்றுக்கு இருப்பவனோ அப்படிக் கொடுக்க மாட்டான்.

கொடுக்காததோடு அப்படிக் கொடுப்பதால் சோசலிசம் வந்துவிடாதென்றும், ஏனெனில் தனிப்பட்ட ஒருவன் முயற்சியால் அது கொண்டுவந்துவிடக்கூடியதல்லவென்றும் காரணக காரியங்களெல்லாம் காட்டிச் சாங்கோ பாங்கோமாகப் பேசுவான்; அந்தப் பேச்சைக் கொண்டே அதனால் அடையக்கூடிய ஆதாயங்களையெல்லாம் அடைந்துகொண்டே வாழுவான். நீயும் மோகனும் கூட இந்த இரண்டாவது வகை சோசலிஸ்டுகளாய்த்தான் இருப்பார்கள் என்று நான் நினைக்கிறேன். இல்லாவிட்டால் அந்தத் தொழிலில் நீங்கள் ஈடுபட்டிருக்க மாட்டீர்கள் அல்லவா என்ன நான் நினைப்பது சரிதானே, என்று கேட்டுவிட்டுத் தன் கண்களைச் சிமிட்டினார் ஆபத்சகாயம்.

✱

மன்னர் மன்னன்!

எனக்குத் தெரிந்த நண்பருக்குப் பெரிய ஏற்றுமதி இறக்குமதி வியாபாரி என்று பெயர். ஆனால் அவர் செய்வ தெல்லாம் கள்ளக்கடத்தல் வியாபாரம்தான். அதையும் அவர் சிறிய அளவில் செய்யவில்லை. பெரிய அளவில் செய்கிறார். அதனால் பணம் அவரிடம் என்னபாடுபடுகிறது தெரியுமா? தண்ணீர்படும் பாடுபடுகிறது! அந்தப் பணத்தைக் கொண்டு கடவுள் ஒருவரைத்தான் அவரால் விலைக்கு வாங்க முடிய வில்லை; மற்றவர்களையெல்லாம் வாங்கிவிட முடிகிறது. எப்படி வாழ்கிறார் மன்னன்? மன்னன் என்றால் மன்னன்தான். அசல் மன்னன்கூட அந்தப் போலி மன்னனைப்போல் வாழ முடியாது போலிருக்கிறது!

✯

நீங்கள் யார் பக்கம்?

எப்போதும் நல்லவர்கள் பக்கத்தில் நில்லுங்கள்; அது உங்களுக்கும் நல்லது உலகத்துக்கும் நல்லது கெட்டவர் களின் பக்கத்தில் நிற்காதீர்கள்; அது உங்களுக்கும் கெட்டது உலகத்துக்கும் கெட்டது!

✯

மு. பரமசிவம்

பணத்தைத் திரட்டுங்கள்

இந்த உலகத்தில் பணம் இல்லாமல எதையுமே அடைய முடியாது; அப்படியே அடைந்தாலும் அதை நிரந்தரமாக அனுபவிக்க முடிவதில்லை; இதற்கு உதாரணம் ஒன்றல்ல இரண்டல்ல; எத்தனையோ காட்ட முடியும் என்னால், அதனால்தான் சொல்கிறேன். உங்கள் பெற்றோர் உங்களை நேசிக்க வேண்டுமா? முதலில் பணத்தைத் திரட்டுங்கள். உங்கள் சகோதரர்கள் உங்கள்மேல் பாசம் கொள்ள வேண்டுமா? முதலில் பணத்தைத் திரட்டுங்கள். உங்கள் மனைவி உங்களைக் கண்டதும புன்னகை பூக்க வேண்டுமா முதலில் பணத்தைத் திரட்டுங்கள். உங்கள் சமூகம் உங்களை மதிக்க வேண்டுமா? முதலில் பணத்தைத் திரட்டுங்கள். உங்கள் அரசாங்கம் உங்களை ஒரு பொருட்டாக நினைக்க வேண்டுமா? முதலில் பணத்தைத் திரட்டுங்கள். அதை இன்று நீங்கள் பொருட்படுத்தா விட்டால், அதை இன்று நீங்கள் போற்றிப் புகழாவிட்டால் நாளை அது உங்களைப் பொருட்படுத்தாது; நாளை அது உங்களைப் போற்றிப் புகழாது!

✶

குறுக்கு வழி!

பணம் ஒரு நாளும் நேர் வழியில் வருவதில்லை. குறுக்கு வழியில்தான் வருகிறது. அதற்கேற்றாற்போல் சமூகமும் உங்களிடம் பணம் இருக்கிறதா என்றுதான் கவனிக்குமே தவிர அந்தப் பணம் எப்படி வந்தது என்று கவனிக்காது வேறு யாராவது கவனித்து அது அப்படி வந்தது இது இப்படி வந்தது என்று சொன்னாலும் அப்படிச் சொல்பவர்கள் பொறாமையாகச் சொல்கிறார்கள் என்றுதான் அது சொல்லுமே தவிர, அதற்காக அது உங்களைப் போற்றிப் பு கழ்வதை விட்டுவிடாது.

என்ன இருந்தாலும் உண்மை என்று ஒன்று இருக்கிறது பாருங்கள்! அதை யாராலும் அழிக்க முடியாதல்லவா?

★

அனாதைக் குழந்தை

வீண் செலவு! அதனால்தான் அந்த உண்மை ஆதரிப்பார் யாரும் இல்லாமல் அனாதைக் குழந்தைபோல் அழுத கண்ணும் சிந்திய மூக்குமாக இந்த உலகத்தில் அலைந்து கொண்டிருக்கிறது. அவ்வப்போதும் தோன்றும் மககான்களில் சிலர் அதனிடம் அனுதாபம் கொண்டு அதை எடுத்து பொதுப் பணத்தில் வளர்க்கிறார்கள். அவர்கள் உள்ளவரை அது நம் கவனத்தைக் கவருகிறது. அவர்கள் மறைந்தாலும் அதுவும் நம் கவனத்தை விட்டு மறைந்து விடுகிறது.

அழகாகப் பேசுகிறீர்கள்! ஆனாலும் உழைப்பில் நம்பிக்கை உள்ளவர்கள் நாங்கள்; உழைப்பே செல்வம் என்று நினைப்பவர்கள் நாங்கள். எங்களிடம் உங்களுடைய உபதேசம் எடுபடாது!

★

நல்ல நோக்கம்

சொல்வ எதுவாயிருந்தாலும் அதைச் சொல்லத் தைரியம் மட்டும் இருந்தால் போதாது. நோக்கம் நல்ல நோக்கமாயிருக்க வேண்டும். அது அவன் சொல்வதில் இருக்கிறது. நாம் சொல்வதில் இல்லை. அதனால்தான் நாம் பயப்படுகிறோம். அவன் தைரியமாயிருக்கிறான்!

✸

நீதியும் மனிதனும்

தெய்வம் தவறு செய்கிறதோ இல்லையோ, மனிதன் தவறு செய்கிறான், தவறு செய்யாவிட்டால் அவன் மனிதன் அல்ல தெய்வம்.

இப்படி ஒரு நியதி இந்த உலகத்தில் தொன்றுதொட்டு இருந்து வருகிறது. இதற்கு யார் காணமோ, எது காரணமோ அது யாருக்கும் தெரியாது.

ஆனால் இந்தத் தவறு செய்யும் மனிதன் இருக்கிறானே இவன் மனிதன் தவறு செய்வது இயற்கை என்று எண்ணிப் பேசாமல் இருந்துவிடுவதில்லை. அந்தத் தவற்றை விசாரிக்க இன்னொரு மனிதனின் உதவியை நாடுகிறான்; அதற்குரிய தண்டனையை வழங்குமாற வேறொரு மனிதனின் தயவை நாடுகிறான்!

இதில் சம்பந்தப்பட்ட அனைவருமே தவறு செய்யக் கூடிய மனிதரகள்தான் என்றாலும், நீதி நிலைநாட்டப்பட்டு விட்டதாக அவன் மனப்பால் குடிக்கிறான்!

வேடிக்கையாயில்லையா இது?

✸

யாருக்கு துணையிருப்பது?

எந்த வகையில் அடங்கி நடக்கச் சொல்கிறாய் என்னை? அவர் திருடர்களுக்குத் துணையிருக்க வேண்டும் என்கிறார்; நானும் துணையாயிருக்க வேண்டுமா? அவர் கள்ளக்கடத்தல் பேர்வழிகளுக்கு உடந்தையாயிருக்க வேண்டும் என்கிறார். நானும் உடந்தையாயிருக்க வேண்டுமா? அவர் பணத்துக்காக ஓர் இளம் பெண்ணின் வாழ்க்கையையே பலிகொடுக்க வேண்டும் என்கிறார். நானும் பலி கொடுக்க வேண்டுமா? எத்தனையோ யோக்கியர்களுக்கு மத்தியில் இந்த வீடு தேடி வந்த ஒரே ஒரு யோக்கியனை அவர் இனி உள்ளே வர வேண்டாம் என்கிறார். நானும் உள்ளே வர வேண்டாம் என்று சொல்ல வேண்டுமா?

✯

இது கூட்டுறவு யுகம்!

இது கூட்டுறவு யுகம். இந்த யுகத்தில் காதல் கல்யாணம் கூட்டுறவு வியாபாரமாயிருக்கிறது. கட்டாயக் கல்யாணம் தனியார் வியாபாரமாயிருக்கிறது. முதல் கல்யாணத்தில் லாபத்துக்கு அவ்வளவாக இடமில்லை; இரண்டாவது கல்யாணத்தில் லாபத்துக்கு நிறைய இடமிருக்கிறது. இவற்றில் உன் அப்பாவுக்கு எது பிடிக்குமோ உனக்கு எது பிடிக்குமோ என்ற வினாக்களுக்குத்தான் விடை காண வேண்டும். இதைத் தவிர வேறொன்றும் சொல்லத் தோன்ற வில்லை எனக்கு. நீ வேண்டுமானால் மாமாவுடன் கலந்து யோசித்துப் பாரேன்?

✯

மு. பரமசிவம்

நான் காந்தி இல்லை!

நான் என்ன ஏசுவா? ஒரு கன்னத்தில் அடித்தால் இன்னொரு கன்னத்தையும் திருப்பிக் காட்ட?

நான் என்ன புத்தரா? சொல்லவிருப்பது ஆட்டுக் குட்டியாயிருந்தாலும் அதற்காகக் குனிந்து என் கழுத்தை நீட்ட?

நான் என்ன காந்தியா? செருப்பால் அடித்து என் பல்லை உடைத்தாலும் அனுதாபத்துக்குரிய அவனை விட்டு விடுங்கள் என்று அப்போதும் அகிம்சை தர்மத்தைக் கடைப்பிடிக்க?

இல்லை! நான் ஏசு இல்லை, நான் புத்தன் இல்லை; நான் காந்தியும் இல்லை!

சாதாரண மனிதன், மிகமிகச் சாதாரண மனிதன். நான் என்ன செய்வேன் தெரியுமா? என்னை எவனாவது ஒரு செருப்பால் அடித்தால் அவனை நான் இரண்டு செருப்பால் அடிப்பேன். என்னுடைய பற்களில் இரண்டை எவனாவது உதிர்த்தால் அவனுடைய பற்களில் நான்கை நான் உதிர்ப்பேன்!

✭

ஒன்றால் என்ன பயன்?

இனி உன்னால் எனக்குப் பிரயோசனமில்லை! உன்னால் மட்டும என்ன, இந்த உலகத்தில் ஒற்றையாயிருக்கும் எதனாலும் யாருக்கும் எந்தவிதமான பிரயோசனமும் இருக்காது போலிருக்கிறது. அப்படிப் பார்த்தால் நானும் தான் ஒற்றையாயிருக்கிறேன் இந்த உலகத்தில் என்னாலும் எந்தவிதமான பிரயோசனமும் இருக்காதோ?

ஏன் இருக்காது இரட்டையாயிருக்கும் செருப்பைப் போலவே ஒற்றையாயிருக்கும் குடையும் மனிதனுக்கு உதவியாய்த்தானே இருக்கிறது? அதே மாதிரி நானும் இருப்பேன்; என்னில் ஒருவனாயிருக்கும் என் ஆன்மா என்னை விட்டுப் பிரியும்வரை அதே மாதிரி நானும் இருப்பேன்!

✯

சுயம்வரம் – நாவலிலிருந்து...

எழுத்தாளர் அறிமுகம்!

எழுத்தாளர் என்றால் முன்னெல்லாம் எழுதா விட்டாலும்கூட ஒரு கதர் ஜிப்பாவைத் தைத்துப்போட்டுக் கொண்டுவிட்டால் போதும், உடனே நீங்கள் அவரை எழுத்தாளர் என்று ஒப்புக்கொண்டுவிடுவீர்கள். இப்போது அப்படியில்லை; நீங்கள் ஒருவரை எழுத்தாளர் என்று ஒப்புக்கொள்ள வேண்டுமானால் அந்த எழுத்தாளர் என்ன வெல்லாம் செய்ய வேண்டியிருக்கிறது!

முதலில் அவர் ஹிப்பிகளைப் பின்பற்றி முடி வளர்க்க வேண்டியிருக்கிறது; அப்படி வளர்த்த முடியை அவர் விதம் விதமாக அலங்கரிக்க முயன்றாலும் என்னைவிட விரும்பாத சுயமரியாதையோ அதற்கும் குறுக்கே நின்று தொணித்தது.

✯

தோல் இருக்க...

தோல் இருக்கச் சுளை விழுங்கிகள் சிலர் இந்த உலகத்தில் உண்டு. அவர்கள் அந்தரங்கம் புனிதமானது என்று மாய்மாலம் செய்து தங்களுடைய அயோக்கியத்தனங்கள் அத்தனையையும் 70 எம்.எம். திரையில் போட்டு அப்படியே மறைத்துவிடுவார்கள். ஆத்மாவையே கொன்றுவிட்டு வாழும் அந்தப் பாவிகளுக்குள்ள துணிவு எனக்கு இல்லை!

✯

கட்டுண்டோம்...

கட்டுண்டோம் பொறுத்திருப்போம், காலம் மாறும் என்று பாடினான் பாரதி அவனை விட்டால் எழுத்தாளர்களுக்கும் வேறு கதியில்லை. காதலர்களுக்கும் வேறு கதியில்லை. சமயத்தில் அவனைப்போல் வேறு யார் கைகொடுத்து உதவுகிறார்கள்? அவனுடைய வாக்கைப் போல் வேறு யாருடைய வாக்கு கைகொடுத்து உதவுகிறது? அந்த சஞ்சீவிக் கவிஞனின் சாகாத வாக்கைத்தான் இப்போது நாமும் பின்பற்ற வேண்டும் வேறு வழியில்லை.

★

கண்ணியம், கடமை, கட்டுப்பாடு

கடமை வேண்டாம் இவர்களுக்கு, கண்ணியம் வேண்டாம் இவர்களுக்கு, கட்டுப்பாடு வேண்டாம் இவர்களுக்கு. ஆனால் காதல் மட்டும் வேண்டுமாம் காதல்!

கடமை இல்லாமல், கண்ணியம் இல்லாமல், கட்டுப்பாடு இல்லாமல் காதல் மட்டும் எப்படி வளரும், வாழும் என்று தெரியவில்லையே?

புதுமை

புதுமை இப்போது எதிர் இருக்கிறது என்கிறாயா? அதில்தான் இருக்கிறது உண்ணும் உணவில் போலி; உடுத்தும் உடையில் போலி; அணியும் நகையில் போலி; பேசும் பேச்சில் போலி, சிரிக்கும் சிரிப்பில் போலி; ஆனானப்பட்ட இதயத்தைக்கூட இப்போது போலி இதயமாக்கச் சில டாக்டர்கள் முயன்று கொண்டிருக்கிறார்களே, அது தெரியாதா உனக்கு?

★

மு. பரமசிவம்

கட்டுரைகளிலிருந்து...

முதன்மையாவனன்

இமயமலை வீழ்ந்தது போல் என்று எக்காளத்தோடு பாடினானே பாரதி- அந்த ஜார் அரசனின் வீழ்ச்சிக்குக் காரல்மார்க்சும் ஏங்கல்சும் வித்திட்டிருக்கலாம், லெனினும் ஸ்டாலினும் அதற்கு நீர் பாய்ச்சியிருக்கலாம். ஆனால் அதை கட்டிக்காத்து வளர்த்த ருசிய எழுத்தாளர்களிலே முக்கிய மானவன் முதன்மையானவன் கார்க்கி அவன் சொன்னான்:

மனிதன்! ஆகா அவனுடைய பெயர்தான் எவ்வளவு கம்பீரமாக ஒலிக்கிறது! சர்வ வல்லமை பொருந்திய அவனுக்கு மேலாக வேறு எதையும் என்னால் கற்பனை செய்துகூடப் பார்க்க முடியவில்லை.

உன்னால் முடியாதா?

அன்றாடம் பிரச்சினைகளுக்கு இடையே பிறந்தும் வளர முடியாத என்னுடைய நாவல்கள் கடவுளே! சர்வ வல்லமையுள்ள காசால்தான் என்னையும் என்னுடைய நாவல்களையும் காப்பாற்ற முடியும்? உன்னால் முடியாதா?

✦

குடும்பக் கதைகள்

உலக இலக்கியங்களிலே, உலக மொழிகளிலே எத்தனை எத்தனையோ விதமான புதுமைகள் புரட்சிகள் தினந்தினம் பூத்துக் குலுங்கிக் கொண்டிருக்கின்றன. ஏன் நம்மை அடுத்திருக்கும் கேரள நாட்டின் மலையாள இலக்கியங் களிலும், ஆந்திர நாட்டின் தெலுங்கு இலக்கியங்களிலும் கூட அவற்றை நாம் பார்க்கிறோம். பார்த்து பெருமூச்சு விடுகிறோம்.

அப்படியிருக்க தமிழுமா தமிழ்நாடு மட்டும் பழமை என்னும் குட்டையில் ஏன் இன்னும் மட்டைபோல் ஊறிக் கொண்டிருக்க வேண்டும்?

காரணம் இருக்கிறது- ஆம் காரணம் இருக்கத்தான் இருக்கிறது. அன்றிலிருந்து இன்றுவரை சில சைத்தான்கள் தமிழ்நாட்டு இலக்கிப் பீடத்தைப் பற்றிக்கொண்டு நாசம் புரிந்து வருகின்றன. எதையெல்லாமோ புதுமை புதுமை என்று கூறிக்கொண்டு அபத்ங்களை அலங்கார வார்த்தை களை அள்ளி அள்ளி வீசி குடும்பக் கதைகள் என்ற பேறிலே ஜீவனற்ற இலக்கியங்களைப் படைத்துக் குப்பைகளைக் குன்றுகளாகவும் கோபுரங்களாகவும் உயர்த்திக் காட்டி உங்களிடமிருந்து அவை 'உயர்தானம்' பெற்று வருகின்றன.

✸

பண்பு என்னும் படகுத்திரை

காமக்கலையை விஞ்ஞானக் கலை என்று சொல்லும் அளவுக்கு இவர்களுடைய கலாஞானம் வளர்ந்திருக்கிறது. அதற்காகவே அநாகரிகத்தை 'நாகரிகம்' என்று சாதிக்கும் அளவுக்கு இவர்களுடைய பண்பு உயர்ந்திருக்கிறது. அதற்காகவே பொழுதைப் போக்க உதவாத கதையை எப்படிக் கதை என்று சொல்ல முடியும்? என்று கேட்கும்

அளவுக்கு இவர்களுடைய அசட்டுத் துணிச்சல் அதிகரித்திருக்கிறது.

அன்பு ஆசையாகி ஆசை அன்பானதற்குக் காரணம் இவர்களே. காதல் காமமாகி, காமம் காதலானதற்குக் காரணம் இவர்களே. பாவம் புண்ணியமாகி, புண்ணியம் பாவமானதற்குக் காரணம் இவர்களே. கலை விபசாரமாகி, விபசாரம் கலையானதற்குக் காரணம் இவர்களே, இலக்கியம் பித்தலாட்டமாகி, பித்தலாட்டம் இலக்கியமானதற்குக் காரணம் இவர்களே.

நாகரீகம் அநாகரீகமாகி, அநாகரீகம் நாகரிகமானதற்குக் காரணம் இவர்களே. பணம் பகவானாகி, பகவான் பணமானதற்குக் காரணம் இவர்களே.

இதுவரை பண்பு என்னும் பட்டுத் திரைக்குப் பின்னால் ஓடி ஒளிந்து கொண்டிருந்த இந்தப் பக்காத் திருடர்கள் இப்போது தமிழ் என்னும் தங்கத் திரைக்குப் பின்னால் ஓடி ஒளிகிறார்கள்.

தமிழ் என்றால் இனிமையல்லவா? அந்த இனிமையான தமிழில்இனிமையான கதைகள் எழுதினால் எவ்வளவு நன்றாகயிருக்கும்! என்று இவர்கள் சுவாரசியமாகச் சொல்லும் போது, 'பணம்' என்றால் பாஷாணமல்லவா? அந்தப் பாஷாணத்தின் துணையால் பலருடைய ஆன்மாவை நீங்கள் கொல்லாமலிருந்தால் எவ்வளவு நன்றாயிருக்கும்! என்று அசுரவாக்கியமாகக் கொட்டிவிடத் தோன்றுகிறது.

✱

போலிகள்

போலிகளைச் சுட்டெரிக்கும் புதுமைகளை வாழ்க்கையை அலசி அலசிப் பசிசீலிக்கும் ரசாயனங்களை சமுதாயத்தின் புற்றுநோய்களுக்கு மின்சார சிகிச்சை யளிக்கும் புத்தம்புமுறைகளை, குரூர வசீகரங்களைப் படம் பிடித்து மனித உள்ளத்திலே எங்கே ஒரு மூலையில் செய்வதறியாது ஏங்கிக் கிடக்கும் மனிதாபிமானத்தைத் தட்டியெழுப்பும் உணர்ச்சி மிக்க உயிரோவியங்களை அந்த அபிமானத்துக்கு விரோதமாயிருந்த- இருந்து வருகிற மனித மிருகங்களின்மேல் வெறுப்பைக் கக்கி உங்கள் நல்வாழ்வுக்கு வழிதேட முயலும் நவயுகக் கதைகளை இன்றுபோல் நீங்கள் என்றும் வரவேற்று வாழ்த்தித் தமிழை வளப்படுத்த வேண்டும், தமிழ்நாட்டை மேம்படுத்த வேண்டும். இதுவே என் எண்ணம். இதுவே என் இருபது வருடகால எழுத்து.

★

அன்புக்கு உண்மை...

இருப்பவனைப் பற்றி எழுதி அவனுடைய பணத்துக்கு உண்மை இரையாவதைவிட, இல்லாதவனைப் பற்றி எழுதி அவனுடைய அன்புக்கு உண்மை இரையாவதே மேல் என நான் எண்ணுகிறேன்.

★

அவர்கள் வாழ்ந்தால்...

அய்யா! பொய்யும் புரட்டும் இல்லாத ‘சர்க்கி’லே எனக்குப் போதும், அவர்கள் வாழ்ந்தால் நானும் வாழ்கிறேன். அவர்கள் செத்தால் நானும் சாகிறேன்!

★

காணாமல் போனார்கள்

ஒரு காலத்தில் ஏழை எளியவர்களைப் பற்றி இல்லாத வர்களாயிருந்தாலும் பொல்லாதவர்களாக வாழ விரும்பாமல் நல்லவர்களாக வாழவிரும்பும் நடுத்தர வர்க்கத்தைப் பற்றிச் சிந்திப்பதும் எழுதுவதும் இலக்கிய உலகில் அவ்வளவாக எடுபடவில்லை. எனவே, எழுத்தாளர்கள் பலர் அவர்களைப் பற்றிச் சிந்திக்கவும் அஞ்சினார்கள்; எழுதவும் அஞ்சினார்கள். அப்படியே ஓரிருவர் துணிந்து எழுதினாலும், என்ன கஷ்டம் வேண்டி யிருக்கிறது சார் வாழ்க்கையில்தான் கஷ்டம் என்றால் இலக்கியத்திலுமா கஷ்டம் என்பார்கள் சிலர். இந்த ஏழை எளியவர்களின் பிரச்சினை இங்கு மட்டும் இல்லை; உலகம் பூராவிலுமே இருக்கிறது. அப்படி ஒரு பகுதி என்றும் எங்கும் எப்பொழுதும் இருக்கத்தான் இருக்கும். யார் என்ன எழுதிக் கிழித்தாலும் அதை ஒன்றும் மாற்றிவிட முடியாது என்பார்கள் சிலர். அவன் என்ன செய்வான் பாவம் அவனே ஒரு தரித்திரம், அந்தத் தரித்திரத்துக்குத் தரித்திரத்தைப் பற்றித்தானே எழுத வரும் என்பார்கள். வேறு சிலர் இப்படி யெல்லாம் சொல்லிக்கொண்டிருந்த 'கனவான்கள்' இப்போது எங்கே இருக்கிறார்கள் என்று பார்த்தால் காணோம்! அவர்களில் ஒருவரைக்கூட காணோம். ஆம், இலக்கிய உலகத்திலும் அவர்கள் நிற்கவில்லை; இலக்கிய ரசிகர்களின் உள்ளங்களிலும் அவர்கள் நின்று நிலைக்க வில்லை.

★

ஹை சர்க்கிள் ஆசாமிகள்

கல்யாணமாயிருந்தாலும் சரி, கருமாந்திரமாயிருந் தாலும் சரி. இந்த ஹை சர்க்கிள் ஆசாமிகளை யாரும் அழைக்க வேண்டியதில்லை. இவர்களேவந்துவிடுவார்கள். பந்ததோடாவது இவர்கள் நிற்பார்களா என்றால் அதுவும் கிடையாது. 'புஷ்ஷிங் நேட்சர்' என்று ஏதோ ஒன்றைச் சொல்லிக்கொண்டு, என்னத்தெரிகிறதோ இல்லையோ என்று விசேஷத்துக்கு உரியவரைக் கேட்டுவிட்டு பல்லை இளிப்பார்கள். 'தெரிகிறது, தெரிகிறது' என்று போகிற போக்கிலாவது தலையை ஆட்டிவிட்டுப்போனால் போச்சு. தெரியவில்லையே என்று கையை விரித்தாலோ வந்தது ஆபத்து. என்ன அப்படிச் சொல்லிவிட்டீர்கள். டில்லியில் நடந்த ஒரு வைபவத்தின் போது நாலுபேருக்கு நடுவிலே அமர்ந்துவிட்டு நீங்கள் வாயிலிருந்த வெற்றிலைப் பாக்குப் புகையிலையை எங்கே துப்புவது, எப்படித் துப்புவது என்று தெரியாமல் தவித்துக்கொண்டிருந்தபோது, நான்தானே இப்படித் துப்புங்கள் என்று இழுகைகளையும் உங்களுக்கு முன்னால் ஏந்தி நின்றேன். அதுவே எனது பெறற்கரிய பெரும் பாக்கியமெனக் கருதிப்போனாலும் கூட டில்லியிலிருந்து திரும்பிய நீங்கள் மீனம்பாக்கம் விமான நிலையத்தில் வந்து இறங்கியபோது நான்தானே எல்லோரையும் முந்திக் கொண்டு முன்னால் வந்து நின்று உங்கள் காலில் விழுந்ததோடு கன்னத்திலும் போட்டுக்கொண்டேன். உங்களையும் பெரிய மனிதராக்கி என்னையும் பெரிய மனிதராக்கிக்கொண்டுவிடலாம் என்ற எண்ணத்தில் என்று 'ரெபொடின்'சுக்கு மேல் ரெபொடின்சாக எடுத்துக்காட்ட ஆரம்பித்துவிடுவார்கள். அப்படியா உங்கள் நினைவே எனக்கு இல்லாமல் போய்விட்டது; அதனால்தான் அழைப்பும் அனுப்பாமல் போய்விட்டது என்பார் அவர். அப்போதும் தம்முடைய பெரிய மனிதத்தோரணையை அவரிம் விட்டுக்கொடுக்க விரும்பாமல் இவர் அவருக்குச்

சளைத்தவரா என்ன? இது என்ன வேடிக்கையாயிருக்கிறதே! நீங்கள் அழைக்காவிட்டால் நான் வரக்கூடாதா என்ன? நீங்கள் வேறு நான் வேறா என்ன? உங்களுடைய வீடு என்னுடைய வீடு வேறா. உங்கள் வீட்டு விசேஷம் வேறு என் வீட்டு விசேஷம் வேறா என்ன? நன்றாயிருக்கிறதே நீங்கள் சொல்வது என்று அடுக்க ஆரம்பித்துவிடுவார். உங்களுடைய மனைவி வேறு, என்னுடைய மனைவி வேறா என்ன? என்பதை மட்டும் போனாப்போகிறதென்று விட்டுவிட்டு.

★

சுழலும் உலகம்!

உலகம் மட்டுமா சுழல்கிறது? மனிதனும் சுழல்கிறான்- அவனுடைய வாழ்க்கை நாகரிகம் அரசியல் இலக்கியம் எல்லாமே சுழல்கின்றன. அந்தச் சுழற்சியில்தான் எத்தனை மாறுதல்!

★

உள்ளே-வெளியே

திருமணம் ஒரு கோட்டையைப் போன்றது. அந்தக் கோட்டைக்கு வெளியே இருப்பவர்கள் உள்ளே போக நினைக்கிறார்கள், உள்ளே இருப்பவர்கள் வெளியே வர நினைக்கிறார்கள். ஏதோ ஒரு பத்திரிகையில் எப்பொழுதோ படித்ததாக ஞாபகம். இது எழுத்துலகத்துக்கும் பொருந்தும. அந்த உலகத்துக்கு வெளியே இருப்பவர்கள் உள்ளே வர நினைக்கிறார்கள், உள்ளே இருப்பவர்கள் வெளியே வர நினைக்கிறார்கள்.

★

பசிகோவிந்தம் நூலிலிருந்து...

பெருங்கடல் வாலிபம்

வாழ்க்கைப் பாதையில் குறுக்கிடும் பெருங்கடல் வாலிபம்; பசிமிக்க பாரதத்தில் வறுமை மிக்கோர் அதைக் கடப்பது கடினம். ஆயினும் வயலில் சிறு வாய்க்காலைத் தாண்டுவது போல வாழ்க்கையில் சிலர் வாலிபக் கடலைத் தாண்டுகின்றனர். அதற்கேற்ற வசதியும் அவர்களுக்குப் பரம்பரை பரம்பரையாகவே இருந்து வருகிறது. சுயாதீனத்தால் சோம்பேறித்தனத்தையும் சுகானுபவத்தால் சொர்க்கலோக இச்சையையும் வளர்த்துவரும் அவர்களுடைய பரம்பரைச் சொத்துகளைப் பராதீனப்படுத்தி, பசிக்குப் பலியாகும் கோடானுகோடி மக்களைப் பாதுகாக்க ஏதாவது செய்ய வேண்டும் என்ற நோக்கத்தில் எழுந்ததே இந்தப் பசிகோவிந்தம்.

✯

பசியும் பக்தியும்

பசி வேறு, பக்தி வேறு என்று பக்குவமடையாத சிலர் பேசுவதுண்டு. அடுத்த விஷயத்தை குழப்பி ஏமாந்தவரை லாபம் என்று கருதுவோர் அப்படிப்பட்ட சொற்றொடர்களை ஆங்காங்கே பிரயோகப்படுத்துகிறார்கள். அவற்றைப் பார்த்து நீங்கள் மயங்கிவிடக் கூடாது. எதையும் ஊன்றிப் பார்க்க வேண்டும்; தவறான பொருளை எடுத்துக்கொண்டு 'தகிங்'கிணதோம்' போடக் கூடாது. பசியும் பக்தியும் ஒன்றே. இரண்டல்ல. பசி முந்தினால் பக்திக்கு அவசியமில்லை; புலன்கள் அனைத்துக்கும் ஏன் கடைசி மூச்சு உள்பட தாமாகவே அடங்கிவிடும்.

✯

பாமரர் வாழி!

இந்தக் கதையை நீங்கள் நம்பவில்லையென்றால் அவர்களுடைய கதி அதோகதிதான் அதற்குப்பின் இங்கே சனாதனமும் இருக்காது, சாஸ்திரங்களும் இருக்காது. பாவமும் இருக்காது. புண்ணியமும் இருக்காது. நரகமும் இருக்காது, மோட்சமும் இருக்காது. இத்தகைய நிலைமைக்கு நீங்கள் இடங்கொடுத்தால் என்ன ஆகும்? உழைப்பவன் வாயில் சோறு, உழைக்காதவன் வாயில் மண்ணு என்று மக்கள் அனைவரும் தங்களைத் தாங்களே நம்ப ஆரம்பித்துவிடுவார்கள். அப்படி நம்ப ஆரம்பித்து விட்டால் இந்து மதமே ஆட்டங்காண ஆரம்பித்துவிடும். அதைக்காத்துத் தங்களையும் காத்துக்கொண்டுவரும் மடாதிபதிகள் நெற்றியில் விபூதிக்குப் பதிலாக வியர்வையும் அவர்களுடைய கையில் ருத்திராட்சத்துக்குப் பதிலாக மண்வெட்டியும் இருக்க வேண்டிய அவசியம் நேர்ந்துவிடும். இந்த அபாயத்தைத் தவிர்ப்பதற்காகத்தான் அடியாற்களும் ஆசான்களும் நாம் விழித்துக்கொள்ளும் போதெல்லாம் நமக்குத் ‘தத்துவபோதை’ ஊட்டித் தூங்க வைக்கப் பார்க்கிறார்கள்.

மதுவிலக்கால் தீர்க்க முடியாத இந்தப் போதையைத் தத்துவ விலக்காலாவது நீங்கள் தீர்க்கப் பார்க்க வேண்டும். அதற்கு முதற்படியாகவே இந்நூல் இயற்றப்பட்டிருக்கிறது. தமிழில் புதிய துறைக்கு வழிகோலும் இதனைத் தமிழுலகம் துணிந்து வரவேற்குமென்று நம்புகிறேன்.

✱

படிக்காதிரு பயலே!

அந்தக் காலத்து முடியாட்சியிருந்தால் அது வேறு விஷயம் மன்னனை வசப்படுத்திக்கொண்டு வருணாசிரம 'கர்ம'த்தைத் தர்மம்' என்று சொல்லிக்கொண்டு 'படித்தால் நாக்கை அறுத்து விடுவேன்' மூக்கை நறுக்கி விடுவேன் என்று உன்னைப் பயமுறுத்தலாம். இப்போது அப்டிபப் பயமுறுத்த முடியாது. அதனால்தான் சொல்வதைக் கொஞ்சம் நாசூக்காகச் சொல்லியிருக்கிறார் ஆசான். அவருடைய பல்லக்கைச் சுமக்கும் உனக்கு ஏன் படிப்பு? அட மூடா! படிக்காதே! படித்தால் அவருடைய பல்லக்கை சுமக்க நீ மறுத்துவிடுவாய்! அதையும் பகுத்தறிந்து பேச ஆரம்பித்து விடுவாய்- உனக்காகச் 'சாக' வழிகாட்டும் ஆசான்- இல்லை. சொர்க்கத்துககுச் செல்ல வழி காட்டும் ஆசான் நடக்க முடியுமா? என்னை ஆஅக்கும் பகவான் என்னை அழிக்கும் பகவான் உங்களைக் காப்பதுபோல் என்னையும் ஏன் காக்க வில்லை? என்று நீ கேட்டால் அதற்கு அவரால் பதில் சொல்ல முடியுமா? பரந்தாமனையும் பரலோகத்தையும் பாவத்தையும் புண்ணியத்தையும் நம்பி நீ படிக்காமல் பாண்டித்திமடையாமல் இருந்தால்தானே அவரைப் போன்றவர்கள் வம்பில்லாமல் வாழ முடியும்? கையசைக்காமல் காலசைக்காமல் நாவொன்றை அசைத்தே நவநிதியும் தேட முடியும்? படிக்காதிரு பயலே! படித்தால் எங்களை எதிர்க்க உனக்குத் தைரியம் வந்துவிடும். அந்தத் தைரியத்துக்கு எங்கள் 'தனித்தமிழ்' அகராதியில் என்ன அர்த்தம் தெரியுமா? கர்வமடா கர்வம்; அந்தக் கர்வத்துக்கு நீ உள்ளானால் கடவுள் கோபித்துக்கொள்வார். என்ன சொன்னேன். கடவுள் கோபித்துக்கொள்வார் என்றா சொன்னேன்? ஆமாம், கடவுள் கருணாமூர்த்தி. அவருக்குக் கோபமே வராது என்று நாங்கள் சில சமயம் சொல்வதுண்டு. அதை இப்போது நினைவுபடுத்திக்கொள்ளாதே! சொல்வதைக் கேள். படிக்காதே! படித்தால் எமன் வரும்போது பகவான் உன்னைக் கைவிட்டு விடுவார் - ஜாக்கிரதை!

✱

சொர்க்கத்துக்கு வழி!

இருப்பவனைக் கண்டு இல்லாதவன் செருக்கடைய வேண்டும் என்கிறார். அமாம் படித்துச் செருக்கடைவதை விட பணக்காரனைப் பார்த்துச் செருக்கடைவது மேல் என்பது இங்கே உட்பொருள்- அடிவயிறு கிள்ளும்போது அடியேன் எப்படிச் செருக்கடைவது? என்று அதிகப் பிரசங்கித்தனமாகக் கேட்டு விடாதீர்கள்! சொன்னதைச் செய்யுங்கள். அதுவே சொர்க்கத்துக்கு வழி. அதுவே துன்பத்தைப் போக்கும் இன்பத்துக்கும் வழி!

★

தொடாதே பெண்ணே!

சொல்வதைக் கேள். தொடாதே பெண்ணே! தொட்டால் இன்பம் எது என்பதை நீ உடனே கண்டு கொண்டு விடுவாய். இதுவே எட்டும் இன்பம் இதுவே கிட்டும் இன்பம் என்று நாங்கள் காட்டும் இன்பத்தை எட்டாத இன்பத்தை கிட்டாத இன்பத்தை ஏறெடுத்துக் கூடப் பார்க்காமல் இருந்துவிடுவாய்; எங்கள் காஷாயத்தைக் களைந்தெறிந்து ஏமாந்தவர்களிடமிருந்து எங்களுக்குக் கிடைக்கும் காணிக்கையை எடுத்தெறிந்து இதோ இன்பம். இதோ இன்பம் என்று எங்களையும் கொண்டுபோய்ப் பெண்களிடம் தள்ளிவிடுவாய்! நாங்களோ பகிரங்கமாகப் பெண்களுடன் தொடர்புகொள்வது பாவம் என்று நினைப்பவர்கள். அப்படியே கொண்டாலும் அவர்களுக்காக உங்களைபோல் எங்களால் கஷ்டப்பட்டுக் காலந்தள்ள முடியாது. அதனால்தான் இதோ இன்பம் இதோ இன்பம் என்று நீங்கள் காட்டும்போது அதோ இன்பம், அதோ இன்பம் என்று நாங்கள் காட்டுகிறோம். பெற்றெடுக்கும் குழந்தையை நீங்கள்பேணி வளர்த்தால், நாங்கள் நாணிக் கொன்றுவிடுகிறோம். இதுவே எங்கள் சாந்திக்கு; இதுவே எங்கள் மகிழ்ச்சிக்கு வழி.

★

உண்மையும் உவமையும்

என்னமோ வாழ்க்கை என்றும் அதற்காகப் போராட்டம் போராட்டம் என்றும் சதா கோஷமிட்டு எங்களையும், பாவத்தை விழுங்கப் புண்ணியம் இருக்கவே இருக்கிறது என்ற தைரியத்தில் உங்களை ஏமற்றி எங்களுக்குக் கோதானம் பூதானம் வஸ்திரதானம் கண்ணிகாதான மெலாம் செய்யும் எத்தர்களையும் எப்பொழுது பார்த்தாலும் மிரட்டிக்கொண்டிருக்கிறாயே, இப்பொழுதாவது அறிந்துகொள். வாழ்க்கை என்பது நிலையான மடத்துச் சாப்பாடு அல்ல; நிலையற்ற குடிசையின் கஞ்சி! ஆம், உண்மையை மறைக்க எங்களுக்கு உவமை உதவுதுபோல் உங்களுக்கு உலகம் உதவாது தம்பி, உலகம் உதவாது. அதில் நீ அடையும் ஒவ்வொரு பொருளும் உனக்குத் துக்கத்தைக் கொடுக்கும். அடைந்த பொருளை எப்படியாவது என்ன செய்தாவது காக்க வேண்டுமே என்ற ஏக்கமும் பிறக்கும்.

நான்தான் இதுவரை எந்தப் பொருளையும் அடையவில்லையே! என்கிறாயா? அதனாலென்ன அடைந்தவன் அனுபவத்தைச் சொன்னால் அடையாதவன் அதைக் கேட்டு விட்டுச் சும்மா இருக்க வேண்டியதுதானே? கேள், இன்னும் கேள்! வாழ்க்கையில் சஞ்சலத்தைத் தவிர வேறொன்றும் இல்லை; அதைத் தீர்த்துக்கொள்வதற்கு உனக்குள்ள ஒரே வழி சாவு!

★

சொந்தமும் சுற்றமும்

பொய்! சொந்தம் சுற்றம் பந்தம் பரிவாரம் எல்லாம் பொய், பொருளற்ற பொருள்கள் அவற்றின் மேல் பற்று கொண்டு உன் குடும்பத்தில் நீ ஒற்றுமையை வளர்க்காதே. அந்த ஒற்றுமையால் ஊர் ஒற்றுமைப்பட்டுவிடும். உலகம் ஒற்றுமைப்பட்டுவிடும்; அவ்வாறு ஒற்றுமைப்பட்டு விட்டால் பதிதன் என்றும், புனிதன் என்றும் பாவி என்றும் புண்ணியவான் என்றும் எங்களால் பிரித்துப் பேச முடியாமல் போய்விடும்! மகனே! அவர்கள் யார் நீ யார்? உதவாதே! ஒருவருக்கொருவர் உதவுவது அதன் மூலம் ஒற்றுமையை வளர்ப்பது என்பதெல்லாம் வேண்டாம்; பின்னால் சோற்றுக்குத் தாளம் போட நேர்ந்தாலும் ஓடு சொல்லாமல் ஓடு! நீ பற்ற வேண்டிய பொருள் ஒன்றே அதுதான் கோவிந்தன் திருவடி. இல்லாத திருவடியை எப்படி நான் பற்றுவேன் என்று ஏங்காதே. தேடு எங்கும் நிறைந்தவனைத் தேடு! இல்லாத இடமில்லை ஏன் தேட வேண்டும்? தொட்ட இடமெல்லாம் கைபட்ட இட மெல்லாம் அவன்தானே இருக்கப்போகிறான்? என்று கேட்காதே! ஆடு ததிங்கினதோம் என்று ஆடு. சோறு கிடைக்காவிட்டாலும் உனக்கு சொர்க்கம் நிச்சயமாகக் கிடைக்கும்!

✸

கடவுளின் கதி?

என்ன அநியாயம்! இயற்கை செய்யும் அநியாயத்தைத் தான் சொல்கிறேன். குழந்தைப் பருவம் விளையாட்டில் கழிந்து விடுகிறது; யௌவனம் வந்ததும் சிந்தனை முழுவதும் பெண்களின் மேல் சென்றுவிடுகிறது; விருத்தாப்பியத்திலோ மனைவி மக்களைப் பற்றிய கவலை வந்துவிடுகிறது. இப்படியே போய்க்கொண்டிருந்தால் கடவுளின் கதி என்ன? அவரை நம்பியிருக்கும் காவி வேட்டிகளின் கதிதான் என்ன?

✸

அன்பே ஆண்டவன்!

அன்பே ஆண்டவன் என்று சில அப்பாவிகள் சொல்வார்கள். அதை நம்பி நீ அந்த உலகத்தைப் பற்றிய கவலையே இல்லாமல் இருந்துவிடாதே. அன்புக்கும் ஆண்டவனுக்கும் ரொம்ப ரொம்ப தூரமென்று இந்த அழகான உலகத்தைப் பார்க்கும்போதே உனக்குத் தெரிய வில்லையா? கவலைப்படு அப்பனே, கவலைப்படு! ஆனால் யாரைப் பற்றி எதைப் பற்றி நீ கவலைப்பட வேண்டும்? அன்பு மனைவியைப் பற்றியா? ஆசைக் குழந்தையைப் பற்றியா? அடுத்தவேளை சாப்பாட்டைப் பற்றியா? அதற்கு வேண்டிய காசைப் பற்றியா? அட, பாவிப்பயலே! அந்த ஆசானுக்கும் ஆண்டவனுக்கும் இல்லாதபோது உனக்கு மட்டும் ஏன் இருக்க வேண்டும்? அப்படியே இருந்தாலும் அதைப் பற்றி நீ கவலைப்படலாமா? அதனால் உனக்கு என்ன பிரயோசனம்? சோறு கிடைக்கும்; சொர்க்கம் கிடைக்குமா? விடு அந்தக் கவலை எடு இந்தக் கவலையை!

✦

கவலைப்படு, கவலைப்படு!

என்ன யோசிக்கிறாய், ஏன் திரும்பிப் பார்க்கிறாய்? அழகும் அற்புதமும் நிறைந்ததுதான் இந்த உலகம்; இல்லை யென்று நாங்கள் சொல்லவில்லை. ஆனால் அதற்கும் உனக்கும் சம்பந்தம் கிடையாது. அந்தச் சம்பந்தம் எனக்கும் என் ஆசானுக்கும் மட்டுமே உண்டு. இது உலகமகா ரகசியம். இதைப் புரிந்துகொள்ள முயற்சி செய்யாமல சதா அந்த உலகத்தைப் பற்றியே நீ கவலைப்பட்டுக்கொண்டிருக்க வேண்டுமென்றால என்ன செய்ய வேண்டும்? மறுபடியும் சொல்கிறேன்.

நீ எங்கிருந்து வந்தாய்? அம்மாவைக் கேட்காதே! நீயாகவே உண்டானாயா? அப்பாவைக் கேட்காதே. கேட்டால கவலை தீர்ந்துவிடும். கேட்காமல் கவலைப்படு, கவலைப்படு, கவலைப்பட்டுக்கொண்டே இரு!

★

நல்லவனும் கெட்டவனும்

நல்லவர்கள் யார், கெட்டவர்கள் யார்? என்பதைக் கண்டுபிடிப்பது எப்படி? திருடனுக்குப் போலீஸ்காரன் கெட்டவனாகத் தோன்றுகிறான். விபசாரிக்குப் பத்தினி கெட்டவளாகத் தோன்றுகிறாள். அதே மாதிரி ஆஸ்திகனுக்கு நாஸ்திகனுக்கும் தோன்றலாமல்லவா?

அதனால்தான் அந்த வம்பும் நமக்கு வேண்டாம் என்று அடியான் எடுத்துக்காட்ட வேண்டியிருக்கிறது. அதாவது ஆஸ்திகரை விரும்ப வேண்டும் என்பதற்காக நாஸ்திகரை வெறுக்க வேண்டியதில்லை; ஏனெனில் நடக்கிறபடி நடந்து கொண்டால் நாஸ்திகரே ஆஸ்திகரை வெறுத்து விடுவார்கள்!

ஆயினும் அவர்களுடைய கூட்டம் பெருகிவிடக்கூடாது. அதற்கு வழி என்ன? அவர்களுடைய அறியாமைக்காக நாம் அனுதாபப்படுவதுபோல் அடிக்கடி பாசாங்கு செய்ய வேண்டும்;அப்படிச் செய்தால் ஒரே கல்லில் இரண்டு மாங்காய்களை அடித்து வீழ்த்திய வெற்றி நமக்குக் கிடைக்கும். அதுவே மூச்சை அடக்கும் முக்தி என்னும் லாபத்தை மக்களுக்குக் காட்டி அவர்களுடைய பேச்சை அடக்கும் பக்தி என்னும் வியாபாரத்தை நாம் தொடர்ந்து நடத்தச் சிறந்த மார்க்கம்.

★

இருட்டுச் சாமியும் திருட்டுச் சாமியும்

சாமிகளில் அதாவது சந்நியாசம் வாங்கிக்கொண்ட சாமிகளில் இரண்டு விதம் உண்டு ஒன்று இருட்டுச்சாமி, இன்னொன்று திருட்டுச்சாமி. இதையே பரம்பரைச்சாமி பஞ்சத்துச்சாமி என்றும் சொல்லலாம். இந்த இரண்டு சாமிகளுக்கும் வேஷம் ஒன்றாயிருந்தாலும் வயிறு பிழைக்கக் கையாளும் முறைகள் வெவ்வேறாயிருக்கும். அது எப்படி யென்றால் பிச்சை எடுப்பதும தானம் வெறுவதும் ஒன்றா யிருந்தாலும் சிலரால் வெவ்வேறாகக் கருதப்படுவதில்லை!

மேலும் இருட்டுச் சாமியாககப்பட்டது வீட்டுக்கு வீடு தேடி வராது. கால்களுக்குக்கூட வேலை கொடுக்காமல் உட்கார்ந்த இடத்திலேயே உட்கார்ந்தபடி தனக்கு வேண்டியதைத் தானமாகப் பெற்றுக்கொள்ளும்; பகலில் பரலோகப் பிராப்தியை அடைய முயற்சி செய்து இரவில் இகலோகப் பிராப்தியை அடையும். திருட்டுச்சாமி அப்படி யல்ல, அது வீட்டுக்கு வீடு தேடி வந்து பிச்சை கேட்கும். யாரும் இல்லாத சமயத்தில் கால்களுக்கு வேலை கொடுப்பது போல் கைகளுக்கும் வேலை கொடுக்கும், 'திருமங்கை யாழ்வார்' பிறந்த திருநட்சத்திரத்தில் அவதாரம் எடுத்தவன் விட்டுவிடுங்கள் என்னை; தயவு செய்து விட்டுவிடுங்கள் என்னை என்று விஞ்ஞாபிக்கும். விடாவிட்டால் உயிரே உடலென்னும் சிறையில் இருக்கும்போது நாம் உலகென்னும் சிறைக்குள் இல்லாவிட்டால் என்ன? என்று தன்னைத்தானே தேற்றிக்கொண்டு மூன்றுமாத காலமோ ஆறுமாத காலமோ இருட்டறைக்குச் சென்று வரும் அதாகப்பட்டது ஒரு துளி வியர்வைக்கூட வீணாக்காமல் இகலோகப் பிராப்தியை அடையத்தான் அதற்குத் தெரியுமே தவிர, பரலோகப் பிராப்திக்கு முயற்சி செய்வதுபோல் அவ்வளவு பக்குவமாக நடிக்கத் தெரியாது. இதனால் அந்தச் சாமியை இந்தச்சாமி தூற்ற இந்தச்சாமியை அந்தச்சாமி

மு. பரமசிவம்

தூற்ற போட்டியும் பொறாமையும் வளர்ந்து விடுகிறது. விதவைகளாலும் விருத்தர்களாலும் கொடுக்கப்படும் கௌரவம் வீணாகிவிடுகிறது-இதுவே நம்மதிப்புக்குகந்த ஆசானின் கட்சி.

✦

ஏழு ஜென்மங்கள்

ஒன்று, இரண்டு, மூன்று என்று எண்ணி மொத்தம் ஏழு ஜென்மங்கள்? ஏன் இந்த கஷ்டம்? என்ற சொல்லிப் பார்த்தோம். நீங்கள் கேட்கவில்லை. எண்ணத்தொலையாத ஜன்மங்கள் என்று எண்ணாமலே சொல்லிப் பார்த்தோம். அப்போதும் நீங்கள் கேட்கவில்லை. ஜன்மத்துக்கு ஜன்மம் வாழும்போதும் மனைவி, மக்கள் என்கிறீர்கள்! இப்படியே போய்க்கொண்டிருந்தால் எங்கள் மடத்தில் காஷாயதாரி களுக்குப் பதிலாக கழுதைகளல்லாவ வந்து குடியேறும். விதவைகள் தரும் சுகத்துக்குப் பதிலாக வேதனையல்லவா மிஞ்சும்.

✦

ஓம் சாந்தி, ஓம் சாந்தி!

ஏ, பாபாத்மாக்களே! என்னைப் பிடித்த ஆசை இன்னும் விடவில்லை என்பது விஷயம் உங்களைப் பிடித்த ஆசை விட்டதா? விடவில்லையென்றால் அதற்காக நீங்கள் ஆண்டவனைக் கூவி அழைக்கத்தான் வேண்டும். என்னதான் கூவியழைத்தாலும் அவர் எங்கே வரப்போகிறார்? எத்தனையோ வருடங்களாக எத்தனையோபேர் கூவி அழைத்தாலும் அவர்தான் வரவேயில்லையே! என்ற ஐயம் வேண்டாம்; அவர் வந்தாலும் வராவிட்டாலும் நீங்கள் பக்தி நிலைக்கு அவசியம் வந்துவிடுவீர்கள் அதாவது பைத்தியக்காரனாகி

விடுவீர்கள் என்பது இங்கே உட்பொருள்; எனவே வெளிப் பொருளோடு நிற்க அத்தகைய பக்தி நிலைக்கு நீங்கள் வந்துவிட்டால் உடனே சக்தி பெற்றுவிடுவீர்கள். அந்த சக்தியின் காரணமாக ஆசைகளை எதிர்க்கும் திறன் வந்து சேர்ந்தோ அல்லது அதற்கு அவசியமே இல்லாமலோ நீங்கள் பைத்தியக்கார ஆஸ்பத்திரியில் இடம் பெற்று விடுவீர்கள். அதற்குப் பிறகு ஓம் சாந்தி ஓம் சாந்திதான்!

✫

மனிதனும், மண்ணும்...காற்றும்...

மனிதன் மண்ணை எப்படி வெல்கிறான்? காற்றை எப்படி வெல்கிறான்? ஆகாயத்தை எப்படி வெல்கிறான்? எல்லாம் பக்தியால்தான்.

இது என்ன பச்சைப் பொய்யாயிருக்கிறதே! என்கிறீர்களா? அதுதான் மதம்; அதுதான் சம்பிரதாயம்- அதாவது அறிவு வேண்டும் ஞானம் வேண்டும் என்று சொல்லிக்கொண்டே அவற்றைக் கொஞ்சங் கொஞ்சமாகக் கொன்றுவிடுவது.

சரி முக்தி எங்கே இருக்கிறது? ஒரு முழக்கயிற்றிலா ஒரு துளி விஷத்திலா? பாழுங் கிணற்றிலா, பாதை விபத்தலா? அவற்றிலெல்லாம் ஒன்றுமில்லை; அதுவும் பக்தியில்தான் இருக்கிறது.

✫

மு. பரமசிவம்

பெரியார் அறிவுச்சுவடி - நூலிலிருந்து

அறிவே துணை

தமிழ் வாழ,
தமிழன் வாழ,
தமிழ்நாடு வாழத்
தன்மான இயக்கம் கண்ட
தந்தை பெரியார் வாழ்க!

அறிவின் வழியே அறவழியாகும்
ஆலயம் தொழுவது சாலவும் தீது
இறைவன் என்பது இயற்கையேயாகும்
ஈசன் என்பவன் நீசனே யாவான்
உன்னிலும் உயர்ந்தவன் ஒருவனும் இல்லை
ஊழ்வினை என்பது உன்னை ஏய்க்கவே
எல்லாம் உன் செயல் என்பதை நீ அறி
ஏழை என்பவன் கோழையே ஆவான்
ஒதுங்கி நில் என்றால் ஒட்டி நீ நிற்பாய்
ஓதுவோரெல்லாம் உயர்ந்தோர் ஆகார்
கோயில் இல்லா ஊரில் நீ குடியிரு
சரித்திரம் அறிந்தவன் சாத்திரம் பேசான்
சாதி ஒழியாமல் சமதர்மம் இல்லை
செத்தும் விடுவான் மருத்துவன்;
செத்தாலும் விடான் புரோகிதன்
தன்மானம் இல்லாதவன் தமிழன் ஆகான்
திராவிடர்க் கில்லை திதியும் திவசமும்
தெய்வத்தை நம்பித் தெருவில் நிற்காதே
தொட்டால் தீட்டெனில் தொடாமல் விடாதே

பகுத்தறிவாளர் பஞ்சாங்கம் பாரார்
பாம்புக்கு நஞ்சு பல்லில்!
பார்ப்பானுக்கு நஞ்சு நெஞ்சில்
பிறப்பால் உயர்ந்தவன்- தாழ்ந்தவன் இல்லை
பீடை என்பது பிராமணியமே
பூணூலை அணிந்தவன் புனிதன் ஆகான்
மீசை வைக்க ஆசைகொள் தமிழா!

★

சமூக நீதி

சாதியென்றும் சமயமென்றும் சொல்ல வேண்டாம்
சாத்திரத்தை ஒருநாளும் நம்ப வேண்டாம்
தமிழினத்தன் தன்மானம் காக்க வந்தேன்
தலைவனாம் பெரியாரை வாழ்த்தாய் நெஞ்சே!
முட்டாள் தனத்தையெல்லாம் முறியடித்தோன்
மூதறிஞர் பெரியாரை வாழ்த்தாய் நெஞ்சே

★